全国高等院校越南语专业

云南大学“双一流”建设越南语专业教材

TÁC PHẨM VĂN HỌC VIỆT NAM CHỌN LỌC (BỘ MỚI)

新编越南文学作品精选

于在照　张绍菊 ◎ 主编

李梅芳　王继琴　金　敏 ◎ 副主编

世界图书出版公司

广州 · 上海 · 西安 · 北京

图书在版编目（CIP）数据

新编越南文学作品精选 / 于在照，张绍菊主编. —
广州：世界图书出版广东有限公司，2020.6（2022.7重印）
ISBN 978-7-5192-5969-3

Ⅰ. ①新… Ⅱ. ①于… ②张… Ⅲ. ①越南语－高等
学校－教材②文学－作品综合集－越南 Ⅳ. ①H44

中国版本图书馆 CIP 数据核字（2020）第 076804 号

书　　名　新编越南文学作品精选
XINBIAN YUENAN WENXUE ZUOPIN JINGXUAN
主　　编　于在照　张绍菊
副 主 编　李梅芳　王继琴　金　敏
策划编辑　刘正武
责任编辑　张东文
出版发行　世界图书出版有限公司　世界图书出版广东有限公司
地　　址　广州市海珠区新港西路大江冲 25 号
邮　　编　510300
发行电话　020-84184026　84453623
网　　址　http://www.gdst.com.cn/
邮　　箱　wpc_gdst@163.com
经　　销　新华书店
印　　刷　广州市迪桦彩印有限公司
开　　本　787 mm × 1092 mm　1/16
印　　张　17.5
字　　数　357 千字
版　　次　2020 年 6 月第 1 版　2022 年 7 月第 2 次印刷
国际书号　ISBN 978-7-5192-5969-3
定　　价　55.00 元

咨询、投稿：020-84460251　gzlzw@126.com
（如有印装错误，请与出版社联系）

《新编越南文学作品精选》是为国内高等院校越南语专业越南文学课编写的教材，同时也可作为国内研究越南文学的参考资料。

本教材旨在让学生通过系统学习越南民间文学的经典名作和越南文学史上各个阶段著名作家的重要作品，掌握所学作品的思想内容、艺术手法及其文化背景知识，提高文学素养和鉴赏能力，深化对越南历史、社会、风土人情的认识，同时吸收所学文学作品的语言精华，进一步提高越南语水平。

本教材依据思想性和艺术性两个标准选编作品。所选作品大都是在越南文学史上不同程度地产生过影响的名篇，也有一些是新秀新作。跨度从古代到 21 世纪，共计 33 篇，编为 17 课。所选作品包括神话传说、民间故事、诗歌、小说和散文等体裁，基本反映了越南文学历史发展的全貌。

本教材的体例包括作者简介、作品简介、作品原文、注释和思考题等。为便于学生阅读，本教材采用脚注的形式，不仅有词汇注释，还有短语和句子注释和翻译。

本教材是云南大学一流大学建设项目“小语种与外国语言文学学科建设项目（项目号：C176210301）”的阶段性成果之一。本教材的出版得到了云南大学外国语学院领导的关心和指导，同时也得到世界图书出版广东有限公司刘正武副总经理的大力支持，在此谨致诚挚的谢意！

由于编者水平所限，书中难免存在疏漏、不足之处，恳请各位专家同仁及广大读者批评指正。

编 者

2020 年 1 月

于云南大学外国语学院越南语系办公室

目录

Bài 1

Sự tích[1] dưa hấu（西瓜的传说）

越南口头文学是越南人民在漫长历史发展过程中的口头创作、口头流传，后经不断地集体修改、加工而形成的文学。越南口头文学源自人民的劳动和生活，流传于民间，发扬于民间，是劳动人民智慧的结晶，是劳动人民愿望和理想的集中反映，也是劳动人民思想感情和意志的表现。越南口头文学用最质朴的语言表达最深刻的思想内容，是劳动人民最真实的生命体验，直抒胸臆，活泼生动，明快清新。越南口头文学形式主要有散文的神话、传说、故事，以及韵文的诗传、歌谣等。

Tóm tắt tác phẩm（作品简介）

《西瓜的传说》讲述的是：雄王的一名奴隶叫枚安暹，他凭借自己的博闻强记、见多识广和多才多艺赢得了雄王的信任。他 35 岁的时候，成为雄王的侍臣，从此荣华富贵。后因一句忤逆之言，枚安暹得罪雄王而被流放孤岛。在孤岛上，一群从西方飞来的大雁衔来几颗瓜子，这种瓜子长出长长的绿秧，结出硕大无比的果实。因是西方大雁衔来的瓜子而结的果实，所以这种瓜被命名为“西瓜”。枚安暹夫妇用西瓜跟来往孤岛的船只换粮食和日用品，就这样他们活了下来。后来，雄王将他们接回，枚安暹也官复原职。枚安暹夫妇居住过的岛后裔繁盛，形成安暹村，并留有供奉枚安暹夫妇的寺庙，他们被尊为“西瓜之祖”。

Văn bản（作品原文）

Ngày xưa có một người trẻ tuổi tên là Mai An Tiêm. Chàng là người ở một

1 sự tích：故事；传说。

nước đâu tận vùng biển phía Nam, bị bán làm nô. Một hôm, chàng bị bọn lái buôn chở đến bán cho Hùng Vương[1]. Mai An Tiêm học nói tiếng Việt rất chóng. Chàng nhớ nhiều chuyện[2], biết nhiều điều thường thức, lại lắm tài nghề. Càng ngày vua càng yêu dấu, không lúc nào rời. Năm ba mươi lăm tuổi, chàng làm quan hầu cận, có một ngôi nhà riêng ở gần cung vua. Vợ Mai là con gái nuôi của vua đã sinh được một trai lên năm tuổi. Mai có đủ mọi người hầu hạ, trong nhà của ngon vật lạ[3] không thiếu thứ gì. Tuy oai quyền không lớn lắm nhưng chàng được mọi người sợ phục. Nhiều kẻ vẫn thường lui tới cầu cạnh. Nhưng thấy Mai có địa vị cao, cũng không hiếm gì những kẻ sinh lòng ghen ghét. Một hôm, trong một bữa tiệc đãi các quan khách, giữa lúc mọi người không ngớt lời xưng tụng[4] mình, Mai An Tiêm nhún nhường bảo họ:

- Có gì đâu! Tất cả mọi thứ trong nhà này đều là vật tiền thân của tôi cả[5]! Mai nói rất tự nhiên. Bởi vì tôn giáo xứ sở chàng bảo rằng cái sướng cái khổ hiện tại là kết quả của sự ăn ở tốt hay xấu của tiền kiếp. Nhưng trong số người dự tiệc có mấy viên quan hầu gần vua, vốn ghét chàng từ lâu. Chụp lấy câu nói mà họ cho là ngạo mạn đó, họ bèn vội vàng về tâu cho vua biết. Vua Hùng nghe nói vô cùng giận dữ. Vua gầm lên:

- Chà! Thằng láo! Hôm nay nó nói thế, ngày mai nó còn tuôn ra những lời bất kính đến đâu. Quân nô lệ phản trắc! Giam cổ nó lại cho ta! Buổi chiều hôm ấy, Mai bị bắt bỏ vào ngục tối. Bấy giờ chàng mới hiểu chàng lỡ lời. Mai tự bảo: "Nếu từ nay trở đi ta bị đày đọa là vì kiếp trước ta đã cư xử không phải". Trong khi đó thì ở triều, các quan họp bàn để xử án Mai. Nhiều người đề nghị xử tử. Có người đề nghị cắt gót chân. Nhưng lời tâu của một ông quan già làm cho Hùng Vương chú ý:

- Hắn bị tội chết là đúng. Nhưng trước khi hắn chết, ta nên bắt hắn phải nhận ra một cách thấm thía[6] rằng những của cải của hắn đây là do ơn trời biển của bệ hạ, chứ chả phải là vật tiền thân nào cả. Tôi nghe ngoài cửa Nga Sơn có một hòn đảo. Cho hắn ra đấy với một hai tháng lương để hắn ngồi ngẫm nghĩ về "vật tiền thân" của hắn trước khi tắt thở. Vua Hùng gật đầu chấp thuận. Nhưng sau khi ra lệnh, vua còn dặn: "Cho hắn lương vừa đủ dùng trong một mùa, nghe không."

1 Hùng Vương：雄王（越南神话传说中的民族始祖）。
2 nhớ nhiều chuyện：博闻强记。
3 của ngon vật lạ：奇珍异宝；山珍海味。
4 không ngớt lời xưng tụng：不停地阿谀奉承。
5 đều là vật tiền thân của tôi cả：都是我的前身之物；都是我的前世造化。
6 nhận ra một cách thấm thía：深刻地认识到。

Hôm đi đày, tuy ai nấy hết lời can ngăn nhưng vợ Mai An Tiêm vẫn nhất quyết theo chồng ra hải đảo. Nàng bồng cả con trai đi theo. Tất cả mọi người đều cho là việc rồ dại. Còn nàng thì tin ở lời chồng: "Trời sinh voi trời sinh cỏ[1]. Lo gì!" Nhưng khi bước chân lên bãi cát hoang vu mịt mù, người thiếu phụ đó cũng không ngăn nổi cảm giác tủi thân, nức nở gục vào vai chồng:

- Chúng ta đành chết mất ở đây thôi. Mai ôm con, bảo vợ:

- Trời luôn luôn có con mắt. Cứ phấn chấn lên. Đừng lo! Hơn một tháng đầu, đời sống của vợ chồng đã tạm ổn. Nhà ở thì chui trong hốc đá[2] đã được đan phên che sương gió. Nước uống thì đã có nước suối. Muối không có thì đã có nước biển. Nhưng còn việc kéo dài sự sống? Hai vợ chồng nhìn vào bồ gạo đã vơi: "Nếu chúng ta có được một nắm hạt giống thì quyết không lo ngại gì cả". Tự nhiên, một hôm có một đàn chim lớn bay từ phương Tây lại, đậu đen ngòm cả một bãi cát[3]. Rồi chúng bay đến trước mặt hai vợ chồng kêu váng cả lên, thả xuống năm sáu hạt. Ít lâu sau từ những hạt ấy mọc ra một loại cây dây bò lan xanh um cả bãi. Dây bò đến đâu, những quả xanh non mơn mởn nhú ra đến đấy. Ít lâu sau nữa, vợ chồng ra xem thì quả nào quả ấy đã lớn lên như thổi[4], da xanh mượt, tròn to bằng đầu người. Mai trẩy một quả, bổ ra thấy ruột đỏ hồng, hạt đen nhánh. Vợ chồng con cái cùng nếm thấy vị dịu ngọt. Càng ăn càng mát đến ruột gan. Mai reo lên:

- Ồ! Đây là thứ dưa lạ, chưa từng thấy bao giờ. Hãy gọi nó là dưa Tây, vì thứ dưa này được bầy chim đưa từ phương Tây lại, từ đất liền ra cho chúng ta. Trời nuôi sống chúng ta rồi! Từ hôm đó hai vợ chồng cố trồng thêm cho thật nhiều dưa. Họ trù tính ăn dưa thay cơm để đỡ phải dùng số gạo đã gần kiệt. Một hôm vợ chồng Mai bắt gặp một chiếc thuyền đánh cá đi lạc ra đảo. Sau khi giúp họ sửa buồm lái để trở về đất liền, Mai còn đưa biếu một số dưa để họ đưa về cho mọi người nếm thử. Mai bảo họ chở gạo ra đổi lấy dưa. Chỉ cách mấy ngày, con thuyền thứ nhất đã đến cắm neo ở bến, chở ra cho hai vợ chồng khá nhiều gạo. Hai bên y ước[5]: một bên nhận lấy số gạo còn một bên xếp dưa xuống thuyền. Từ đó trở đi, bữa ăn của họ đã khác trước. Ngồi bên nồi cơm trắng hơi lên nghi ngút[6],

---

1 trời sinh voi trời sinh cỏ：上天既生大象必然生草。（本文指）天既生我，必能养我；总有活路，不必担心。（Đã đẻ sinh ra tất sẽ có ăn）

2 hốc đá：石洞。

3 đậu đen ngòm cả một bãi cát：（鸟）黑压压落满了沙滩。

4 lớn lên như thổi：（瓜）长得很快。

5 y ước：约定。

6 hơi lên nghi ngút：热气腾腾。

vợ Mai ôm lấy con, lẩm bẩm: "Trời nuôi sống chúng ta thực!" Cũng từ hôm đó, vợ chồng trồng thêm nhiều dưa nữa. Kết quả là thuyền buôn có, thuyền chài có, lũ lượt ra đỗ ở hải đảo đưa gạo, áo quần, gà lợn, dao búa, lại có cả các thứ hạt giống khác, để đổi lấy dưa. Những người trong thuyền nói với Mai:

- Thật quả từ xưa chưa hề có loại dưa nào quý đến thế. Ở vùng chúng tôi ai cũng ao ước được nếm một miếng thứ "dưa hấu" này dù có phải đổi bao nhiêu gạo cũng không tiếc. Ngày ấy người ta tranh nhau mua dưa lấy giống cho nên chỉ trong vài ba năm giống dưa lan tràn khắp nơi. Tên tuổi vợ chồng Mai An Tiêm được truyền đi xa rộng. Dân gọi tôn là "Bố cái dưa Tây".

Lại nói chuyện Vua Hùng một hôm la rầy[1] viên quan hầu đã vì dốt nát để thợ dựng hỏng một ngôi nhà. Vua buột miệng[2] than thở: "Phải chi[3] có Mai An Tiêm thì đâu đến nỗi". Ngày hôm đó vua nhắc mãi đến chàng. Đã hai lần vua cho hỏi Lạc Hầu[4] xem hiện giờ Mai đang làm gì ở đâu. Lạc Hầu đáp liều: "Chắc hắn không còn nữa!" Nhưng vua không tin. Vua sai ngay một tên nô khác cấp cho lương ăn và thuyền để hắn tìm Mai An Tiêm. Một tháng sau, hắn ta mang về cho vua một thuyền đầy dưa Tây và nói:

- Đây là lễ vật của ông bà Mai dâng bệ hạ. Hắn kể cho vua biết rõ tình trạng hiện nay của hai vợ chồng Mai. Rồi hắn tâu tiếp:

- Bấy giờ ông bà Mai đã có nhà cửa ở ngoài ấy khá đẹp, có đến hơn mười người hầu hạ, có bãi dưa, có ruộng lúa và rất nhiều lợn gà... Vua Hùng càng nghe càng sửng sốt. Vua bảo mấy viên quan hầu cận ngày nọ đã tố cáo Mai:

- Hắn bảo là vật tiền thân của hắn, thật đúng chứ không sai! Vua bèn sai một đoàn lính hầu đi đón hai vợ chồng về, cho Mai trở lại chức cũ. Vua lại ban cho hai người con gái hầu để an ủi chàng. Bây giờ chỗ hải đảo, người ta còn gọi là bãi An Tiêm. Những người kế tiếp công việc của hai vợ chồng Mai trên đảo vẫn còn dòng dõi đông đúc[5]. Họ lập thành làng gọi là làng An Tiêm. Ở ngôi nhà cũ của Mai thì họ lập đền thờ hai vợ chồng chàng. Nhân dân gọi là "ông bà tổ dưa Tây" (hay dưa hấu).

1 la rầy：同 rầy la，训斥。
2 buột miệng：脱口而出。
3 phải chi：要是。
4 Lạc Hầu：雒侯。
5 dòng dõi đông đúc：后裔繁盛；子嗣兴旺。

Sự tích trái sầu riêng（榴梿的传说）

Tóm tắt tác phẩm（作品简介）

《榴梿的传说》讲述的是：有一位越南同奈地区的青年参加了西山起义。后阮朝战胜西山王朝，他因害怕阮朝嘉隆帝的追杀，逃到了真腊国。在真腊国，他与本地姑娘结为夫妻。他的妻子因病去世后，他便回到了越南的故乡，同时他也将凝聚着他们夫妻浓厚情感、寄托着对亡妻思念情的榴梿树引种到了故乡。从此，越南有了榴梿。这就是榴梿的来历。

Văn bản（作品原文）

Ngày ấy, vào thời Tây Sơn[1], có một chàng trẻ tuổi người vùng Đồng Nai. Chàng là người tài kiêm văn võ, đã từng vung gươm hưởng ứng cái bất bình của mọi người[2]. Chàng từng cầm quân mấy lần làm cho chúa Nguyễn[3] chạy dài. Nhà Tây Sơn mất, chàng lui về quê nhà mượn nghề dạy trẻ để náu hình ẩn tích. Đột nhiên có tin dữ truyền đến làm cho mọi người xao xuyến. Gia Long[4] vừa thắng thế trên đất nước Việt thì cũng bắt đầu giết hại những người đã từng làm quan cho nhà Tây Sơn.

Dân trong xóm sẵn lòng quý mến, khuyên chàng trốn đi thật xa. Họ giúp tiền gạo và mọi thứ cần dùng, trong đó có cả một chiếc thuyền nhỏ mui lồng để tiện đi lại. Vì không muốn để rơi vào tay quân địch, chàng ra đi. Ngược dòng sông Cửu Long, chàng tiến sâu vào nước Chân Lạp[5]. Một hôm chàng cắm sào lên bộ mua thức ăn. Chàng bước vào một cái quán bên đường. Trong quán có một bà mẹ ngồi ủ rũ bên cạnh một cô gái nằm mê man bất tỉnh. Đó là hai mẹ con đi dâng hương trên núi, về đến đây thì con bị ốm nặng. Vốn có biệt tài về nghề thuốc, chàng hết sức chạy chữa, cuối cùng cũng giúp cô gái lấy lại sức khỏe. Và sẵn có thuyền

---

1 thời Tây Sơn：西山王朝（1788—1802 年）。

2 vung gươm hưởng ứng cái bất bình của mọi người：路见不平，拔刀相助。

3 chúa Nguyễn：阮主。

4 Gia Long：嘉隆（1802—1819 年在位），阮世祖，阮朝第一代皇帝。

5 nước Chân Lạp：真腊国。

riêng, chàng chở họ về tận nhà. Nàng là con gái chưa chồng, đã đến tuổi quay xa đạp cửi[1]. Nàng có vẻ đẹp thùy mị. Tự nhiên có anh chàng trai người Việt ở đâu tận xa xôi đến trú ngụ tại nhà làm cho nàng quyến luyến. Sau một tuần chay tạ ơn Trời Phật, mẹ nàng cho biết là Phật đã báo mộng cho hai người lấy nhau. Chàng vui vẻ nhận lấy cuộc sống mới cho qua ngày. Từ đây chàng có chỗ ở nhất định. Nhà nàng là nhà làm ruộng nuôi tằm. Những việc đó chàng đều làm được cả.

Mười năm thoảng qua như một giấc mộng. Hai vợ chồng quấn quýt với nhau như đôi chim câu. Trong vườn nhà vợ có một cây ăn quả gọi là cây "tu rên" mà ở xứ sở chồng không có. Lần ấy gặp kỳ quả chín đầu mùa, vợ trèo lên cây trẩy xuống một quả, xẻ đưa cho chồng ăn. Quả "tu rên" vốn có một mùi hôi đặc biệt. Thấy chồng nhăn mặt vợ bảo:

- Anh cứ ăn sẽ biết nó đậm đà như lòng em đây. Không ngờ một năm kia, vợ đi dâng hương về thì ngộ cảm[2]. Chồng cố công chạy chữa nhưng không sao cứu kịp. Cái chết chia rẽ cặp vợ chồng một cách đột ngột. Không thể nói hết cảnh tượng đau khổ của người chồng. Nhưng hai người vẫn gặp nhau trong mộng. Chồng hứa trọn đời sẽ không lấy một ai nữa. Còn hồn vợ thì hứa không lúc nào xa chồng. Nghe tin Gia Long đã thôi truy nã những người thù cũ, bà con chàng ở quê hương nhắn tin lên bảo về. Những người trong xóm cũng khuyên chàng nên đi đâu cho khuây khỏa. Chàng đành từ giã quê hương thứ hai của mình. Trước ngày lên đường, vợ báo mộng cho chồng biết là mình sẽ theo chàng cho đến sơn cùng thủy tận[3]. Năm ấy cây "tu rên" tự nhiên chỉ hiện ra có mỗi một quả. Và quả "tu rên" đó tự nhiên rơi vào vạt áo giữa lúc chàng ra thăm cây kỷ niệm của vợ. Chàng mừng rỡ quyết đưa nó cùng mình về xứ sở. Chàng lại trở về nghề cũ. Nhưng nỗi riêng canh cánh không bao giờ nguôi. Chàng đã ương hạt "tu rên" thành cây đem trồng trong vườn ngoài ngõ. Từ đây, ngoài công việc dạy học còn có công việc chăm nom cây quý. Những cây "tu rên" của chàng ngày một lớn khỏe. Lại mười năm nữa sắp trôi qua. Chàng trai ngày xưa bây giờ tóc đã đốm bạc[4]. Nhưng ông già ấy lòng bỗng trẻ lại khi thấy những hàng cây mà mình bấy lâu chăm chút nay đã bắt đầu khai hoa kết quả. Ông sung sướng mời họ hàng làng xóm tới dự đám giỗ của vợ và nhân thể thưởng thức một thứ quả lạ đầu tiên có ở trong vùng. Khi những quả "tu rên" đặt lên bàn, mọi người thoáng ngửi thấy một mùi khó chịu.

1 đến tuổi quay xa đạp cửi：到了成家的年龄。quay xa đạp cửi：纺纱织布。
2 ngộ cảm：突发风寒（nhiễm cảm đột ngột）。
3 sơn cùng thủy tận：天涯海角；九垓八埏。
4 tóc đã đốm bạc：头发斑白。

Nhưng chủ nhân biết ý đã nói đón: "... Nó xấu xí, nó hôi, nhưng múi của nó ở trong lại đẹp đẽ thơm tho như mối tình đậm đà của đôi vợ chồng son trẻ[1]...". Ông vừa nói vừa xẻ những quả "tu rên" chia từng múi cho mọi người cùng nếm. Múi "tu rên" nuốt vào đến cổ quả có một vị ngon ngọt lạ thường. Đoạn, ông kể hết đoạn tình duyên xưa mà từ lúc về đến nay ông đã cố ý giấu kín trong lòng. Ông kể mãi, kể mãi. Và khi kể xong, ở khóe mắt con người chung tình[2] ấy long lanh hai giọt lệ nhỏ đúng vào múi "tu rên" đang cầm ở tay. Tự nhiên hai giọt nước mắt ấy sôi lên sùng sục trên múi "tu rên" như vôi gặp nước và cuối cùng thấm vào múi như giọt nước thấm vào lòng gạch. Sau đám giỗ ba ngày, người đàn ông ấy bỗng không bệnh mà chết. Từ đấy dân làng mỗi lần ăn thứ quả đó đều nhớ đến người gây giống, nhớ đến chuyện người đàn ông chung tình. Họ gọi "tu rên" bằng hai tiếng "sầu riêng" để nhớ mối tình chung thủy của chàng và nàng. Người ta còn nói những cây sầu riêng nào thuộc dòng dõi loại hạt có hai giọt nước mắt của anh chàng nhỏ vào thì mới là giống sầu riêng ngon.

Sự tích con khỉ（猴子的传说）

Tóm tắt tác phẩm（作品简介）

《猴子的传说》讲述的是：从前，一位在富豪家打长活的姑娘，在佛祖的指导下，下水井里摘取了几朵白花，上井后，姑娘从此变得美丽漂亮。富豪家的人下井后摘取了几朵红花，上井后，他们都变成了一只只长着尾巴、浑身长满毛的怪物。村民见后，人人喊打，怪物们只好逃进森林。夜里怪物们就到村里骚扰民众。人们将烧红的犁刀放在大门口，怪物们一屁股坐在了上面，屁股被烫红。从此，怪物们就变成了红屁股的猴子。这就是猴子的来历。

1 vợ chồng son trẻ：年轻的夫妻。

2 chung tình：坚贞不渝。

Văn bản（作品原文）

Ngày xưa có một người con gái đi ở với một nhà trưởng giả[1]. Nàng phải làm việc quần quật suốt ngày, lại bị chủ đối đãi rất tệ. Cái ăn cái mặc đã chả có gì mà thỉnh thoảng còn bị đánh đập chửi mắng. Vì thế, cô gái tuổi mới đôi mươi mà người cứ quắt lại[2], trông xấu xí bệ rạc hết chỗ nói. Một hôm nhà trưởng giả có giỗ, cỗ bàn bày linh đình, họ hàng đến ăn uống đông đúc. Trong khi đó thì cô gái phải đi gánh nước luôn vai không nghỉ. Lần gánh nước thứ mười, cô gái mỏi mệt quá ngồi lại ở bờ giếng. Tự nhiên cô thấy tủi thân, ôm mặt khóc. Lúc đó đức[3] Phật bỗng hiện ra với trạng mạo một ông cụ già. Ông cụ có vẻ đâu từ xa lại, dáng điệu mệt nhọc đến xin nước uống. Nàng vội quảy gánh xuống giếng vực nước lên[4] cho ông già giải khát. Ông cụ uống xong lại đòi ăn. Cô gái nhớ tới phần cơm của mình chưa ăn, bèn bảo ông cụ ngồi chờ rồi quảy gánh nước về. Lần sau ra giếng, cô lấy cơm trong thùng đưa cho ông già và nói:

- Họ dành phần cho con toàn cơm cháy[5] cả, cụ ăn một bát này cho đỡ đói.

Ăn xong, ông cụ bảo nàng:

- Hồi nãy làm sao con khóc? Cô gái ngập ngừng, cúi mặt xuống không trả lời.

- Ta là đức Phật. Ông cụ nói tiếp: - Ta thấy con có lòng tốt. Nếu con muốn gì, ta sẽ làm cho con vui lòng. Cô gái ngạc nhiên mừng rỡ, kể nỗi lòng với đức Phật. Thấy điều ước muốn của người con gái chỉ là làm sao cho bớt xấu xí, ông cụ bảo nàng lội xuống giếng, hễ thấy bông hoa nào đẹp mút[6] lấy thì sẽ được như nguyện. Khi xuống nước, cô gái chỉ mút mấy bông hoa trắng. Tự nhiên lúc lên bờ, nàng trở nên trắng trẻo xinh xắn, đồng thời quần áo cũng biến thành những thứ tốt đẹp. Khi cô gái quảy gánh nước trở về, cả họ nhà trưởng giả vô cùng kinh ngạc. Nàng xinh đẹp đến nỗi họ không thể nào nhận ra. Nghe cô gái kể chuyện, ai nấy cũng muốn cầu may một tí. Họ lập tức đổ xô cả ra bờ giếng mong gặp lại đức Phật

1 nhà trưởng giả：富豪之家（Người xuất thân bình dân nhờ buôn bán, kinh doanh mà giàu lên, trong xã hội cũ）。

2 người cứ quắt lại：身材干瘦。

3 đức：放在神圣、帝王等的名词前，表示尊称。如：đức Phật（佛祖）；đức Long quân（龙君；龙王）。

4 quảy gánh xuống giếng vực nước lên：用扁担的一头把桶放到井里把水打上来。

5 cơm cháy：锅巴；饭巴。

6 mút：含；夹；衔。（本文指）摘。

để được trẻ lại và đẹp ra. Thấy ông cụ già vẫn còn ngồi ở chỗ cũ, họ sung sướng như người được của[1]. Họ đưa xôi thịt ra mời tới tấp:

- Này cụ xơi đi! Cụ xơi đi. Rồi cụ làm phúc giúp cho chúng tôi với! Đức Phật cũng bảo họ lội xuống giếng và dặn họ y như dặn cô gái lần trước. Dưới giếng lúc đó đầy hoa đỏ và hoa trắng. Ai nấy đều cho màu đỏ là đẹp nên khi lội xuống giếng đều tìm hoa đỏ mút lấy mút để[2]. Nhưng không ngờ lúc lên bờ, họ không phải trẻ lại mà già thêm ra: mặt mũi nhăn nheo, người trông quắt lại, lông lá mọc đầy người[3], đằng sau lưng là cả một cái đuôi. Những người đi gánh nước thấy vậy hoảng hồn: "Kìa trông con quỷ, nó cắn bà con ôi!" Nhưng lại có những tiếng khác: "Đánh cho chết chúng nó đi! Sợ gì!" Lập tức mọi người cầm đòn gánh xông lại. Cả họ nhà trưởng giả kinh hoàng bỏ chạy một mạch lên rừng. Từ đó, cô gái cùng với số người nghèo hầu hạ trưởng giả được hưởng những của cải do chúng để lại.

Lại nói chuyện trưởng giả và họ hàng đành phải nấp náu trong rừng sâu, ngày ngày kiếm quả cây nuôi thân. Chúng đi lom khom, áo quần rách nát trông rất thiểu não[4]. Nhưng chúng vẫn tiếc của. Cho nên thỉnh thoảng ban đêm chúng lại mò về, hoặc gõ cửa, hoặc ngồi trước nhà kêu léo nhéo suốt đêm, gần sáng mới trở về rừng. Thấy vậy cô gái và mọi người sợ quá, đêm đêm đóng cửa rất chặt. Họ bàn nhau tìm cách đuổi chúng. Họ bôi mắm tôm vào các cánh cửa, lại nung nóng rất nhiều lưỡi cày đặt rải rác ở cổng các nhà. Quả nhiên, một đêm nọ chúng lại mò về. Theo lệ thường, chúng đánh đu vào song cửa kêu rít lên. Nhưng lần này chúng vừa mó đến đã bị mắm tôm vấy[5] đầy tay, rồi từ tay vấy khắp cả người, hôi hám không thể nói hết. Chúng kinh sợ dắt nhau ra ngồi trước cổng quen như thói cũ. Nhưng vừa đặt đít ngồi xuống các lưỡi cày thì chúng đã kêu oai oái, rồi ba chân bốn cẳng[6] bỏ chạy lên rừng. Từ đó chúng không dám về nữa. Trong những khi lên rừng hái củi, người ta thỉnh thoảng vẫn gặp chúng. Thấy bóng người từ đàng xa, chúng liền chuyền theo nhánh cây, lủi nhanh thoăn thoắt. Người ta gọi chúng là những con khỉ. Ngày nay vẫn có nhiều người cho khỉ là thuộc nòi trưởng giả. Còn những con khỉ sở dĩ đỏ đít là vì chúng chịu di truyền dấu vết bỏng đít của tổ tiên.

1 sung sướng như người được của：高兴得像捡到了宝贝的人一样。

2 mút lấy mút để：摘个没完；摘个不停。

3 lông lá mọc đầy người：全身长满了毛。

4 thiểu não：郁闷；痛苦；可怜。

5 vấy：沾染。

6 ba chân bốn cẳng：[口]三步并作两步；非常快；非常匆忙。(Khẩu ngữ) (đi, chạy) hết sức nhanh, hết sức vội vã

Sự tích Hồ Gươm（还剑湖的传说）

Tóm tắt tác phẩm（作品简介）

《还剑湖的传说》讲述的是：蓝山起义期间，起义军首领黎利获得了一把龙君赐予的神剑。靠这把神剑，黎利起义军纵横驰骋，取得了最后的胜利。黎利建立黎朝登基后，佩剑环游左望湖。此时，龙君派金龟前来索取神剑，黎利顺势归还了神剑。从此，左望湖改名还剑湖。

Văn bản（作品原文）

Thế kỷ XV, quân Minh đặt ách đô hộ ở nước Nam. Chúng coi dân ta như cỏ rác, thi hành nhiều điều bạo ngược làm cho thiên hạ căm giận đến tận xương tủy[1]. Bấy giờ ở vùng Lam Sơn, nghĩa quân đã nổi dậy chống lại chúng, nhưng buổi đầu thế lực còn non yếu nên nhiều lần bị giặc đánh cho tan tác. Thấy vậy, đức Long quân quyết định cho họ mượn thanh gươm thần để họ giết giặc. Hồi ấy ở Thanh Hóa có một người làm nghề đánh cá tên là Lê Thận. Một đêm nọ, Thận thả lưới ở một bến vắng như lệ thường. Tự nhiên trong một lần kéo lưới, chàng thấy nằng nặng, trong bụng mừng thầm chắc là có cá to. Nhưng khi thò tay bắt cá, Thận mới biết đó là một thanh sắt. Chàng vứt luôn xuống nước rồi lại thả lưới ở một chỗ khác. Lần thứ hai cất lưới lên cũng thấy nặng tay. Thận không ngờ thanh sắt vừa rồi lại chui vào lưới mình. Chàng lại nhặt lên và ném xuống sông. Lần thứ ba lại vẫn thanh sắt ấy mắc vào lưới. Lấy làm quái lạ, Thận ghé mồi lửa lại nhìn xem[2]. Bỗng chàng reo lên một mình:

- Ha ha! Một lưỡi gươm[3]! Thận về sau gia nhập đoàn quân khởi nghĩa Lam Sơn. Chàng đã mấy lần vào sinh ra tử nơi trận mạc[4] để diệt lũ cướp nước. Một hôm, chủ tướng Lê Lợi cùng mấy người tùy tòng đến nhà Thận. Trong gian nhà tối om, thanh sắt hôm đó chợt sáng quắc lên ở xó nhà. Lấy làm lạ, Lê Lợi đến gần

---

1 căm giận đến tận xương tủy：恨之入骨。

2 ghé mồi lửa lại nhìn xem：点火照亮观看。

3 lưỡi gươm：剑刃。

4 vào sinh ra tử nơi trận mạc：阵前出生入死。

cầm lấy xem và nhận ra có hai chữ "Thuận Thiên" khắc sâu vào lưỡi. Song tất cả mọi người vẫn không biết đó là báu vật. Một hôm bị giặc đuổi, Lê Lợi và các tướng chạy tháo thân mỗi người một ngả[1]. Lúc đi qua một khu rừng, Lê Lợi bỗng thấy một ánh sáng lạ trên ngọn cây đa. Ông trèo lên mới biết đó là một cái chuôi gươm nạm ngọc[2]. Nhớ tới lưỡi gươm ở nhà Lê Thận, Lê Lợi rút lấy chuôi giắt vào lưng. Ba ngày sau, Lê Lợi gặp lại tất cả các bạn, trong đó có Lê Thận. Khi lắp lưỡi vào với chuôi thì kỳ lạ thay, vừa vặn khớp nhau[3]. Lê Lợi bèn kể lại câu chuyện. Mọi người nghe xong đều hồ hởi vui mừng. Lê Thận nâng gươm lên ngang đầu nói với chủ tướng:

- Đây là thần có ý phó thác cho "minh công" làm việc lớn. Chúng tôi nguyện đem xương da của mình theo "minh công" và thanh gươm thần này để báo đền xã tắc[4]! Từ đó khí thế của nghĩa quân ngày một tăng.

Trong tay Lê Lợi, thanh gươm thần tung hoành trên mọi trận địa[5] và làm cho quân Minh bạt vía. Chẳng bao lâu tiếng tăm của quân Lam Sơn ran khắp nơi. Họ không phải trốn tránh trong rừng mà xông xáo đi tìm giặc. Họ không phải ăn uống khổ cực như trước nữa, đã có những kho lương của giặc mới cướp được tiếp tế cho họ. Gươm thần đã mở đường cho họ đánh tràn ra mãi, cho đến lúc không còn bóng một tên giặc trên đất nước. Sau khi đuổi giặc Minh về được một năm, ngày hôm ấy Lê Lợi - bấy giờ đã là một vị thiên tử - cưỡi thuyền rồng dạo quanh hồ Tả Vọng trước kinh thành. Nhân dịp đó, Long quân sai rùa vàng lên đòi lại thanh gươm thần. Khi chiếc thuyền chèo ra giữa hồ thì tự nhiên có một con rùa lớn nhô đầu và mai lên khỏi làn nước xanh. Theo lệnh vua, thuyền đi chậm lại. Vua đứng lên và nhận thấy lưỡi gươm thần đeo bên mình cũng đang cử động. Con rùa vàng không sợ người, nhô thêm nữa, tiến sát về phía thuyền vua. Nó đứng nổi trên mặt nước và nói:

- Bệ hạ hoàn gươm lại cho Long quân!

Nghe nói thế nhà vua bỗng hiểu ra, bèn thò tay rút gươm ra khỏi bao. Chỉ một lát, thanh gươm thần rời khỏi tay vua bay đến phía rùa vàng. Nhanh như cắt, rùa ngước đầu lên, há miệng đớp lấy ngang lưỡi gươm[6]. Cho đến khi cả gươm và rùa lặn xuống, người ta vẫn thấy có vệt sáng le lói dưới mặt nước hồ xanh. Khi

1 chạy tháo thân mỗi người một ngả：各自逃跑。
2 chuôi gươm nạm ngọc：镶玉的剑柄。
3 vừa vặn khớp nhau：严丝合缝地吻合。
4 báo đền xã tắc：报效国家。
5 tung hoành trên mọi trận địa：纵横疆场。
6 há miệng đớp lấy ngang lưỡi gươm：张嘴衔住剑刃。

những chiếc thuyền của bá quan tiến lên kịp thuyền rồng thì vua liền báo ngay cho họ biết:

- Đức Long quân cho chúng ta mượn thanh gươm thần để trừ giặc Minh. Nay đất nước đã thanh bình, người sai rùa lấy lại. Và từ đó, hồ bắt đầu được mang tên là hồ Gươm hay hồ Hoàn Kiếm.

Sự tích núi Ngũ Hành（五行山的传说）

Tóm tắt tác phẩm（作品简介）

《五行山的传说》讲述的是：一位老者独自生活在海边的一间草房里。一天，蛟龙在海边产下了一枚巨型蛋，金龟将其埋了起来，要求老者保护好这枚蛋。金龟给了老者一个神通广大的龟爪。在老者和龟爪的保护下，蛟龙蛋一天天膨胀，从沙地里冒了出来，日积月累，逐渐变成了一座山，就是现在广南地区的五行山。

Văn bản（作品原文）

Ngày xưa, có một ông cụ già sống một thân một mình trong một túp lều con trên bãi biển vắng. Những người dân gần đó không biết ông cụ đến đấy làm gì và đến từ lúc nào. Một hôm, tự nhiên ngoài biển khơi có một vùng sóng gió nổi lên dữ dội làm bầu trời tối mịt. Hồi lâu có một con giao long rất lớn ngoi vào bờ, trườn lên đất liền. Gió thổi ào ào, bụi cát mù mịt. Gian lều của ông già gần đó xem chừng muốn đổ. Cuối cùng một tiếng gào rống lên, rồi một chiếc trứng lớn trong bụng giao long xuất hiện bên cạnh nhà của ông già. Đẻ xong, giao long lại trườn xuống biển đi mất. Một lát sau lại đến lượt một con rùa vàng to lớn cũng từ ngoài khơi tiến vào. Rùa vàng đào đất chôn trứng vào bãi cát. Đoạn, rùa bò đến trước mặt ông lão bảo rằng:

- Ta là thần Kim Quy. Ta muốn ngươi phải hết sức bảo hộ giọt máu này của Long quân! Ông già trả lời:

- Sức cùng tài tận như tôi thì làm sao mà bảo hộ được[1]. Rùa liền trao cho ông

[1] Sức cùng tài tận như tôi thì làm sao mà bảo hộ được：像我这样没有任何能力的人如何保护得了。sức cùng tài tận：力穷才尽。

già một cái móng và nói:

- Ngươi hãy cầm lấy cái này, bao giờ có việc gì khó khăn nguy cấp thì đặt nó vào tai, ta sẽ giúp ngay, không lo gì cả.

- Được, tôi sẽ xin hết sức.

Một hôm từ đàng xa tiến đến một chiếc xe trâu, trên có mấy tên lính hung dữ. Ông già hoảng hốt lo sợ vì chiếc xe cứ nhằm đúng hướng trứng mà lao tới. Ông đứng dậy khoát tay làm dấu cho xe chạy đi ngả khác mà không được. Ông vội đặt móng rùa[1] vào tai. Tự nhiên có một tiếng nói nhỏ đủ lọt vào tai ông: "Nằm xuống! Nằm xuống!" Ông vừa phủ phục thì hóa ngay một con hổ lớn. Bọn lính trên xe hoảng hốt đánh xe quay trở lại. Sau đó, ông cụ tháo gian nhà của mình đưa tới dựng lên che cho trứng thần. Nhưng ông không ngờ rằng trứng thần cứ mỗi ngày một lớn mãi. Thoạt tiên nó làm nổi cát lên. Rồi ngày một, ngày hai nó rẽ dần cát ra và nhô lên khỏi mặt đất. Mỗi lần như thế thì cụ già lại hì hục xúc cát lấp lại. Nhưng vô ích vì chỉ ngày mai, ngày kia nó đã nhô cao hơn, đến nỗi đội cả gian nhà của ông cụ lên trời. Trứng càng ngày càng lớn làm cho ông cụ thấy sức của mình bé lại. Tuy nhiên, ông vẫn hết lòng vì trứng thần. Ông đi chặt cây, chặt lá về che cho kín trứng. Nhưng cây lá cũng không che nổi nữa vì trứng ngày một phình to ra[2]. Không những nó nhô cao lên trời mà còn nở cả bề rộng. Màu vỏ trứng xanh đỏ tím vàng lóng lánh như một hòn ngọc khổng lồ. Một hôm, gian lều của ông cụ bị những tên vô lại đốt cháy. Ông cụ cầu cứu với móng rùa. Tự nhiên trong lòng trứng hiện ra một cái hang đá có đủ giường chiếu sẵn sàng. Ông già vừa đặt mình xuống là ngủ thiếp ngay. Giữa lúc đó thì một cô gái bé từ trong lòng trứng ra đời bên cạnh giường của ông già. Sữa ở mạch đá trong hang chảy ra nuôi cô bé lớn lên như thổi. Nhưng tuy ông già ngủ mà cô gái cũng không cô quạnh. Hàng ngày có những con khỉ hái hoa quả đến cho cô ăn, có những con chim tha bông đến dệt cho cô mặc. Ông già ngủ một giấc tỉnh dậy lấy làm kinh ngạc khi thấy một thiếu nữ xinh đẹp ngồi bên cạnh mình. Cô gái reo lên: "Mười lăm năm nay con ngày ngày lắng nghe hơi thở đều đặn của cha. Nay cha đã dậy, con vui mừng biết mấy". Ông già ngơ ngác nhìn trứng thần bấy giờ đã thành một hòn núi đá to lớn, cỏ cây đã rậm rạp, chim chóc thú vật đã đến sinh hoạt nhộn nhịp. Móng rùa vẫn còn ở đầu giường.

Ông vội cầm lấy để vào tai. Móng rùa mách đường cho ông già và cô gái ra khỏi hang đá và cho biết phải làm những việc gì. Từ đây ông già lại có thêm chức

1 móng rùa：乌龟的爪子。

2 ngày một phình to ra：一天天膨胀。

trách dạy dỗ săn sóc cô gái của Long quân. Trong khi đó, chim chóc và thú rừng đến quấn quýt bên cạnh hai người. Bọn mục đồng cũng không quên lui tới làm quen với bọn họ. Một hôm có một đội quân không hiểu từ đâu lại, mặt mũi hung ác, gươm tuốt sáng lòe, đến bổ vây chiếm lấy hòn núi mới. Bọn chúng xô tới định bắt cả trẻ lẫn già đi, nhưng móng rùa đã làm cho chúng chết không kịp ngáp. Cả một vòng lửa rất dày ùn ùn bốc lên vây lấy chúng và chẳng cho một tên nào chạy thoát. Thấy núi và người bỗng dưng xuất hiện ở địa phương mình, nhân dân quanh vùng cho là một sự lạ chưa từng có. Tin là tiên xuống trần cứu dân, họ đến gặp cô gái và ông già để xin thuốc và cầu khẩn mọi việc. Thấy họ cần dùng thuốc, cô gái lấy những mảnh đá có màu xanh, đỏ sáng giấp giới[1], buộc lại với nhau rồi ném ra xung quanh chỗ ngồi. Trên mặt đất bỗng mọc lên một loài cây có hoa năm cánh dùng để chữa bệnh sốt rét rất hiệu nghiệm. Người ta đua nhau đi hái hoa đó về chữa bệnh. Họ gọi là hoa Tứ quý. Tiếng đồn thổi mỗi ngày một rộng. Ai ai cũng nhắc đến nàng tiên bé nhỏ với một tấm lòng trìu mến. Sau đó chẳng bao lâu, nhà vua nghe tin có nàng tiên xinh đẹp, bèn sai quan quân mang lễ vật đến cầu hôn cho hoàng tử. Khi sứ giả đến thì trông thấy một già một trẻ đang đánh cờ trên tảng đá lớn. Sứ giả bước vào đệ trình lễ vật và quốc thư. Giữa khi ông cụ già lúng túng chưa biết nên xử trí thế nào thì rùa vàng đã từ dưới biển hiện lên báo tin cho ông biết là Long quân đã bằng lòng gả. Từ đây núi vắng người tiên. Cô gái từ biệt cha nuôi lên kiệu đi theo sứ giả, có mấy trăm quân sĩ theo hầu. Còn ông già trả móng lại cho rùa thần rồi cưỡi lên lưng rùa đi biệt.

Ngày nay hòn núi đá ấy vẫn hãy còn. Nó là hòn núi đẹp nhất nổi lên ở bờ biển Quảng Nam. Người ta gọi nó là núi Ngũ Hành.

Câu hỏi đọc hiểu（思考题）

1.《西瓜的传说》中的男主人公枚安暹是什么原因被流放孤岛的？他是如何在孤岛上生存下来的？

2.《榴梿的传说》讲述了一个怎样的凄艳感人的爱情故事？

3. 讲述“还剑湖”名称的来历。

4. 在越南人的审美意识中，猴子是怎样的一种动物？为什么？

5. 简述《五行山的传说》故事情节。

1 giấp giới：璀璨。

Bài 2

Sự tích Công Chúa Liễu Hạnh[1]（柳杏公主的传说）

Tóm tắt tác phẩm（作品简介）

《柳杏公主的传说》讲述的是：从前玉皇大帝有个女儿叫柳杏，性情乖戾不服管教，被玉帝贬至尘世。柳杏遂于野兽出没、无人敢停留的横山之麓开了一家小店，服务于来往此处的行人。柳杏年轻貌美，又武功盖世，一时间各种传说流传各地。时值黎太宗在位期间，柳杏的事迹也传到王宫里。太子对此非常好奇，于是瞒着皇帝微服来到传说中的小店。见柳杏果然容貌非凡，于是心起邪念。柳杏公主早知此人是当朝太子，于是故意捉弄，最后使太子颜面尽失，还害上了痴呆病。太宗皇帝知道此事后龙颜大怒，遂派各路人马前去捉拿柳杏，但是都不敌而归。后来得知柳杏乃玉帝之女，于是求助于观世音菩萨，最后才将柳杏制服。

Văn bản（作品原文）

Ngày xưa, ở trên thiên đình có cô con gái Ngọc Hoàng[2] tên là Liễu Hạnh[3]. Tính tình cô phóng túng ngang bướng[4], không chịu theo khuôn phép nhà trời. Ngọc Hoàng hết lòng dạy dỗ nhưng vô ích, cô chứng nào vẫn giữ tật ấy[5]. Giận vì trong nhà có con gái hư không thể làm vì cho thiên hạ, Ngọc Hoàng quyết trị tội

---

1 越南关于柳杏公主的故事有多个版本，本文选取了一个故事内容较为丰富的版本。

2 Ngọc Hoàng：玉皇大帝。

3 Liễu Hạnh：柳杏。柳杏公主是越南人母神信仰中所信仰的一位重要神仙。她还被称为“柳公主”或“柳杏母神”，越南北部的人称其为“上天圣母”。

4 phóng túng ngang bướng：放纵不羁。

5 chứng nào vẫn giữ tật ấy：本性难移。

để cho con tu tỉnh[1]. Nhân một lần Liễu Hạnh phạm lỗi, Ngọc Hoàng bèn đày[2] nàng xuống trần trong ba năm. Sau khi xuống trần, Liễu Hạnh hóa thân thành một cô gái đẹp, dựng một cái quán ở chân núi đèo Ngang[3]. Đây là nơi rừng núi vắng vẻ nhưng cũng là nơi con đường thiên lý từ Bắc vào Nam vắt qua[4], nên hàng ngày không bao giờ ngớt bộ hành đi lại. Từ xưa đến nay, vì sợ giặc cướp và thú dữ, không ai dám đến đó mở quán bán hàng. Vì vậy ngôi hàng độc nhất của Liễu Hạnh ngày nào cũng đông khách. Bất kỳ ai lên đèo xuống đèo, đã đi qua quán không thể không ghé lại nghỉ chân, huống gì trong quán lại có cô gái tuyệt sắc.

Từ khi bị đày, Liễu Hạnh vẫn chưa bỏ được nết cũ, khinh mạn và trêu chọc mọi người. Cho nên, hễ ai vào quán ăn bánh uống nước rồi tiếp tục ra đi thì không sao. Nhưng hễ thấy chủ quán xinh đẹp mà giở thói cợt nhả[5], hoặc có ý cậy sức, cậy thế, cậy thần làm điều bất chính thì nàng quyết trị tội không tha: lúc trở về nếu không lăn ra chết cũng trở thành điên rồ ngây dại.

Hồi ấy là thời vua Lê Thái Tổ[6] trị vì thiên hạ. Tiếng đồn về một cô gái đẹp một mình mở quán ở đèo Ngang không mấy chốc lan truyền rất rộng. Khắp nơi bàn tán xôn xao. Người thì nói chủ quán là một cô gái võ nghệ hơn đời[7], một mình nàng địch nổi trăm người[8] một lúc. Kẻ thì cho cô là một ả giang hồ thành thạo, không những giỏi quyến rũ trai tơ[9] mà còn làm nhiều nghề không lương thiện khác. Cũng có người cho cô là một nàng tiên xuống thử người phàm trần. Mỗi người nói một phách không biết thế nào mà tin[10]. Nhưng tiếng đồn xa gần về cô chủ quán đèo Ngang cũng thu hút vô số chàng trai vô công rồi nghề[11] từ làng quê đến kẻ chợ. Hoàng tử con vua Lê bấy giờ đang trẻ người non dại[12], nghe tin ấy bụng cũng say mê. Hoàng tử muốn sai ngay quân lính đi bắt người con gái kia

1 tu tỉnh：醒悟并改正；悔过自新（Nhận ra lỗi lầm của bản thân và tự sửa chữa）。

2 đày：贬谪。

3 chân núi đèo Ngang：横山之麓。横山位于越南中部河静省和广平省的交界处。

4 vắt qua：横跨。

5 cợt nhả：轻薄；嬉皮笑脸。

6 Lê Thái Tổ：黎太祖（1428—1433 年在位），年号顺天。黎利（Lê Lợi，1385—1433 年），越南后黎朝开国君主。

7 võ nghệ hơn đời：武功盖世。

8 địch nổi trăm người：以一敌百。

9 giỏi quyến rũ trai tơ：擅长于勾引少男。

10 Mỗi người nói một phách không biết thế nào mà tin：众说纷纭，却不知道哪种说法可信。

11 vô công rồi nghề：无所事事；游手好闲。

12 trẻ người non dại：年少无知。

về, nhưng vốn biết tính vua cha rất nghiêm khắc, làm náo động cả một phương là chuyện không bao giờ nhà vua cho phép. Vả lại nghe nói người con gái ấy đã giỏi võ nghệ lại có nhiều phép thuật nên cũng ngần ngại.

Sau cùng không ngăn nổi lòng ao ước và trí tò mò, một hôm, hoàng tử giấu vua cha và hoàng hậu, sắm sửa cáng xá hành lý[1], đóng vai một nhà quý tộc trẻ tuổi dẫn đoàn thị vệ cải trang ra đi. Sau hơn mười ngày đường, hoàng tử vượt qua sông Lam, rồi núi Nam-giới, và sắp bước chân lên đèo cao nhất.

Từ trên đèo Ngang, Liễu Hạnh đã biết có hoàng tử đến tìm mình, lại cũng biết đó là một chàng trai tầm thường, không có bản lĩnh gì, nhưng lại kiêu căng, dật lạc[2]. Để ngăn cản, nàng hóa phép thành một cây đào tiên mọc ở vệ đường, chỗ hoàng tử đang nghỉ chân; trên cây có một quả chín mọng rất đẹp mắt. Hoàng tử vừa chợt thấy quả đào đã thèm rỏ dãi[3], bèn không đợi sai lính hầu, vội trèo lên ngắt xuống toan ăn. Quả đào đang thơm ngát và ngon lành, bỗng đâu khi sắp bỏ vào miệng thì trở nên mềm nhũn trên tay hoàng tử, rồi thu nhỏ, cuối cùng mất biến không còn tý gì nữa. "Quả đào này có ma?" Bọn thị vệ kinh hãi la lên và khuyên hoàng tử hãy nên cẩn thận. Hoàng tử cũng cảm thấy rờn rợn. Nhưng vì vẫn không thể hiểu được ý nghĩa răn đe kín đáo của Liễu Hạnh, nên một chốc sau chàng lại giục phu cáng tiếp tục đi nhanh đến chân đèo.

Khi giáp mặt Liễu Hạnh quả nhiên cả thầy lẫn tớ ai nấy đều thảng thốt sững sờ. Chưa bao giờ hoàng tử lại mê mẩn đến như thế. Người con gái này có nhan sắc kiều diễm đúng như lời đồn, trong cung đình vua cha dễ không có người nào sánh kịp. Hoàng tử bèn kín đáo hạ lệnh cho cả đoàn dừng chân ở quán, lân la[4] hết ăn đến uống kéo dài đến tận chiều, rồi khi mặt trời gần lặn, bảo với chủ nhân:

- Đường xa trời tối. Chúng ta muốn nghỉ lại ở đây một đêm. Chẳng hay nữ chủ nhân có bằng lòng không?

Liễu Hạnh đã thừa rõ tâm tư của hoàng tử, bèn khước từ:

- Thưa công tử, ở đây hàng quán chật chội, vả lại chỉ có mấy chị em là đàn bà con gái, công tử và các vị ở lại sợ không tiện. Cách đây nửa dặm về phía Đông có làng xóm. Các vị đến đó trú sẽ có sẵn nhà cửa và dân phu phục dịch.

- Chúng ta chỉ cần nghỉ ở đây thôi! Nữ chủ nhân đừng lo. Chỉ cần một chỗ trong quán để căng màn là đủ. Ngoài ra xin hứa là không làm gì phiền đến nữ chủ

---

1 sắm sửa cáng xá hành lý：打点好行装。

2 dật lạc：逸乐。

3 rỏ dãi：哈喇子。

4 lân la：套近乎；拉关系。

nhân cả.

- Nếu thế thì công tử cứ tùy tiện.

Tối lại, mọi người ăn cơm xong sửa soạn đi ngủ. Những phu cáng và lính hầu trải chiếu nằm la liệt giữa sân[1]. Riêng hoàng tử đã có hai thị vệ căng màn trướng ở trong quán. Trời mùa hè mát mẻ, trăng gió hữu tình. Dưới ánh đèn dầu, hoàng tử dựa cột trò chuyện với nữ chủ quán không rời. Liễu Hạnh vẫn chịu khó ngồi nán lại tiếp. Mỗi lời nói của nàng đều đẹp lòng khách làm cho hoàng tử càng thêm mê hồn. Chàng quên mất lời hứa, đánh rơi cả vẻ đạo mạo lúc mới tới[2] và bắt đầu lả lơi[3]. Liễu Hạnh cự tuyệt và chạy vào buồng. Trong cơn si mê, hoàng tử không cần gì thể diện nữa, bèn chạy theo vào. Có ngờ đâu chỉ trong nháy mắt, Liễu Hạnh đã biến hình, phi thân lên núi[4] bắt một con khỉ cái về cho hóa thành một cô gái đẹp để đánh lừa hoàng tử. Không thấy chủ quán đâu nhưng thấy một cô gái khác trong buồng, hoàng tử liền cầm lấy tay dắt tới trước đèn. Nhìn thấy cô gái này cũng đẹp không kém gì cô chủ, hoàng tử liền giở trò[5] suồng sã[6]. Nhưng bỗng chốc hắn rú lên một cách dễ sợ làm cho bọn lính hầu đều tỉnh dậy. Trong tay hoàng tử không phải là một cô gái nõn nà[7] nữa mà là một con khỉ cái lông lá đầy người. Bọn lính hầu xông lại. Vụt một cái, con khỉ lại biến thành một con rắn hổ mang hoa[8] từ trên người hoàng tử vươn lên kèo nhà[9], há miệng phun lửa phì phì, rồi biến mất. Khi bọn lính hầu thắp được đèn lên thì hoàng tử đã ngã vật ra quán mê man, mặt cắt không còn giọt máu.

Nửa đêm hôm đó người ta cắt ngựa trạm đưa hoàng tử về kinh. Về đến cung, hoàng tử trở nên mất trí, ai hỏi cũng không trả lời, chỉ cười nói một mình. Hoàng hậu và phi tần[10] hết sức lo sợ. Một mặt, Hoàng hậu cho giấu kín chuyện "vi hành" khinh suất đó, mặt khác cho mời các bậc ngự y và thầy thuốc giỏi khắp kinh thành. Tuy nhiên, các danh sư được đón vào chữa chạy cho hoàng tử đều lắc đầu bó tay. Trong cung càng thêm bối rối hoảng hốt. Sau cùng, có người mách nên vào

1 nằm la liệt giữa sân：横七竖八地躺在院子里。
2 đánh rơi cả vẻ đạo mạo lúc mới tới：没有了刚到达时一本正经的样子。
3 bắt đầu lả lơi：开始变得轻浮。
4 phi thân lên núi：飞身上山。
5 giở trò：搞鬼；耍花招。
6 suồng sã：放浪；放纵。
7 nõn nà：娇嫩。
8 con rắn hổ mang hoa：花眼镜蛇。
9 kèo nhà：房椽。
10 phi tần：嫔妃。

xứ Thanh xin bùa phép ở tám vị Kim Cang[1] họa may[2] mới khỏi.

Lại kể chuyện một ngàn năm về trước, Phật bà Quan âm[3] một hôm hiện ra ở biển Đông hóa phép thành hai cái túi: một nổi lên ở giữa biển, còn một, ở trên núi Ói làng An-Đông xứ Thanh. Sau một thời kỳ lâu dài, hai cái túi nở ra hai đóa hoa, và từ trong mỗi đóa hoa hiện ra bốn vị tướng có phép biến hóa cực kỳ huyền diệu. Theo lệnh của Phật bà, tám vị tướng thân chinh đi tám phương đánh dẹp tà ma quỷ quái[4] đang hoành hành quấy nhiễu. Dẹp xong, Phật bà gọi họ về ở lại chỗ cũ. Người ta quen gọi là Bát bộ Kim Cang[5].

Lập tức bọn thị vệ được lệnh vua vào Thanh Hóa để xin bùa phép của tám vị Kim Cang. Nhờ có bùa phép, hoàng tử dần dần khỏi bệnh. Sau khi bình phục, hoàng tử cúi đầu nhận tội với vua cha, kể lại cho vua nghe tất cả câu chuyện gặp gỡ giữa mình với nữ chủ quán ở đèo Ngang. Vua Thái Tổ hết sức giận dữ, vì hoàng tử đã dám khinh thường lệnh vua, bỏ phủ đi chơi, hãm mình vào cảnh thân tàn ma dại[6], nên xuống chiếu cất ngôi hoàng tử mà lập con thứ lên thay. Nhưng vua còn hết sức giận dữ vì ở trên bờ cõi mình trị vì lại có một người con gái dám khinh nhờn phép nước[7]. Vua bèn ban lệnh hỏi quan trấn thủ xứ Nghệ về lai lịch nữ chủ quán đèo Ngang. Sau một thời gian cho người cất công dò la[8], quan trấn thủ mới gửi sớ[9] về tâu bày[10], trong sớ nói đó là một nữ yêu không biết từ đâu đến, hay bắt hồn đàn ông con trai, nếu không có phép cả tài cao thì khó lòng khuất phục.

Vua lại lệnh cho với các pháp sư phù thủy cao tay đi trừ yêu. Nhưng chẳng bao lâu họ đã trở về triều xin chịu tội vì chẳng những không trị nổi yêu mà mọi phép giở ra đều bị Liễu Hạnh thu mất cả. Vua lại đành phải cầu cứu tám vị Kim Cang. Nhận lời vua, tám vị phi thân vào đèo Ngang. Được tin chẳng lành, Liễu Hạnh ra ứng chiến. Cuộc chiến đấu dần dần trở lên dữ dội. Mới đầu Tám vị Kim Cang làm một trận bão lớn, mưa dồn gió giật khủng khiếp, cây đổ khắp lượt, nước

---

1 tám vị Kim Cang：八大金刚。
2 họa may：兴许；或许。
3 Phật bà Quan âm：观音菩萨。
4 tà ma quỷ quái：妖魔鬼怪。
5 Bát bộ Kim Cang：八部金刚。
6 thân tàn ma dại：身体残疾，精神涣散。
7 khinh nhờn phép nước：蔑视国家王法。
8 cất công dò la：下功夫打听。
9 sớ：疏（古时呈交皇帝的奏章）。
10 tâu bày：上奏；启奏。

tràn vào vây lấy đèo Ngang. Liễu Hạnh cũng hóa phép chống lại. Nàng làm cho cây rừng đã đổ lại đứng dậy cùng với đất đá bay rào rào vào kẻ thù. Thấy Liễu Hạnh pháp thuật cao cường, tám vị Kim Cang lại hóa phép thành thú dữ tập hợp nhe nanh múa vuốt[1] xông vào hàng đàn toan xé cắn, nhưng Liễu Hạnh đã kịp thời bay lên không trung, rồi dùng phép tiêu diệt hết bầy mãnh thú[2].

Trận đánh diễn ra ba ngày ba đêm. Đèo Ngang trở thành một bãi chiến trường rùng rợn[3]. Mọi phép thuật của hai bên lần lượt giở ra mà chưa phân thắng phụ. Về sau tám vị Kim Cang biết mình bất lực, bèn bay lên trời cầu khẩn Phật bà[4]. Phật bà ném cho họ một cái túi. Nhờ đó nên cuối cùng Liễu Hạnh sa vào túi của Phật bà. Tám vị Kim Cang mang túi về kinh báo tiệp[5].

Vua lập tức ra sân điện tra hỏi.

- Ngươi là ai?

- Tâu bệ hạ, là con gái Ngọc Hoàng bị đày xuống cõi trần, lấy vùng đèo Ngang làm nơi trú ngụ.

- Là con Ngọc Hoàng sao lại phá phách dân sự và làm hại hoàng tử con ta?

- Việc trừng trị bọn con trai chòng ghẹo[6] nhi nữ, ăn hiếp người cô đơn là tuân theo phép nước, không phải phạm phép nước.

Thấy Liễu Hạnh nói là con Ngọc Hoàng, lại thấy nàng đối đáp khôn ngoan, vua đổi giận làm vui. Cho nên sau cuộc thẩm vấn, vua hạ lệnh tha bổng, chỉ khuyên nàng đừng gây náo động và tàn hại dân lành.

Ít lâu sau Liễu Hạnh sinh một đứa con trai, mỗi bàn tay có sáu ngón, nàng mang con đến ngôi chùa trên núi Hồng-Lĩnh gửi cho một nhà sư nuôi dạy, dặn nhà sư hãy giúp cho con mình được lừng danh trong nước. Rồi đó, đủ ba năm. Liễu Hạnh trở về trời.

Nhưng không bao lâu Liễu Hạnh lại bị Ngọc Hoàng đày xuống trần một lần nữa. Lần này Liễu Hạnh đến đèo Ba Dội cũng là nơi vắng vẻ, rồi dựng lên ở đây một cái lầu ba tầng, bốn bên có thành bao bọc. Trong thành có vườn, đủ các thứ hoa thơm cỏ lạ[7]. Trong vườn tập hợp đủ các giống chim. Cạnh vườn có ao, thả đủ các giống cá. Hàng ngày nàng sai mở cửa cho khách bộ hành đi qua về lại được tự

1 nhe nanh múa vuốt：张牙舞爪。
2 mãnh thú：猛兽。
3 rùng rợn：毛骨悚然。
4 Phật bà：观世音菩萨（bồ tát Quan Thế Âm）。
5 báo tiệp：告捷。
6 chòng ghẹo：戏弄；调戏；挑逗。
7 hoa thơm cỏ lạ：奇花异草。

do vào nghỉ chân và nhìn ngắm. Ở đây có quán xá, và cũng như lần trước, Liễu Hạnh thường hóa mình cô gái bán hoa quả, quà bánh, trầu nước và đồ chơi. Ai ăn uống mua bán rồi đi thì không sao, nếu giở chuyện trộm cướp trăng hoa[1], lập tức bị nàng trừng trị.

Ở được mấy năm, Liễu Hạnh lại sinh một con trai thứ hai. Đứa bé thiếu mất ở mỗi bàn tay một ngón. Nàng đem con gửi cho một sư nữ ở chùa Bà Đỏ, bảo sư rằng:

- Ta hai lần xuống trần đẻ được hai đứa con, cũng định cho chúng trở thành vương giả nhưng không đạt, vì một đứa quá thừa, một đứa lại quá thiếu. Hãy làm cho nó được nổi tiếng, ít nhất cũng trở thành Trạng[2].

Rồi đó, hết hạn ở trần. Liễu Hạnh đốt tất cả lâu đài mà trở về trời.

Những đứa con của Liễu Hạnh về sau quả nhiên nổi tiếng, trong đó có một đứa tên là Trạng Quỳnh[3]. Chỗ di tích ngôi đền của Liễu Hạnh xây lên ở xứ Thanh và ở xứ Nghệ, người ta dựng thành đền thờ trên núi. Không một ai dám động đến một vật gì ở các ngôi đền này cả, vì sợ Liễu Hạnh báo thù.

Truyện Nhất Dạ Trạch（一夜泽传）

Tóm tắt tác phẩm（作品简介）

《一夜泽传》讲述的是：雄王传王三世，生一女，名仙容媚娘。年十八，容貌秀丽，不愿嫁夫，好游戏。周行天下，王不禁。每年二三月间，装载船艘，浮游海外，乐而忘返。时大江边褚舍乡有人名褚微云，生褚童子。后遇火患，财物散尽，父子同穿一条裤子。父亡，童子以裤殓葬之。自己身体裸露立水中乞讨。或持竿钓鱼，以资其身。一天，仙容忽然驾船而至，童子慌忙躲于芦苇丛的沙子中。谁料仙容也进芦苇丛沐浴，见童子赤身其中，于是与童子结为大妻。雄王大怒，仙容不敢归。遂与童子开市做买卖，后得仙人指点，学道远游，众人归顺。后梁王命陈霸先将兵南侵，童子授赵光复以龙爪，光复退霸先兵，称帝越王，城于武宁邹山。

---

1 giở chuyện trộm cướp trăng hoa：行抢劫偷窃和风花雪月之事。giở：玩弄；耍弄。

2 Trạng：状元。

3 Trạng Quỳnh：状元阮琼。

Văn bản（作品原文）

Hùng Vương truyền tới đời thứ ba thì sinh hạ được người con gái tên là Tiên Dung mỵ nương[1] đến tuổi 18 dung mạo đẹp đẽ, không muốn lấy chồng mà chỉ vui chơi, chu du khắp thiên hạ. Vua cũng không cấm đoán nàng. Mỗi năm vào khoảng tháng hai, tháng ba lại sắm sửa thuyền bè chèo chơi ở ngoài bể, vui quên trở về.

Hồi đó ở làng Chử Xá cạnh sông lớn có người dân tên là Chử Vi Vân sinh hạ được Chử Đồng Tử[2], cha từ con hiếu, nhà gặp hỏa hoạn, của cải sạch không, còn lại một khố vải[3] cha con ra vào thay nhau mà mặc. Kíp tới lúc cha lâm bệnh, bảo con rằng: "Cha chết cứ để trần mà chôn, giữ khố lại cho con." Con không nỡ làm theo, dùng khố mà liệm[4] bố. Đồng Tử thân thể trần truồng đói rét khổ sở, đứng ở bên sông hễ nhìn thấy có thuyền buôn qua lại thì đứng ở dưới nước mà ăn xin, khi thì câu cá độ thân[5].

Thế rồi hôm đó, không ngờ thuyền của Tiên Dung tới, chiêng trống nhã nhạc[6], kẻ hầu người hạ rất đông. Đồng Tử rất kinh sợ. Trên bãi cát có khóm lau sậy[7], lưa thưa dăm ba cây, Đồng Tử bèn nấp trong đó, bới cát thành lỗ nằm xuống mà phủ cát lên mình. Thoắt sau, Tiên Dung cắm thuyền dạo chơi trên bãi cát, ra lệnh vây màn ở khóm lau mà tắm. Tiên Dung vào màn, cởi áo dội nước, cát trôi mất, trông thấy Đồng Tử. Tiên Dung kinh sợ hồi lâu, thấy là con trai bèn nói:

- Ta vốn không muốn lấy chồng, nay lại gặp người này, cùng ở trần với nhau trong một hố, đó chính là do trời xui nên vậy. Người hãy đứng dậy tắm rửa, ta ban cho quần áo mặc rồi cùng ta xuống thuyền mở tiệc ăn mừng.

Người trong thuyền đều cho đó là cuộc giai ngộ xưa nay chưa từng có[8]. Đồng Tử bảo:

- Đâu dám như vậy!

Tiên Dung ta thán, ép làm vợ chồng. Đồng Tử cố từ, Tiên Dung nói:

---

1 Tiên Dung mỵ nương：仙容媚娘。

2 Chử Đồng Tử：褚童子，是越南神话传说中的神仙。

3 một khố vải：一块遮羞布。

4 liệm：入殓；装殓。

5 câu cá độ thân：钓鱼为生。độ thân：生存；生活。（Tự nuôi sống lần hồi để qua ngày）

6 chiêng trống nhã nhạc：钟鼓雅乐。

7 lau sậy：芦苇。

8 cuộc giai ngộ xưa nay chưa từng có：前所未有的嘉会。

- Đây do trời chắp nối[1], sao cứ chối từ?

Người theo hầu vội về tâu lại với vua. Hùng Vương nói:

- Tiên Dung không thiết tới danh tiết, không màng tới của cải của ta[2], ngao du bên ngoài, hạ mình lấy kẻ bần nhân, còn mặt mũi nào trông thấy ta nữa.

Tiên Dung nghe thấy, sợ không dám về, bèn cùng Đồng Tử mở bến chợ, lập phố xá, cùng dân buôn bán, dần dần trở thành cái chợ lớn (nay là chợ Thám, còn gọi là chợ Hà Lương). Phú thương ngoại quốc tới buôn bán tấp nập[3], thờ Tiên Dung, Đồng Tử làm chúa. Có người lái buôn giàu nói rằng:

- Quí nhân bỏ một dật vàng ra ngoài bể mua vật quí, sang năm có thể thành mười dật[4].

Tiên Dung cả mừng bảo Đồng Tử:

- Vợ chồng chúng ta do trời tác thành, đồ ăn thức mặc do trời phú cho, nay hãy đem vàng cùng phú thương ra bể buôn bán.

Có núi Quỳnh Viên[5], trên núi có am nhỏ, bọn lái buôn thường ghé lại đó uống nước. Đồng Tử lên am chơi, có tiểu tăng tên gọi Ngưỡng Quang truyền phép cho Đồng Tử. Đồng Tử lưu học ở đó, giao tiền cho lái buôn mua hàng. Sau lái buôn quay lại am chở Đồng Tử về. Sư tặng Đồng Tử một cây trượng và một chiếc nón[6] mà nói rằng:

- Linh thiêng ở những vật này đây.

Đồng Tử trở về, giảng lại đạo Phật. Tiên Dung bèn giác ngộ, bỏ phố phường, chợ búa, cơ nghiệp, rồi cả hai đều tìm thầy học đạo. Trên đường viễn hành, trời tối mà chưa thấy thôn xá, hai người tạm nghỉ ở giữa đường, cắm trượng che nón mà trú thân[7]. Đến canh ba, thấy hiện ra thành quách, lầu ngọc, điện vàng, đền đài dinh thự, vàng bạc châu báu, giường chiếu chăn màn, tiên đồng ngọc nữ, tướng sĩ thị vệ, la liệt trước mắt[8]. Sáng hôm sau, ai trông thấy cũng kinh lạ, đem hương

---

1 trời chắp nối：天作之合。

2 không thiết tới danh tiết, không màng tới của cải của ta：不惜名节，不爱吾财。

3 Phú thương ngoại quốc tới buôn bán tấp nập：外国富贾来往贩卖。

4 Quí nhân bỏ một dật vàng ra ngoài bể mua vật quí, sang năm có thể thành mười dật：贵人出黄金一镒，今年出海外买贵物，明年得十镒。

5 Quỳnh Viên：琼园山，也叫南界山（núi Nam Giới）。

6 Sư tặng Đồng Tử một cây trượng và một chiếc nón：僧人赠予童子一杖一笠。

7 cắm trượng che nón mà trú thân：立杖覆笠以蔽身暂住。

8 Đến canh ba, thấy hiện ra thành quách, lầu ngọc, điện vàng, đền đài dinh thự, vàng bạc châu báu, giường chiếu chăn màn, tiên đồng ngọc nữ, tướng sĩ thị vệ, la liệt trước mắt：到了三更时分，尽看到城郭、珠楼、金殿、寺庙、官邸、金银珠宝、床席帷幕、仙童玉女、将士和侍卫罗列眼前。

hoa, ngọc thực tới dâng mà xin làm bề tôi[1]. Có văn võ bách quan chia quân túc vệ, lập thành nước riêng. Hùng Vương nghe tin, cho rằng con gái làm loạn, bèn sai quân tới đánh. Quần thần xin đem quân ra phân nhau chống giữ. Tiên Dung cười mà bảo:

- Điều đó ta không muốn làm, do trời định đó thôi, sinh tử tại trời, há đâu dám chống lại cha, chỉ xin thuận theo lẽ chính, mặc cho đao kiếm chém giết[2].

Lúc đó, dân mới tới đều kinh sợ tản đi, chỉ có dân cũ ở lại. Quan quân tới, đóng trại ở châu Tự Nhiên, còn cách sông lớn thì trời tối không kịp tiến quân. Nửa đêm, gió lớn thổi bay cát nhổ cây, quan quân hỗn loạn. Tiên Dung cùng thủ hạ, thành quách phút chốc bay tản lên trời, đất chỗ đó sụt xuống thành cái chằm lớn[3]. Về sau, dân lập miếu thờ, bốn mùa cúng tế, gọi chằm là chằm Nhất Dạ Trạch[4] (nghĩa là chằm một đêm), gọi bãi là bãi Mạn Trù, gọi chợ là chợ Thám còn gọi là chợ Hà Lương. Sau vua Hậu Lương là Diễn sai Trần Bá Tiên đem quân xâm lược phương Nam. Lý Nam Đế[5] sai Triệu Quang Phục[6] làm tướng cự địch. Quang Phục đem quân nấp ở chằm. Chằm sâu mà rộng, quân địch vướng mắc, tiến binh rất khó, Quang Phục dùng thuyền độc mộc đột xuất ra đánh cướp lương thực, cầm cự lâu ngày làm cho quân giặc mệt mỏi, trong ba bốn năm không hề đối diện chiến đấu. Bá Tiên than rằng:

- Ngày xưa nơi đây là chằm một đêm bay về trời, nay lại là chằm một đêm cướp đoạt người.

Nhân gặp loạn Hầu Cảnh, vua nhà Lương bèn gọi Bá Tiên về, ủy cho tì tướng là Dương Sằn thống lĩnh sĩ tốt, Quang Phục ăn chay lập đàn ở giữa đầm[7], đốt hương mà cầu đảo, bỗng thấy thần nhân cưỡi rồng bay vào trong đàn[8] mà bảo Quang Phục rằng:

- Hiển linh còn đó, ngươi có thể cầu tới cứu trợ để dẹp bằng họa loạn.

---

1 bề tôi：臣子；臣仆。

2 thuận theo lẽ chính, mặc cho đao kiếm chém giết：顺受其正，任其诛戮。

3 đất chỗ đó sụt xuống thành cái chằm lớn：其地陷成大泽。

4 gọi chằm là chằm Nhất Dạ Trạch：名其泽曰一夜泽。chằm：沼泽地。

5 Lý Nam Đế：李南帝。名为李贲（503—548 年），是公元 6 世纪中期安南北部地区领袖。

6 Triệu Quang Phục：赵光复。即赵越王，是公元 6 世纪中期越南北部分裂势力领袖，万春国政权的君主（548—571 年在位）。548 年，李贲病逝于屈獠洞中。赵光复得知后，自立为夜泽王，定都龙编，后迁武宁。

7 ăn chay lập đàn ở giữa đầm：在泽中斋戒设坛。

8 cưỡi rồng bay vào trong đàn：骑着龙飞向泽中。

Dứt lời, tháo vuốt rồng trao cho Quang Phục, bảo:

- Đem vật này đeo lên mũ đâu mâu có thể khiến giặc bị diệt.

Đoạn bay lên trời mà đi. Quang Phục được vật đó, reo mừng vang động[1], xông ra đột chiến, quân Lương thua to. Chém Dương Sằn ở trước trận, giặc Lương phải lùi. Quang Phục nghe tin Nam Đế mất, bèn tự lập làm Triệu Việt Vương, xây thành ở Trâu Sơn, huyện Vũ Ninh.

Truyện trầu cau（槟榔传）

Tóm tắt tác phẩm（作品简介）

《槟榔传》讲述的是：从前有一高姓官员生有两个儿子，相貌极其相似，外人无法辨认。至兄弟俩十七八岁时，父母皆亡。遂从学于刘氏。刘氏有一女年纪与兄弟俩相仿，生得异常漂亮，兄弟皆悦之。后刘氏女与兄者结为夫妻，恩爱无比。弟觉兄得妻忘兄弟，伤心而归。行至半路，遇水无船，恸哭而死。化成一树，生于江口。兄不见弟，寻到其处，亦投身死于树边，成一块石，盘结树根。妻寻夫到此，又投身抱石而死，化为一藤，旋绕树、石上，叶味芳辛。刘氏父母寻至此，不胜哀恸，乃立祠其地，人皆焚香致拜，称兄弟友顺，夫妻节义。七八月间，暑气未除，雄王巡行，常驻跸避暑祠前，见树叶繁密，藤叶弥蔓。王问而知之，嗟叹良久，命人将树果、采藤叶，亲咬之，唾于石上，其色生红，气芬芳。乃烧石灰合一而食，最为佳味。唇颊红色，知为物重。乃取而归，令各将种植，今即槟榔、蒌叶及石灰是也。后凡南国娶会同大小之礼，以此为先。此槟榔所由始也。

Văn bản（作品原文）

Ngày xưa có nhà quan lang họ Cao, có 2 anh em hơn nhau 1 tuổi, giống nhau như in[2], đến người ngoài không phân biệt được ai là anh ai là em. Năm hai anh em 17, 18 tuổi thì cha mẹ mất cả. Hai anh em vốn đã yêu thương nhau, nay gặp cảnh

1 reo mừng vang động：欢呼雀跃，军威大振。
2 giống nhau như in：就像从一个模子里刻出来的一样。

hiu quạnh[1] lại càng yêu thương nhau hơn trước.

Không còn được cha dạy dỗ cho nữa, hai anh em đến xin học ông đạo sĩ họ Lưu[2]. Hai anh em học hành chăm chỉ lại đứng đắn nên được thầy yêu như con.

Nhà họ Lưu có một cô con gái cũng cùng lứa tuổi với họ. Để tìm hiểu người nào là anh người nào là em, một hôm cô gái họ Lưu bày ra một mẹo nhỏ. Giữa lúc họ đang đói, nàng chỉ dọn cho họ một bát cháo với một đôi đũa. Đứng sau khe vách, nàng thấy người này nhường cháo cho người kia ăn. Nàng lẩm bẩm: "À ra anh chàng vui tính kia là anh!" Từ đó giữa người anh và cô gái có nhiều cuộc gặp gỡ. Tình yêu giữa hai người mỗi ngày một khăng khít.

Thấy thế, đạo sĩ họ Lưu vui lòng gả con cho người anh. Sau khi cưới, hai vợ chồng đến ở một ngôi nhà mới, có người em ở chung. Từ ngày lấy vợ, người anh tuy vẫn chiều chuộng[3] em nhưng không âu yếm em như trước nữa. Trước kia người em thường được anh chăm sóc nhưng bây giờ thì chàng có nhiều ngày cô đơn. Người em nhận thấy nhiều khi người anh muốn lánh mình. "Phải rồi, anh ấy mê vợ quên ta." Trong lòng người em đầy chán nản buồn bực.

Một hôm hai anh em cùng lên nương[4] đến tối mịt mới về. Người em về trước. Chàng vừa bỏ chân lên ngưỡng cửa[5] thì vợ người anh từ trong buồng chạy ra ôm chầm lấy mình. Người em kêu lên. Cái nhầm của chị dâu làm cho cả hai người cùng ngượng nghịu xấu hổ. Giữa lúc đó thì người anh bước vào nhà. Từ đây người em lại biết thêm một tính tình mới của anh. Người anh ghen em. Cái ghen càng tăng thêm sự hững hờ của người anh đối với chàng. Người em vừa giận vừa thẹn. Chàng muốn bỏ nhà ra đi cho bõ ghét[6].

Một hôm trời mới mờ sáng, người em quyết định khởi hành. Chàng cứ theo con đường mòn đi mãi, trong lòng đầy bực bội oán trách. Đi luôn mấy ngày đường, người em tới bờ một con sông lớn. Thấy nước chảy xiết, chàng lấy làm ngại ngùng. Xung quanh không nghe qua một tiếng gà gáy chó sủa. Nhưng người em quyết không chịu trở lại, ngồi cúi gục trên bờ, ôm mặt khóc. Chàng khóc mãi, khóc mãi, đến nỗi những con chim đi kiếm ăn khuya vẫn còn nghe tiếng nức nở. Sáng hôm sau, người em chỉ còn là một cái xác không hồn, và chàng đã hóa đá.

---

1 cảnh hiu quạnh：孤苦伶仃，无依无靠（vắng lặng và trống trải, gây cảm giác buồn và cô đơn）。

2 đạo sĩ họ Lưu：姓刘的道士。

3 chiều chuộng：姑息，溺爱，迁就。

4 lên nương：下地干活。

5 ngưỡng cửa：门槛儿；门坎。

6 bõ ghét：消气；雪恨。

Người anh thấy mất hút em thoạt đầu không để ý. Mãi sau vẫn không thấy em về, liền bỏ đi tìm các nhà quen nhưng cũng không thấy tăm dạng[1]. Biết là em bỏ đi vì giận mình, chàng lấy làm hối hận. Hôm sau nữa, cũng không thấy về, người anh hoảng hốt để vợ lại nhà, cất bước đi tìm. Sau mấy ngày, chàng đã đến bờ một con sông rộng. Không có cách gì qua được, người anh đi men dọc sông, cuối cùng thấy em đã hóa thành đá. Người anh đứng bên cạnh hòn đá khóc mãi cho đến lúc chỉ còn có tiếng nước cuồn cuộn chảy[2] dưới bờ mà thôi. Người anh chết và hóa thành một thân cây mọc thẳng lên trời, bên cạnh hòn đá.

Vợ người anh chờ mãi không thấy chồng về, cũng bỏ nhà đi tìm. Nhưng cuối cùng con sông nọ cũng ngăn cản bước chân của nàng. Người đàn bà ấy ngồi lại bên cạnh cây, khóc cạn cả nước mắt[3].

Và sau đó nàng chết hóa thành một cây dây quấn quanh lấy cây kia[4]. Đợi mãi không thấy ba người về, vợ chồng đạo sĩ nhờ mọi người chia nhau tìm kiếm. Trước hòn đá và hai cây lạ, họ chỉ còn biết dựng miếu thờ cả ba người trẻ tuổi ở ven sông. Nhân dân quanh vùng gọi là miếu "anh em hòa thuận, vợ chồng tiết nghĩa".

Về sau, một năm nọ trời làm hạn hán rất dữ. Mọi cây cỏ đều khô héo cả[5]. Duy hai cây mọc bên cạnh hòn đá trước miếu là vẫn xanh mượt. Mọi người cho là linh dị. Vua Hùng một hôm ngự giá[6] qua xứ đó. Khi đi qua trước miếu, vua hơi ngạc nhiên vì cảnh lạ cây lạ: "Miếu này thờ vị thần nào? Mấy loại cây này ta chưa từng thấy bao giờ?" Để trả lời câu hỏi của vua, Lạc tướng cho gọi mấy cụ già ở quanh vùng đến hỏi. Hùng Vương càng nghe, không ngăn được sự cảm động.

Vua vạch lá trèo lên nhìn khắp mọi chỗ. Đoạn, vua sai một người trèo cây hái quả xuống nếm thử. Vị chát không có gì lạ. Nhưng khi nhai với lá cây dây thì một vị là lạ đến ở đầu lưỡi: nó vừa ngon ngọt, vừa thơm cay. Tự nhiên có một viên quan hầu kêu lên: "Trời ơi! Máu!" Mọi người giãn ra kinh ngạc. Thì ra những bãi nhai quả và lá của hai thứ cây đó một khi nhổ xuống đá bỗng đỏ ối ra như máu[7]. Vua sai lấy cả ba thứ nhai lẫn với nhau thì bỗng thấy người nóng bừng như có hơi

1 không thấy tăm dạng：不见踪影。

2 nước cuồn cuộn chảy：河水奔腾。

3 khóc cạn cả nước mắt：哭干了泪水。

4 hóa thành một cây dây quấn quanh lấy cây kia：变成一根藤蔓紧紧缠绕住那棵树。

5 Mọi cây cỏ đều khô héo cả：所有树木都枯萎了。

6 ngự giá：御驾。

7 một khi nhổ xuống đá bỗng đỏ ối ra như máu：一吐到石头上，就突然变成了如鲜血般的鲜红色。

men[1], môi đỏ tươi, sắc mặt hồng hào tươi đẹp. Vua bảo:

- Thật là linh dị! Đúng là họ rồi! Tình yêu thương của họ thật là nồng nàn thắm đỏ. Từ đó người dân gọi cây mọc thẳng đứng là cây cau, còn cây dây leo là cây trầu.

Tình duyên của 3 người tuy đã chết mà vẫn keo sơn thắm thiết[2], vì vậy trong mọi cuộc gặp gỡ của người Việt Nam, miếng trầu bao giờ cũng là đầu câu chuyện[3]. Để bắt đầu mối nhân duyên, khi có lễ nhỏ lễ lớn, cưới xin, hội hè thì tục ăn trầu đã trở thành truyền thống của dân tộc việt nam.

Câu hỏi đọc hiểu（思考题）

1. 在《柳杏公主传说》中，柳杏公主是如何应对各路不速之客的？
2. 柳杏公主在越南民间拥有什么样的地位？代表了何种信仰？
3.《一夜泽传》中的仙容媚娘是一个怎样的人物形象？
4.《一夜泽传》对佛教是如何体现的？
5. 简述《槟榔传》的故事情节。
6. 讲述越南槟榔习俗及其背后的文化意义。

1 nóng bừng như có hơi men：仿佛喝了酒一样地全身炽热。

2 keo sơn thắm thiết：如胶似漆；情深意切。

3 miếng trầu bao giờ cũng là đầu câu chuyện：总是先嚼口槟榔再开始聊天；槟榔永远是聊天的引子。

Bài 3

Thạch Sanh（石生）

Tóm tắt tác phẩm（作品简介）

《石生》讲述的是：从前，高坪郡有对穷苦的夫妻，到老都没有孩子。但他们经常行善帮助别人，于是玉帝让太子投胎做他们的孩子。怀胎数年后老妇人才生下了一个儿子，名石生。石生出生前就没了父亲，母亲在他出生后不久也过世了。他一个人孤苦伶仃地住在榕树下的茅草房里打柴为生。后来石生遇到了卖酒为业的李通并与李通结为兄弟。但是李通心术不正，多次想害死石生，以占有他的功名。善良的石生几次原谅了李通母子。人容天不容，李通被雷劈死。最后石生继承了王位。

Văn bản（作品原文）

Ngày xưa ở quận Cao Bình có hai vợ chồng tuổi già mà chưa có con. Nhà họ nghèo hàng ngày phải lên rừng chặt những bó củi về đổi lấy gạo nuôi thân. Họ ham giúp người như đắp đường khơi cống, đỡ đần kẻ già người yếu mà không nề hà gì cả[1]. Thấy họ tốt bụng, Ngọc hoàng bèn sai thái tử xuống đầu thai làm con. Từ đó người vợ có mang, nhưng trải đã mấy năm mà không sinh nở. Giữa khi ấy, người chồng lâm bệnh rồi chết. Mãi về sau người vợ mới sinh được một đứa con trai.

Thằng bé khôn lớn thì người mẹ cũng theo chồng từ giã cõi trần[2]. Nó sống côi cút trong túp lều cũ dựng dưới gốc đa[3]. Người ta gọi là Thạch Sanh. Giang sơn

---

1 đắp đường khơi cống, đỡ đần kẻ già người yếu mà không nề hà gì cả：不辞辛劳地筑路修渠，帮老扶弱。

2 từ giã cõi trần：与世长辞。

3 dưới gốc đa：在榕树下。

của Thạch Sanh[1] chỉ có mỗi một lưỡi búa của cha để lại hàng ngày đưa lên rừng đốn củi. Năm Thạch Sanh bắt đầu biết dùng búa: có thiên thần được Ngọc hoàng phái xuống dạy cho đủ các môn võ nghệ và mọi phép thần thông[2].

Một hôm có người hàng rượu[3] tên là Lý Thông đi qua ngồi nghỉ ở gốc đa. Hắn thấy Thạch Sanh vừa gánh về một gánh củi lớn tướng, nghĩ bụng: - "Người này khỏe như voi[4]. Nếu nó về ở cùng ta thì lợi biết bao nhiêu". Bèn lại lân la[5] gạ chuyện rồi đòi kết làm anh em[6]. Thấy có người lạ tự nhiên săn sóc đến mình. Thạch sanh cảm động, vui vẻ nhận lời và sau đó chàng từ giã gốc đa đến sống chung dưới mái nhà họ Lý.

Nhà họ Lý vốn chuyên môn cất rượu[7]. Thạch Sanh đến, mẹ con hắn quả được một tay đỡ đần rất tốt. Bấy giờ trong vùng có một con Chằn tinh[8], có nhiều phép biến hóa lạ kỳ, thường bắt người ăn thịt. Quan quân nhiều lần đến bổ vây định diệt trừ nhưng không thể làm gì được. Cuối cùng người ta đành phải lập cho nó một cái miếu, hàng năm khấn một mạng người[9] để cho nó đỡ phá phách.

Không may năm ấy đến lượt Lý Thông nạp mình[10].

Nghe tin, mẹ con Lý thông hoảng hốt lo sợ, nhưng sau đó mẹ con hắn nghĩ ra được một mưu là lừa cho Thạch Sanh đi chết thay: - "Hắn không cha mẹ, lại vừa mới đến, lạ nước lạ cái[11] chắc là việc sẽ trót lọt[12]." Nghĩ vậy, chiều hôm đó Lý Thông chờ lúc Thạch Sanh đi kiếm củi về dọn một mâm rượu thịt ê hề mời ăn[13], rồi bảo:

- Đêm nay đến lượt anh đi canh miếu thờ, ngặt vì dở cất mẻ rượu[14], vậy em chịu khó đi thay cho anh một đêm, đến sáng lại về.

---

1 Giang sơn của Thạch Sanh：石生的所有家当。Giang sơn：江山，（本文指）家当。

2 mọi phép thần thông：各种神奇的法术。

3 người hàng rượu：酒贩子。

4 khỏe như voi：壮如象（形容身体非常强壮）。

5 lân la：设法接近（tìm cách đến gần）。

6 kết làm anh em：结拜为兄弟。

7 cất rượu：酿酒。

8 Chằn tinh：妖怪；妖精（Yêu quái trong truyện cổ tích thần thoại）。

9 khấn một mạng người：献上一个活人。

10 nạp mình：献身（祭神）。

11 lạ nước lạ cái：人生地不熟。

12 việc sẽ trót lọt：一切顺利。

13 dọn một mâm rượu thịt ê hề mời ăn：摆了一大桌酒菜请客吃饭。

14 dở cất mẻ rượu：酒酿到一半。

Thạch Sanh không ngờ vực gì cả thuận[1] đi ngay.

Nửa đêm hôm ấy, Thạch Sanh đang lim dim đôi mắt[2] thì Chằn tinh sau miếu hiện ra, nhe nanh giơ vuốt định vồ lấy chàng[3]. Thạch Sanh với lấy búa đánh lại. Chằn tinh hóa phép thoắt biến, thoắt hiện, nhưng Thạch Sanh không núng[4], chàng cũng giở phép tấn công liên tiếp. Chỉ một lúc sau, yêu quái bị lưỡi búa của chàng xả làm đôi[5], hiện nguyên hình là một con trăn lớn. Chàng vội chặt lấy đầu và nhặt bộ cung tên bằng vàng của yêu quái xách về.

Canh ba hôm ấy, mẹ con Lý Thông đang ngủ bỗng nghe tiếng Thạch Sanh gọi cửa, ngỡ là oan hồn của hắn hiện về, hồn vía lên mây vội cúi đầu lạy lấy lạy để[6]. Khi Thạch Sanh vào nhà kể cho nghe câu chuyện giết Chằn tinh, mẹ con hắn mới thật hoàn hồn. Nhưng Lý Thông bỗng nảy ra được một kế khác. Hắn nói:

- Con trăn ấy là của vua nuôi đã lâu. Nay em giết nó, tất không khỏi bị tội chết. Thôi bây giờ nhân trời chưa sáng em hãy trốn ngay đi. Có chuyện gì để mặc anh ở nhà lo liệu!

Nghe nói, Thạch Sanh kinh hoảng, vội từ giã hai mẹ con họ Lý ra đi. Chàng lại trở về gốc đa cũ kiếm củi nuôi miệng. Còn Lý Thông thì đem thủ cấp của yêu quái trẩy kinh[7], tâu vua là mình đã hạ thủ được Chằn tinh. Vua khen ngợi và phong hắn làm đô đốc.

Lại nói chuyện công chúa con vua hồi ấy đã đến tuổi lấy chồng. Nhưng nàng vẫn chưa chọn được người nào xứng đáng. Bọn hoàng tử các nước cũng có nhiều người sai sứ đến hỏi công chúa làm vợ nhưng không một ai vừa ý nàng. Cuối cùng, vua cha tổ chức một ngày hội lớn cho hoàng tử các nước láng giềng và con trai trong thiên hạ tới dự để công chúa từ trên lầu cao ném quả cầu may, hễ quả cầu rơi trúng vào người nào thì sẽ lấy người ấy làm chồng.

Nhưng khi công chúa sắp sửa ném quả cầu thì bỗng có Đại bàng[8] đi qua trông thấy. Đại bàng nguyên là một con yêu tinh ở trên núi có nhiều phép thần dị. Thấy công chúa đẹp, liền sà xuống bất thình lình cắp đi.

Bấy giờ Thạch Sanh đang ngồi dưới gốc đa. Tình cờ thấy Đại bàng bay qua,

1 thuận：顺从。
2 lim dim đôi mắt：睡眼惺忪。
3 nhe nanh giơ vuốt định vồ lấy chàng：张牙舞爪，想抓住他。
4 núng：示弱。
5 xả làm đôi：砍成两截。
6 lạy lấy lạy để：不停地磕头求饶。
7 trẩy kinh：赶赴京城。
8 Đại bàng：大鹏。

chân có quắp một người[1], sẵn cung tên chàng bắn theo một phát. Mũi tên trúng cánh Đại bàng. Hắn đau quá phải hạ xuống cắn răng nhổ mũi tên đi rồi lại thả công chúa về hang[2]. Thạch Sanh lần theo vết máu, tìm được chỗ ở của quái vật.

Thấy con bị mất tích, nhà vua xiết bao đau đớn[3], vội sai đô đốc Lý Thông đi tìm, hứa sẽ gả công chúa và truyền ngôi cho. Vừa mừng vừa sợ, Lý Thông không biết tính thế nào. Cuối cùng hắn nghĩ, chỉ có người em kết nghĩa cũ họa may[4] có thể gỡ bí[5] cho mình, bèn một mặt cho quân lính đi khắp nơi dò hỏi, mặt khác truyền cho nhân dân mở hội hát xướng mười ngày để nghe ngóng tin tức Thạch Sanh. Nhưng tám chín ngày trôi qua mà vẫn chưa có tin gì mới mẻ. Mãi đến ngày thứ mười, hắn mới tìm thấy Thạch Sanh trong đám người đi xem hội. Thấy Lý Thông nói đến việc tìm công chúa, Thạch Sanh liền thật thà kể chuyện mình bắn Đại bàng cho nghe. Lý Thông mừng quá, lập tức nhờ chàng dẫn đường cho quân sĩ trẩy[6] đến sát hang đá. Cửa hang ăn thông xuống đất sâu thăm thẳm không một ai dám xuống. Thạch Sanh tình nguyện buộc dây ở lưng cho người dòng xuống hang thám thính[7].

Đại bàng từ hôm bị thương về nằm liệt một nơi, bắt công chúa phục dịch. Thạch Sanh xuống đến nơi ẩn vào một xó, chờ lúc công chúa một mình đi qua, mới ra hiệu cho nàng biết. Thấy người trai lạ kia liều chết cứu mình, công chúa vừa ngạc nhiên vừa hết sức cảm phục. Thạch Sanh lấy thuốc mê bảo nàng cho Đại bàng uống. Chờ lúc Đại bàng ngủ say, chàng buộc công chúa ở đầu dây ra hiệu cho quân của Lý Thông kéo lên. Chàng đang chờ đến lượt mình lên thì không ngờ Lý Thông đã ra lệnh cho quân sĩ vần đá lớn lấp kín cửa hang lại[8], rồi kéo nhau về. Thạch Sanh không ra được, tức mình vô hạn. Chàng đập phá khắp nơi để kiếm lối thoát. Giữa khi đó Đại bàng tỉnh dậy. Thấy có người lạ, lại thấy mất công chúa, hắn bừng bừng nổi giận[9] xông ra toan giết Thạch Sanh. Thạch Sanh cũng giở phép

1 chân có quắp một người：爪子上抓着一个人。

2 thả công chúa về hang：把公主又放回山洞里。

3 xiết bao đau đớn：悲痛万分。

4 họa may：兴许。

5 gỡ bí：化解困境。

6 trẩy：远出；赶赴。

7 tình nguyện buộc dây ở lưng cho người dòng xuống hang thám thính：主动要求将绳子系在腰上下到洞里打探情况。tình nguyện：自愿的；心甘情愿的。

8 vần đá lớn lấp kín cửa hang lại：搬来大石头将洞口紧紧封住。

9 bừng bừng nổi giận：勃然大怒。

mầu[1] chống lại rất kịch liệt. Đại bàng bị thương sẵn nên chả mấy chốc đã chuốc lấy thất bại. Sau khi giết chết con yêu tinh, Thạch Sanh đi lục lọi khắp mọi nơi[2]. Thấy có một người con trai bị nhốt trong cũi sắt[3], chàng hỏi ra mới biết đó là thái tử con vua Thủy. Ngày đó cách đây hơn một năm thái tử di du ngoạn, tình cờ bị Đại bàng bắt đem về nhốt lại ở đây. Thạch Sanh bèn dùng cung vàng bắn tan cũi sắt cứu thái tử ra. Thái tử thoát nạn hết lời cảm tạ chàng và mời chàng xuống chơi Thủy phủ. Vua Thủy sung sướng được gặp lại con, lòng rất biết ơn Thạch Sanh. Vua đãi chàng rất hậu và khi chàng về, vua tống tiễn thật nhiều vàng ngọc nhưng Thạch Sanh không nhận, chỉ xin có mỗi một cây đàn. Thế rồi, chàng lại trở về gốc đa sinh nhai bằng nghề cũ.

Lại nói chuyện Chằn tinh và Đại bàng sau khi chết: hồn chúng nó không được ai cúng tế, đành đi lang thang để kiếm miếng ăn[4]. Một hôm chúng tình cờ gặp nhau và mỗi bên kể cho nhau biết vì đâu gặp phải số phận long đong[5]. Hai bên bàn nhau tìm cách báo thù Thạch Sanh cho bõ ghét[6]. Chúng bèn lẻn vào kho vua ăn trộm của cải mang tới quẳng ở gốc đa để vu vạ. Quả nhiên sau đó bọn nội thị[7] cứ theo dấu đi tìm, đến gốc đa thì bắt được tang vật. Thạch Sanh liền bị hạ ngục.

* * *

Lại nói chuyện công chúa từ khi được Lý Thông đưa về cung thì tự nhiên hóa câm[8]. Suốt ngày mặt hoa rầu rĩ không nói không cười. Vua đành hoãn việc cưới xin và bảo Lý Thông lập đàn cầu nguyện cho nàng lành bệnh. Lý Thông bèn cho mời các pháp sư có đủ phép thuật cao cường về cúng cầu, nhưng cầu mãi vẫn không ăn thua. Công chúa ngày ngày ngồi im lặng làm cho hắn vô cùng sốt ruột. Giữa lúc đó thì Thạch Sanh bị bắt và thuộc quyền hắn xét xử. Lý Thông không ngờ người mà hắn cố ý hãm vào chỗ chết lại vẫn sốngnhăn[9]. Hắn nghĩ: - "Nếu để nó sống, nó sẽ tranh mất công ta và tố cáo ta." Vì thế Lý Thông quyết định khép

1 giở phép mầu：作法。
2 lục lọi khắp mọi nơi：四处搜索。
3 bị nhốt trong cũi sắt：被关在一个铁囚笼里。
4 đi lang thang để kiếm miếng ăn：四处流窜觅食。
5 số phận long đong：命运坎坷。
6 tìm cách báo thù Thạch Sanh cho bõ ghét：设法报复石生以泄心中的愤恨。
7 bọn nội thị：内侍（太监）。
8 tự nhiên hóa câm：平白无故变哑了。
9 sống nhăn：活着（仍然有生命，仍然没死。含讽刺之意）。

Thạch Sanh vào tội chết[1].

Ngồi trong ngục, Thạch Sanh nhân buồn tình đem đàn của vua Thủy cho ra gảy[2], không ngờ đấy chính là cây đàn thần, tiếng văng vẳng phát ra lúc này như oán, như than, như tức, như bực. Càng gảy tiếng đàn càng trách sự hững hờ của công chúa và vạch tội ác của Lý Thông. Tiếng đàn thoát khỏi nhà ngục và truyền đi rất xa. Nó bay vào hoàng cung, lọt vào tai công chúa. Bấy giờ công chúa đang ngồi trên lầu. Vừa nghe tiếng đàn, tự nhiên nàng đứng dậy cười nói huyên thuyên[3]. Câu đầu tiên của nàng là xin vua cha cho gọi người gảy đàn vào cung.

Nhà vua lấy làm lạ, cho đòi Thạch Sanh đến. Trước mặt mọi người, chàng kể hết đầu đuôi thân phận của mình từ lúc mồ côi cha mẹ đến lúc kết bạn với Lý Thông: nào chém Chằn tinh, bắn Đại Bàng, nào cứu công chúa, bị lấp cửa hang, nào cứu con vua Thủy và bị bắt đến đây, v.v... Vua và hoàng gia càng nghe càng thương cảm. Vua sai bắt giam hai mẹ con Lý Thông lại giao cho Thạch Sanh xét xử. Chàng rộng lượng tha cho chúng về quê nhà làm ăn. Nhưng đi về được nửa đường thì chúng bị sét đánh chết[4].

Nhà vua vui lòng gả công chúa cho Thạch Sanh. Lễ cưới của họ tưng bừng nhất kinh kỳ[5], chưa bao giờ vui đến như thế. Thấy vậy, bọn hoàng tử các nước chư hầu trước kia bị công chúa từ hôn lấy làm tức giận. Họ hội họp binh lính cả mười tám nước lại, sang hỏi tội vua tại sao lại đem con gái cành vàng lá ngọc[6] gả cho một đứa khố rách áo ôm[7]. Nhưng khi nghe tiếng đàn thần thánh thót của Thạch Sanh, tự nhiên quân sĩ của mười tám nước không còn ý chí đánh trận nữa. Cuối cùng bọn hoàng tử đều nhất tề[8] cuốn giáp. Thạch Sanh sai dọn cơm cho họ ăn. Cả mấy vạn quân sĩ thấy niêu cơm quá nhỏ, ai nấy bĩu môi không buồn cầm đũa. Biết ý, chàng đố họ ăn hết được niêu cơm sẽ trọng thưởng. Quả nhiên chúng ra sức ăn mãi, ăn mãi nhưng ăn hết bao nhiêu cơm lại đầy bấy nhiêu. Sau khi ăn no họ rập đầu lạy tạ[9] và kéo nhau về nước.

---

1 khép Thạch Sanh vào tội chết：给石生诬判死罪。

2 nhân buồn tình đem đàn của vua Thủy cho ra gảy：苦闷之际拿出龙王送给他的琴来弹。

3 cười nói huyên thuyên：说笑不止。

4 bị sét đánh chết：被雷劈死了。

5 kinh kỳ：京畿，即京城。

6 cành vàng lá ngọc：金枝玉叶。

7 một đứa khố rách áo ôm：一个衣不蔽体的草民。

8 nhất tề：一齐。

9 rập đầu lạy tạ：磕头拜谢。

Về sau vua không có con trai nên nhường ngôi cho Thạch Sanh.

Tấm Cám (阿丹和阿甘)

Tóm tắt tác phẩm (作品简介)

《阿丹和阿甘》讲述的是：从前有对同父异母的姐妹阿丹和阿甘，阿丹是大老婆的孩子，阿甘是小老婆所生。阿丹的妈妈在她还很小的时候就过世了，过了几年爸爸也离世了。阿丹跟继母和妹妹阿甘一起生活。继母对阿丹非常刻薄，让她终日劳作不得休息，而对自己的亲生闺女阿甘却万般宠爱。后来阿丹在佛祖的帮助下得到皇帝的宠爱进宫做了皇妃。但是阿甘母女还是对阿丹百般加害，最后阿丹凭自己的智慧报了仇。

Văn bản (作品原文)

Ngày xưa, có Tấm và Cám là hai chị em cùng cha khác mẹ. Hai chị em suýt bằng tuổi nhau[1]. Tấm là con vợ cả[2], Cám là con vợ lẽ[3]. Mẹ Tấm đã chết từ hồi Tấm còn bé. Sau đó mấy năm thì cha Tấm cũng chết. Tấm ở với dì ghẻ[4] là mẹ của Cám. Nhưng dì ghẻ của Tấm là người rất cay nghiệt[5]. Hàng ngày, Tấm phải làm lụng luôn canh[6], hết chăn trâu, gánh nước, đến thái khoai, vớt bèo; đêm lại còn xay lúa giã gạo[7] mà không hết việc. Trong khi đó thì Cám được mẹ nuông chiều[8], được ăn trắng mặc trơn[9], suốt ngày quanh quẩn ở nhà không phải làm việc nặng.

Một hôm người dì ghẻ đưa cho hai chị em mỗi người một cái giỏ bảo ra đồng bắt con tôm cái tép[10]. Mụ ta hứa hẹn: - "Hễ đứa nào bắt được đầy giỏ thì thưởng

1 suýt bằng tuổi nhau：年龄相仿。
2 vợ cả：正妻；大老婆。
3 vợ lẽ：小妾；小老婆。
4 dì ghẻ：继母。
5 cay nghiệt：尖酸刻薄。
6 làm lụng luôn canh：终日劳作。
7 xay lúa giã gạo：磨谷子；舂米。
8 nuông chiều：宠爱；娇惯。
9 ăn trắng mặc trơn：锦衣玉食。
10 con tôm cái tép：小虾。

cho một cái yếm đỏ!".

Ra đồng, Tấm nhờ mò cua bắt ốc đã quen nên chỉ một buổi là được đầy giỏ vừa cá vừa tép. Còn Cám thì đủnh đỉnh[1] dạo hết ruộng nọ sang ruộng kia, mãi đến chiều vẫn không được gì.

Thấy Tấm bắt được một giỏ đầy, Cám bảo chị:

- Chị Tấm ơi chị Tấm! Đầu chị lấm, chị hụp cho sâu, kẻo về dì mắng.

Tin là thật, Tấm bèn xuống ao lội ra chỗ sâu tắm rửa. Cám thừa dịp trút hết tép của Tấm vào giỏ của mình rồi ba chân bốn cẳng về trước. Lúc Tấm bước lên chỉ còn giỏ không, bèn ngồi xuống bưng mặt khóc hu hu[2].

Bấy giờ Bụt[3] đang ngồi trên tòa sen. Bỗng nghe tiếng khóc của Tấm liền hiện xuống hỏi:

- Con làm sao lại khóc?

Tấm kể sự tình cho Bụt nghe. Bụt bảo:

- Thôi con hãy nín đi! Con thử nhìn vào giỏ xem còn có gì nữa không?

Tấm nhìn vào giỏ rồi nói:

- Chỉ còn một con cá bống[4].

- Con đem con cá bống ấy về nhà thả xuống giếng mà nuôi. Mỗi bữa, đáng ăn ba bát thì con ăn hai, còn một đem thả xuống cho bống. Mỗi lần cho ăn, con nhớ gọi như thế này:

Bống bống, bang bang,
Lên ăn cơm vàng cơm bạc nhà ta,
Chớ ăn cơm hẩm cháo hoa[5] nhà người,
không gọi đúng như thế nó không lên, con nhớ lấy!

Nói xong là Bụt biến mất. Tấm theo lời Bụt thả bống xuống giếng. Rồi từ hôm ấy trở đi, cứ sau bữa ăn, Tấm đều để dành cơm giấu đưa ra cho bống. Mỗi lần nghe lời Tấm gọi, bống lại ngoi lên mặt nước đớp những hạt cơm của Tấm ném xuống[6]. Người và cá ngày một quen nhau, và bống ngày một lớn lên trông thấy.

Thấy Tấm sau mỗi bữa ăn thường mang cơm ra giếng, mụ dì ghẻ sinh nghi,

1 đủnh đỉnh：慢吞吞地。
2 bưng mặt khóc hu hu：掩面哭泣。
3 Bụt：佛（Phật, theo cách gọi dân gian）。
4 con cá bống：笋壳鱼。
5 cơm hẩm cháo hoa：馊饭膘粥。
6 ngoi lên mặt nước đớp những hạt cơm của Tấm ném xuống：浮出水面用嘴接阿丹扔给它的饭粒吃。

bèn bảo Cám đi rình. Cám nấp ở bụi cây bên bờ giếng nghe Tấm gọi bống, bèn nhẩm cho thuộc rồi về kể lại cho mẹ nghe.

Tối hôm ấy mụ dì ghẻ bảo Tấm sáng mai dậy sớm chăn trâu, và dặn:

- Con ơi con! Làng đã bắt đầu cấm đồng[1] rồi đấy. Mai con đi chăn trâu, phải chăn đồng xa, chớ chăn đồng nhà, làng bắt mất trâu.

Tấm vâng lời, sáng hôm sau đưa trâu đi ăn thật xa. Ở nhà mẹ con con Cám mang bát cơm ra giếng, cũng gọi bống lên ăn y như Tấm gọi. Nghe lời gọi, bống ngoi lên mặt nước. Mẹ con Cám đã chực sẵn, bắt lấy bống đem về làm thịt.

Đến chiều Tấm dắt trâu về, sau khi ăn uống xong Tấm lại mang bát cơm để dành ra giếng. Tấm gọi mãi nhưng chẳng thấy bống ngoi lên như mọi khi. Tấm gọi mãi, gọi mãi, cuối cùng chỉ thấy một cục máu nổi lên mặt nước. Biết có sự chẳng lành cho bống, Tấm òa lên khóc. Bụt lại hiện lên, hỏi:

- Con làm sao lại khóc?

Tấm kể sự tình cho Bụt nghe, Bụt bảo:

- Con bống của con người ta đã ăn thịt mất rồi. Thôi con hãy nín đi. Rồi về nhặt lấy xương nó, kiếm bốn cái lọ bỏ vào, đem chôn xuống dưới bốn chân giường con nằm.

Tấm trở về theo lời dặn của Bụt đi tìm xương bống, nhưng tìm mãi các xó vườn góc sân mà không thấy đâu cả. Một con gà thấy thế, bảo Tấm:

- Cục ta cục tác! Cho ta nắm thóc, ta bới xương cho!

Tấm bốc nắm thóc ném cho gà. Gà chạy vào bếp bới một lúc thì được xương ngay. Tấm bèn nhặt lấy bỏ vào lọ và đem chôn dưới chân giường như lời Bụt dặn.

Ít lâu sau, nhà vua mở hội luôn mấy đêm ngày. Già trẻ trai gái các làng đều nô nức đi xem. Trên các nẻo đường, quần áo mớ ba mớ bảy dập dìu tuôn về kinh như nước chảy[2]. Hai mẹ con Cám cũng sắm sửa quần áo đẹp để đi trẩy hội. Thấy Tấm cũng muốn đi, mụ dì ghẻ nguýt dài[3]. Sau đó mụ lấy một đấu gạo trộn lẫn với một đấu thóc, bảo Tấm:

- Con hãy nhặt cho xong chỗ gạo này rồi có đi đâu hãy đi, đừng có bỏ dở, về không có gì để thổi cơm dì đánh đó.

Nói đoạn, hai mẹ con quần áo xúng xính[4] lên đường, Tấm ngồi nhặt một lúc

1 cấm đồng：禁止在村里的农田放牛。

2 Trên các nẻo đường, quần áo mớ ba mớ bảy dập dìu tuôn về kinh như nước chảy：路上都是盛装打扮的行人，摩肩接踵地往京城赶去。

3 nguýt dài：狠狠地瞪了一眼；怒视。

4 quần áo xúng xính：体面的衣服。

mà chỉ mới được một nhúm, nghĩ rằng không biết bao giờ mới nhặt xong, buồn bã, bèn khóc một mình. Giữa lúc ấy Bụt hiện lên, hỏi:

- Con làm sao lại khóc?

Tấm chỉ vào cái thúng, thưa:

- Dì con bắt phải nhặt thóc cho ra thóc, gạo ra gạo, rồi mới được đi xem hội. Lúc nhặt xong thì hội đã tan rồi, còn gì nữa mà xem.

Bụt bảo:

- Con đừng khóc nữa. Con mang cái thúng đặt ra giữa sân, để ta sai một đàn chim sẻ xuống nhặt giúp.

- Nhưng ngộ chim sẻ ăn mất thì khi về con vẫn cứ bị đòn.

- Con cứ bảo chúng thế này:

Rặt rặt (tức chim sẻ) xuống nhặt cho tao
Ăn mất hạt nào thì tao đánh chết
thì chúng sẽ không ăn của con đâu.

Tự nhiên ở trên không có một đàn chim sẻ đáp xuống sân[1] nhặt thóc ra một đằng, gạo ra một nẻo. Chúng nó lăng xăng ríu rít[2] chỉ trong một lát đã làm xong, không suy suyển một hạt. Nhưng khi chim sẻ đã bay đi rồi, Tấm lại nức nở khóc. Bụt lại hỏi:

- Con làm sao còn khóc nữa?

- Con rách rưới quá, người ta không cho con vào xem hội.

- Con hãy đào những cái lọ xương bống đã chôn ngày trước lên thì sẽ có đủ mọi thứ cho con trẩy hội.

Tấm vâng lời, đi đào các lọ lên. Đào lọ thứ nhất lấy ra được một bộ áo mớ ba[3], một cái yếm lụa điều và một cái khăn nhiễu. Đào lọ thứ hai lấy được một đôi giày thêu, đi vừa như in. Lọ thứ ba đào lên thì thấy một con ngựa bé tí, nhưng vừa đặt con ngựa xuống đất bỗng chốc nó hí vang lên và biến thành ngựa thật. Đào đến lọ cuối cùng thì lấy ra được một bộ yên cương xinh xắn[4].

Tấm mừng qua vội tắm rửa rồi thắng bộ[5] vào, đoạn cưỡi lên ngựa mà đi. Ngựa phóng[6] một chốc đã đến kinh đô. Nhưng khi phóng qua mộtchỗ lội[7], Tấm

1 một đàn chim sẻ đáp xuống sân：一群麻雀落在院子里。
2 lăng xăng ríu rít：东游西窜，叽叽喳喳。
3 một bộ áo mớ ba：一件三套衫。
4 một bộ yên cương xinh xắn：一套精美的马鞍。
5 thắng bộ：穿上漂亮衣服。
6 phóng：飞奔；奔驰。
7 lội：浮水；涉水。

đánh rơi một chiếc giày xuống nước không kịp nhặt. Khi ngựa dừng lại ở đám hội, Tấm lấy khăn gói chiếc giày còn lại rồi chen vào biển người. Đoàn xa giá[1] cũng vừa tiến đến chỗ lội. Hai con voi ngự dẫn đầu đoàn đến đây tự nhiên cắm ngà xuống đất kêu rống lên không chịu đi. Vua sai quân lính xuống nước thử tìm xem; họ nhặt ngay được chiếc giày thêu của Tấm đánh rơi lúc nãy. Vua ngắm nghía chiếc giày không chán mắt, bụng bảo dạ[2]: - "Chà, một chiếc giày thật xinh! Người đi giày này hẳn phải là trang tuyệt sắc[3]."

Lập tức vua hạ lệnh cho rao[4] mời tất cả đám đàn bà con gái đi xe hội đến ướm thử, hễ ai đi vừa chiếc giày thì vua sẽ lấy làm vợ. Đám hội lại càng náo nhiệt vì các bà, các cô chen nhau đến chỗ thử giày. Cô nào cô ấy lần lượt kéo vào ngôi lầu giữa bãi cỏ rộng để ướm thử một tý cầu may. Nhưng chả có một chân nào đi vừa cả. Mẹ con con Cám cũng trong số đó. Khi Cám và dì ghẻ bước ra khỏi lầu thì gặp Tấm. Cám mách mẹ:

- Mẹ ơi, ai như chị Tấm cũng đi thử giày đấy!

Mụ dì ghẻ của Tấm bĩu môi:

- Con nỡm[5]!

Nhưng khi Tấm đặt chân vào giày thì vừa như in[6]. Nàng mở khăn lấy chiếc thứ hai đi vào. Hai chiếc giày giống nhau như đúc[7]. Bọn lính hầu hò reo vui mừng. Lập tức vua sai đoàn thị nữ rước nàng vào cung. Tấm bước lên kiệu trước con mắt ngạc nhiên và hằn học của mẹ con con Cám.

* * *

Tuy sống trong hoàng cung, Tấm vẫn không quên ngày giỗ cha. Nàng xin phép vua trở về nhà để soạn cỗ cúng giúp dì. Mẹ con con Cám thấy Tấm sung sướng thì ghen ghét để bụng. Nay thấy Tấm về, lòng ghen ghét lại bừng bừng bốc lên. Nghĩ ra được một mưu, mụ dì ghẻ bảo Tấm:

- Trước đây con quen trèo cau, con hãy trèo xé lấy một buồng để cúng bố.

Tấm vâng lời trèo lên cây cau. Lúc lên đến sát buồng thì ở dưới này mụ dì cầm dao đẵn gốc. Thấy cây rung chuyển, Tấm hỏi:

---

1 đoàn xa giá：皇上的御驾。
2 bụng bảo dạ：思忖；心想。
3 trang tuyệt sắc：绝世美女。
4 rao：吆喝；大声宣传。
5 Con nỡm：鬼东西。
6 vừa như in：非常合适。
7 giống nhau như đúc：像从一个模子里出来一样。

- Dì làm gì dưới gốc thế?

- Gốc cau lắm kiến, dì đuổi kiến cho nó khỏi lên đốt con.

Nhưng Tấm chưa kịp xé cau thì cây đã đổ, Tấm ngã lộn cổ xuống ao, chết. Mụ dì ghẻ vội vàng lột áo quần của Tấm cho con mình mặc vào rồi đưa vào cung nói dối với vua rằng Tấm không may bị rơi xuống ao chết đuối, nay đưa em vào để thế chị[1]. Vua nghe nói trong bụng không vui nhưng vẫn không nói gì cả.

Lại nói chuyện Tấm chết hóa thành chim vàng anh[2]. Chim bay một mạch về kinh đến vườn ngự. Thấy Cám đang ngồi giặt áo cho vua ở giếng, vàng anh dừng lại trên một cành cây, bảo nó:

- Phơi áo chồng tao phơi lao phơi sào, chớ phơi bờ rào, rách áo chồng tao.

Rồi chim vàng anh bay thẳng vào cung đậu ở cửa sổ, hót lên rất vui tai. Vua đi đâu, chim bay đến đó. Vua đang nhớ Tấm không nguôi, thấy chim quyến luyến theo mình, vua bảo:

- Vàng ảnh vàng anh, có phải vợ anh, chui vào tay áo.

Chim vàng anh bay lại đậu vào tay vua, rồi rúc vào tay áo. Vua yêu quý vàng anh quên cả ăn ngủ. Vua sai làm một cái lồng bằng vàng cho chim ở. Từ đó, ngày đêm vua chỉ mê mải với chim không tưởng đến Cám.

Cám vội về nhà mách mẹ. Mẹ nó bảo cứ bắt chim làm thịt ăn rồi kiếm điều nói dối vua. Trở lại cung vua, Cám nhân lúc vua đi vắng, bắt chim làm thịt ăn, rồi vứt lông chim ở ngoài vườn. Thấy mất vàng anh, vua hỏi, Cám đáp:

- Thiếp có mang thèm ăn thịt chim nên trộm phép bệ hạ đã giết thịt ăn mất rồi.

Vua không nói gì cả. Lông chim vàng anh chôn ở vườn hóa ra hai cây xoan đào[3]. Khi vua đi chơi vườn ngự, cành lá của chúng sà xuống che kín thành bóng tròn như hai cái lọng. Vua thấy cây đẹp rợp bóng, sai lính hầu mắc võng vào hai cây rồi nằm chơi hóng mát. Khi vua đi khỏi thì cành cây lại vươn thẳng trở lại. Từ đó, không ngày nào là vua không ra nằm hóng mát ở hai cây xoan đào.

Cám biết chuyện lại về mách mẹ. Mẹ nó bảo cứ sai thợ chặt cây làm khung cửi rồi kiếm điều nói dối vua. Về đến cung, nhân một hôm gió bão, Cám sai thợ chặt hai cây xoan đào lấy gỗ đóng khung cửi. Thấy cây bị chặt, vua hỏi thì Cám đáp:

- Cây bị đổ vì bão, thiếp sai thợ chặt làm khung cửi để dệt áo cho bệ hạ.

1 thế chị：代替姐姐。
2 chim vàng anh：黄莺。
3 cây xoan đào：苦楝子树。

Nhưng khi khung cửi đóng xong, Cám ngồi dệt vào dệt lúc nào cũng nghe thấy tiếng khung cửi rủa mình:

Cót ca cót két,
Lấy tranh chồng chị,
Chị khoét mắt ra.

Thấy vậy con Cám sợ hãi vội về mách mẹ. Mẹ nó bảo đốt quách khung cửi rồi đem tro đi đổ cho rõ xa để được yên tâm. Về đến cung, Cám làm như lời mẹ nói. Nó mang tro đã đốt đem đi đổ ở lề đường cách xa hoàng cung. Đống tro bên đường lại mọc lên một cây thị cao lớn, cành lá sum suê. Đến mùa có quả, cây thị chỉ đậu được có một quả, nhưng mùi thơm tỏa ngát khắp nơi. Một bà lão hàng nước[1] ở gần đó một hôm đi qua dưới gốc ngửi thấy mùi thơm, ngẩng đầu nhìn lên thấy quả thị trên cành cao, bèn giơ bị[2] ra nói lẩm bẩm:

- Thị ơi thị, rụng vào bị bà, bà đem bà ngửi, chứ bà không ăn.

Bà lão vừa dứt lời thì quả thị rụng ngay xuống đúng vào bị. Bà lão nâng niu đem về nhà cất[3] trong buồng, thỉnh thoảng lại vào ngắm nghía và ngửi mùi thơm.

Ngày nào bà lão cũng đi chợ vắng[4]. Từ trong quả thị chui ra một cô gái thân hình bé nhỏ như ngón tay nhưng chỉ trong chớp mắt đã biến thành Tấm. Tấm vừa bước ra đã cầm lấy chổi quét dọn nhà cửa sạch sẽ, rồi đi vo gạo thổi cơm, hái rau ở vườn nấu canh giúp bà hàng nước. Đoạn Tấm lại thu hình bé nhỏ như cũ rồi chui vào vỏ quả thị. Lần nào đi chợ về, bà lão cũng thấy nhà cửa ngăn nắp, cơm ngon canh ngọt sẵn sàng thì lấy làm lạ.

Một hôm bà hàng nước giả vờ đi chợ, đến nửa đường lại lén trở về, rình ở bụi cây sau nhà. Trong khi đó, Tấm từ quả thị chui ra rồi cũng làm các việc như mọi lần. Bà lão rón rén lại nhìn vào các khe cửa. Khi thấy một cô gái xinh đẹp thì bà mừng quá, bất thình lình xô cửa vào ôm choàng lấy Tấm, đoạn xé vụn vỏ thị. Từ đó Tấm ở với bà hàng nước, hai người thương yêu nhau như hai mẹ con. Hàng ngày Tấm giúp bà lão các việc thổi cơm, nấu nước, gói bánh, têm trầu để cho bà ngồi bán hàng.

Một hôm vua đi chơi ra khỏi hoàng cung. Thấy có quán nước bên đường sạch sẽ bèn ghé vào. Bà lão mang trầu nước dâng lên vua. Thấy trầu têm cánh phượng,

---

1 hàng nước：茶水摊。
2 bị：草篮子。
3 cất：收藏。
4 đi chợ vắng：去赶集不在家。

vua sực nhớ tới trầu vợ mình têm ngày trước cũng y như vậy,[1] liền phán hỏi:

- Trầu này ai têm?

- Trầu này con gái già têm. Bà lão đáp.

- Con gái của bà đâu, gọi ra đây cho ta xem mặt.

Bà lão gọi Tấm ra, Tấm vừa xuất hiện, vua nhận ra ngay vợ mình ngày trước, có phần trẻ đẹp hơn xưa. Vua mừng quá, bảo bà hàng nước kể lại sự tình, rồi truyền cho quân hầu đưa kiệu rước Tấm về cung.

Cám thấy Tấm trở về được vua yêu như xưa thì nó không khỏi sợ hãi. Một hôm Cám hỏi chị:

- Chị Tấm ơi chị Tấm, chị làm thế nào mà đẹp thế? Tấm không đáp, chỉ hỏi lại:

- Có muốn đẹp không để chị giúp!

Cám bằng lòng ngay. Tấm sai quân hầu đào một cái hố sâu và đun một nồi nước sôi. Tấm bảo Cám xuống hố rồi sai quân hầu dội nước sôi vào hố. Cám chết, Tấm sai đem xác làm mắm bỏ vào chĩnh gửi cho mụ dì ghẻ, nói là quà của con gái mụ gửi biếu. Mẹ con Cám tưởng thật lấy mắm ra ăn, bữa nào cũng nức nở khen ngon. Một con quạ ở đâu bay đến đậu trên nóc nhà kêu rằng:

- Ngon ngỏn ngòn ngon! Mẹ ăn thịt con, có còn xin miếng[2]?

Mẹ con Cám giận lắm, chửi mắng ầm ĩ rồi vác sào đuổi quạ. Nhưng đến ngày mắm gần hết, dòm vào chĩnh, mụ thấy đầu lâu[3] của con thì lăn đùng ra chết.

Câu hỏi đọc hiểu（思考题）

1. 在《石生》的故事中，李通被雷劈死的结局与佛教因果论有何联系？

2. 简述《石生》的故事情节。

3.《阿丹和阿甘》的故事反映了越南人民怎样的精神追求？

4. 在《阿丹和阿甘》的故事中，阿丹被阿甘害死后通过几次化身最终才化为原样？

---

1 Thấy trầu têm cánh phượng, vua sực nhớ tới trầu vợ mình têm ngày trước cũng y như vậy：看见槟榔卷得形似凤凰翅膀，皇上便忽然想起自己的妻子阿丹以前就是这样卷槟榔的。

2 Ngon ngỏn ngòn ngon! Mẹ ăn thịt con, có còn xin miếng：好吃好吃真好吃，亲娘在吃闺女肉，想要一片来尝尝；美味美味真美味，妈妈饱餐孩子肉，分我一点尝尝鲜。

3 đầu lâu：骷髅。

Bài 4

Chuyện người nghĩa phụ ở Khoái Châu（快州义妇传）

Nguyễn Dữ（阮屿）

Tiểu sử tác giả（作者简介）

阮屿（Nguyễn Dữ，?—?），是 16 世纪越南著名的作家和诗人。阮屿为阮翔缥之子。阮翔缥"登洪德二十七年（1497）丙辰科同进士，仕至承宣使，赠尚书"。大安何善汉在《传奇漫录序》谈到了阮屿的简短生平："少劬于学，博览强记，欲以文章世其家。粤领乡荐，累中会试场。宰于清泉县，才得一稔，辞邑养母，以全孝道。足不踏城市，凡几余霜，于是笔斯录以寓意焉。"武纯甫（1697—?）《公余捷记·白云庵居士阮文道公谱记》中认为，阮屿为阮秉谦高足，《传奇漫录》在成书后，阮屿送给他的老师阮秉谦阅读，阮秉谦略作修改，后刊印："屿隐居不仕，作《传奇漫录》，公多斧正，遂为千古奇笔。"据黎贵惇《见闻小录》卷五《才品》提及阮屿，均据何序，又增序云："后以伪莫篡窃，誓不出仕，居乡授徒，足不踏城市。著《传奇漫录》四卷，文辞清丽，时人称之，以寿终。"[1]

Tóm tắt tác phẩm（作品简介）

阮屿的代表作《传奇漫录》多以爱情、历史、鬼怪等为题材。从爱情题材来看，《传奇漫录》中的爱情篇目可分为两类：一是人与人之间的爱情，二是人与鬼、人与仙之间的爱情。叙述现实中的人与人之间的爱情有《快州义妇传》《丽娘传》《翠绡传》《南昌女子录》等；叙述人鬼之恋、人仙之恋的篇目有《木棉树传》《西垣奇遇记》《徐式仙婚录》《昌江妖怪录》等。

1 陈庆浩、王三庆：《越南汉文小说丛刊》，第一辑，第一册，法国远东学院出版，台北：台湾学生书局印行，1987 年版，第 23 页。

《快州义妇传》的故事梗概是：徐达之女徐蕊卿与冯立言之子冯仲逵喜结姻缘。冯立言被朝廷派到义安平叛，冯仲逵为照顾父亲而一同前行。徐蕊卿的父母相继过世，她扶丧快州。祖姑刘氏贪财，逼蕊卿改嫁白将军，幸老苍头及时找回冯仲逵。冯仲逵回乡后与徐蕊卿过了一段短暂的幸福日子。谁知冯仲逵纨绔子弟的本性难移，赌博成瘾，把徐蕊卿当赌资输给了贾人杜三。徐蕊卿伤心绝望，上吊自尽。小说以冯仲逵在梦境中与徐蕊卿相会作为结局。

Văn bản（作品原文）

Từ Đạt[1] ở Khoái Châu[2] lên làm quan tại thành Đông Quan[3] thuê nhà ở cạnh cầu Đồng Xuân, láng giềng với nhà quan Thiêm thư[4] là Phùng Lập Ngôn[5]. Phùng giầu mà Từ nghèo; Phùng xa hoa mà Từ tiết kiệm; Phùng chuộng dễ dãi mà Từ thì giữ lễ. Lề thói hai nhà đại khái không giống nhau. Song cũng lấy nghĩa mà chơi bời đi lại với nhau rất thân, coi nhau như anh em vậy.

Phùng có người con trai là Trọng Quỳ[6], Từ có người con gái là Nhị Khanh[7], gái sắc trai tài, tuổi cũng suýt soát. Hai người thường gặp nhau trong những bữa tiệc, mến vì tài, yêu vì sắc, cũng có ý muốn kết duyên Châu Trần[8]. Cha mẹ đôi bên cũng vui lòng ưng cho, nhân chọn ngày mối lái, định kỳ cưới hỏi.

Nhị Khanh tuy hãy còn nhỏ, nhưng sau khi về nhà họ Phùng, khéo biết cư xử với họ hàng, rất hòa mục và thờ chồng rất cung thuận, người ta đều khen là người nội trợ hiền.

Trọng Quỳ lớn lên, dần sinh ra chơi bời lêu lổng[9]; Nhị Khanh thường vẫn phải can ngăn. Chàng tuy không nghe nhưng cũng rất kính trọng. Năm chàng 20 tuổi, nhờ phụ ấm được bổ làm một chức ở phủ Kiến Hưng. Gặp khi vùng Nghệ An có giặc, triều đình xuống chiếu kén một viên quan giỏi bổ vào cai trị. Đình thần ghét Lập Ngôn tính hay nói thẳng, ý muốn làm hại, bèn hùa nhau tiến cử. Khi

1 Từ Đạt：徐达。
2 Khoái Châu：快州。
3 thành Đông Quan：东关城（现在的河内市）。
4 quan Thiêm thư：签书（古代官名）。
5 Phùng Lập Ngôn：冯立言。
6 Trọng Quỳ：仲逵。
7 Nhị Khanh：蕊卿。
8 kết duyên Châu Trần：结朱陈之好；喜结良缘。
9 dần sinh ra chơi bời lêu lổng：逐渐变得好吃懒做；逐渐变得游手好闲。

sắp đi phó nhậm[1], Phùng Lập Ngôn bảo Nhị Khanh rằng:

- Đường sá xa xăm, ta không muốn đem đàn bà con gái đi theo, vậy con nên tạm ở quê nhà. Đợi khi sông bằng nước phẳng[2], vợ chồng con cái sẽ lại cùng nhau tương kiến.

Trọng Quỳ thấy Nhị Khanh không đi, có ý quyến luyến không rứt. Nhị Khanh ngăn bảo rằng:

- Nay nghiêm đường[3] vì tính nói thẳng mà bị người ta ghen ghét, không để ở lại nơi khu yếu[4], bề ngoài vờ tiến cử đến chốn hùng phiên, bên trong thực dồn đuổi vào chỗ tử địa[5]. Chả lẽ đành để cha ba đào muôn dặm, lam chướng nghìn trùng, cách trở trong vùng lèo mán[6], sớm hôm săn sóc, không kẻ đỡ thay? Vậy chàng nên chịu khó đi theo. Thiếp dám đâu đem mối khuê tình để lỗi bề hiếu đạo. Mặc dầu cho phấn nhạt hương phai, hồng rơi tía rụng, xin chàng đừng bận lòng đến chốn hương khuê.

Sinh không đừng được[7], mới bày một bữa tiệc từ biệt, rồi cùng Lập Ngôn đem người nhà đi vào phương nam.

Không ngờ lòng giời khó hiểu, việc người khôn lường, cha mẹ Nhị Khanh nối nhau tạ thế. Nàng đưa tang về Khoái Châu, chôn cất cúng tế xong rồi, đến cùng ở chung với bà cô Lưu thị[8]. Bấy giờ có quan tướng quân họ Bạch là cháu họ ngoại của bà Lưu thị[9] muốn lấy Nhị Khanh làm vợ, đem tiền bạc đến khẩn cầu. Lưu thị bằng lòng, rồi nhân lúc vắng vẻ, bảo Nhị Khanh rằng:

- Nhà nước từ ngày họ Nhuận Hồ tiếm vị[10], ngày tháng hoang chơi[11], triều chính đổ nát, họa loạn sẽ xảy ra chỉ trong sớm tối; mà Phùng lang từ ngày ra đi, thấm thoắt đã sáu năm nay, tin tức không thông, mất còn chẳng rõ. Lỡ ra gặp lúc rồng tranh hổ chọi[12], phải khi bướm dại ong

---

1 phó nhậm：赴任。

2 sông bằng nước phẳng：风平浪静。（本文指）局势平稳。

3 nghiêm đường：严堂，指父亲。

4 không để ở lại nơi khu yếu：要地不容。

5 bề ngoài vờ tiến cử đến chốn hùng phiên, bên trong thực dồn đuổi vào chỗ tử địa：阳虽假于雄藩，阴实挤于死地。

6 vùng lèo mán：蛮獠之乡。

7 Sinh không đừng được：生（冯仲逵）不得已。

8 bà cô Lưu thị：祖姑刘氏。

9 cháu họ ngoại của bà Lưu thị：刘氏表孙。

10 Nhuận Hồ tiếm vị：闰胡僭位。

11 ngày tháng hoang chơi：日事游宴。

12 rồng tranh hổ chọi：龙争虎斗。

cuồng[1], chỉ e Chương Đài tơ liễu[2], trôi bay đi đến tận phương nào. Chi bằng bạn lành kén lựa[3], duyên mới vương xe[4], lấp những lời giăng gió cợt trêu[5], nương dưới bóng tùng quân cao cả. Tội gì mà bơ vơ trơ trọi, sống cái đời sương phụ buồn tênh[6].

Nhị Khanh nghe nói sợ hãi, mất ngủ quên ăn đến hàng tháng. Lưu thị tuy biết chí nàng không chuyển động, nhưng cố định lấy lễ nghi để cưỡng ép, hôn kỳ đã rắp sẵn sàng.

Nhị Khanh một hôm bảo người bõ già[7] rằng:

- Chú là người đầy tớ cũ của nhà ta, há không nghĩ đến sự đền đáp ơn đức của người xưa ư?

Bõ già nói:

- Tùy ý mợ muốn sai bảo gì tôi xin hết lòng.

Nhị Khanh nói:

- Ta sở dĩ nhịn nhục mà sống là vì nghĩ Phùng lang hãy còn; nếu chàng không còn thì ta đã liều mình chứ quyết không mặc áo xiêm của chồng để đi làm đẹp với người khác. Chú có thể vì ta chịu khó lặn lội vào xứ Nghệ hỏi thăm tin tức cho ta không?

Người bõ già vâng lời ra đi. Bấy giờ binh lửa rối ren, đường sá hiểm trở, hắn phải lận đận đến hàng tuần mới vào được đến Nghệ An. Hắn đi hỏi thăm, biết tin Phùng Lập Ngôn đã mất được mấy năm rồi, lại vì con trai hư, nên gia tư đã sạch sành sanh, đáng phàn nàn quá!

Người bõ già ghé thuyền lên bờ, vừa vào trong chợ liền gặp ngay Phùng Sinh. Sinh đưa về chỗ ở thì thấy một chiếc giường xiêu, bốn bề vách trống[8], trừ có mấy thứ như bàn cờ, hũ rượu, chim mồi, chó săn[9], không còn cái gì đáng giá. Sinh bảo người bõ già rằng:

- Quan nhà không may[10], thất lộc đã bốn năm nay rồi. Ta vì binh qua nghẽn

---

1 bướm dại ong cuồng：蝶浪蜂狂。
2 Chương Đài tơ liễu：章台柳絮。
3 Chi bằng bạn lành kén lựa：莫若别求佳配。
4 duyên mới vương xe：再结新缘。
5 lấp những lời giăng gió cợt trêu：绝旁人花柳之嘲。
6 sương phụ buồn tênh：为孤凄之娥。
7 người bõ già：老苍头；老仆人。
8 bốn bề vách trống：家徒四壁。
9 bàn cờ, hũ rượu, chim mồi, chó săn：棋秤、酿具、驯禽、猎狗。
10 Quan nhà không may：先人不幸。

trở[1], muốn về không được. Tuy ở chốn quê người đất khách[2], nhưng hồn mộng không đêm nào không ở bên mình Nhị Khanh.

Bèn chọn ngày lên đường về quê. Đến nhà, vợ chồng cũng trông nhau mà khóc.

Song Sinh vì quen thân phóng lãng, thuộc tính chơi bời, về nhà ít lâu rồi nết cũ lại đâu đóng đấy, hằng ngày cùng người lái buôn là Đỗ Tam[3] bê tha lêu lổng[4]. Sinh thì thích Đỗ có tiền nhiều. Đỗ thì ham Sinh có vợ đẹp. Nhưng khi uống rượu với nhau rồi đánh bạc, Đỗ thường lấy lợi dử Sinh. Sinh đánh lần nào cũng được, thấy kiếm tiền dễ như thò tay vào túi mình lấy đồ vật vậy. Nhị Khanh vẫn răn bảo rằng:

- Những người lái buôn phần nhiều là giảo quyệt, đừng nên chơi thân với họ; ban đầu tuy họ thả cho mình được, nhưng rồi họ sẽ vét hết của mình cho mà xem.

Sinh không nghe. Một hôm Sinh cùng các bè bạn họp nhau đánh tứ sắc. Đỗ bỏ ra trăm vạn đồng tiền để đánh và đòi Sinh đánh bằng Nhị Khanh. Trọng Quỳ chẳng suy nghĩ gì, liền bằng lòng cách ấy. Giấy giao kèo viết xong rồi vừa uống rượu vừa gieo quân. Trọng Quỳ gieo ba lần đều thua cả ba, sắc mặt tái mét; cử tọa cũng đều ngơ ngác buồn rầu hộ.

Trọng Quỳ phải cho gọi Nhị Khanh đến, bảo rõ thực tình, đưa tờ giao kèo cho xem và yên ủi rằng:

- Tôi vì nỗi nghèo nó bó buộc, để lụy đến nàng. Việc đã đến thế này, hối lại cũng không kịp nữa. Thôi thì bi hoan tán tụ cũng là việc thường của người ta. Nàng nên tạm về với người mới, khéo chiều chuộng hắn, rồi bất nhật tôi sẽ đem tiền đến chuộc.

Nàng liệu cơ không thể thoát khỏi, giả vờ nói tử tế rằng:

- Bỏ nghèo theo giàu, thiếp lẽ đâu từ chối. Số giời xếp đặt, há chẳng là tiền định hay sao! Nếu chồng mới không nỡ rẻ bỏ, còn đoái thu đến cái dong nhan tàn tạ này[5], thiếp xin sửa túi nâng khăn[6], hết lòng hầu hạ như đã đối với chàng xưa nay. Nhưng xin cho uống một chén rượu, mượn làm một chén tiễn biệt và cho về từ giã các con một chút.

Nàng về nhà ôm lấy hai con, vỗ vào lưng mà bảo rằng:

1 binh qua nghẽn trở：兵戈阻隔。
2 quê người đất khách：异域他乡。
3 Đỗ Tam：杜三。
4 bê tha lêu lổng：放荡不羁。
5 còn đoái thu đến cái dong nhan tàn tạ này：不弃过采残容。
6 sửa túi nâng khăn，亦作 nâng khăn sửa túi，（在封建社会中妻子对丈夫）尽心侍候。

- Cha con bạc tình, mẹ đau buồn lắm. Biệt ly là việc thường thiên hạ, một cái chết với mẹ có khó khăn gì. Nhưng mẹ chỉ nghĩ thương các con mà thôi.

Nói xong, lấy đoạn dây tơ thắt cổ mà chết.

Đỗ thấy mãi nàng không đến, lấy làm lạ, sai người đến giục, té ra nàng đã chết rồi. Trọng Quỳ hối hận vô cùng, sắm đồ liệm táng tử tế rồi làm một bài văn tế.

Trọng Quỳ đã góa vợ, rất ăn năn tội lỗi của mình, song sinh kế ngày một cùng quẫn, ăn bữa sớm lo bữa tối, phải đi vay quanh của mọi người làng xóm. Nhân nghĩ có một người bạn cũ, hiện làm quan ở Quy Hóa, bèn tìm đến để mong nhờ vả. Dọc đường buồn ngủ, chàng nằm ghé xuống ngủ ở gốc cây bàng[1], bỗng nghe trên không có tiếng gọi rằng:

"Có phải Phùng lang đấy không? Nếu còn nghĩ đến tình xưa thì ngày ấy tháng ấy xin đến chờ thiếp ở cửa đền Trưng Vương[2]. Ân tình thiết tha, đừng coi là âm dương cách trở[3]." Sinh lấy làm lạ tiếng giống như tiếng Nhị Khanh, mở mắt ra nhìn thì chỉ thấy trên trời một đám mây đen bay về Tây Bắc.

Sinh tuy rất lấy làm ngờ nhưng cũng muốn thử xem ra sao, bèn đúng hẹn đến trước đền ấy. Song đến nơi chỉ thấy bóng tà rọi cửa, rêu biếc đầy sân[4], năm ba tiếng quạ kêu ở trên cành cây xao xác. Sinh buồn rầu toan về thì mặt trời đã lặn, bèn ngả mình nằm ở một tấm ván nát trên một cái cầu. Khoảng cuối canh ba, bỗng nghe thấy tiếng khóc nức nở từ xa rồi gần, khi thấy tiếng khóc chỉ còn cách mình độ nửa trượng, nhìn kỹ thì người khóc chính là Nhị Khanh. Nàng bảo với Sinh rằng:

- Ta tạ ơn chàng, từ xa lặn lội tới đây, biết lấy gì để tặng chàng được!

Trọng Quỳ chỉ tự nhận tội lỗi của mình, nhân hỏi đầu đuôi, Nhị Khanh nói:

- Thiếp sau khi mất đi, Thượng đế thương là oan uổng bèn ra ân chỉ, hiện thiếp được lệ thuộc vào tòa đền này, coi giữ về những sớ văn tấu đối[5], không lúc nào nhàn rỗi để thăm nhau được. Bữa nọ nhân đi làm mưa, chợt trông thấy chàng nên mới gọi. Nếu không thì nghìn thu dằng dặc[6], chẳng biết đến bao giờ được gặp gỡ nhau.

Trọng Quỳ nói:

1 gốc cây bàng：丹枫树。
2 đền Trưng Vương：征王庙。
3 âm dương cách trở：幽冥为间；阴阳相隔。
4 rêu biếc đầy sân：遍地绿苔。
5 coi giữ về những sớ văn tấu đối：职掌笺奏。
6 nghìn thu dằng dặc：悠悠千秋；悠悠千载。

- Sao em đến chậm thế!

Nhị Khanh nói:

- Vừa rồi thiếp nhân theo xe mây[1], lên có việc ở nơi Đế sở[2]. Vì cớ có chàng nên thiếp đã phải bẩm xin về trước đấy, thành ra cũng sai hẹn với chàng một chút.

Khi nói đến việc hiện thời, Nhị Khanh chau mày:

- Thiếp được trộm nghe chư tiên nói chuyện với nhau, bảo Hồ triều sẽ hết vào năm Bính tuất[3], binh cách nổi lớn, số người bị giết tróc đến chừng hơn 20 vạn, ấy là chưa kể số bị bắt cướp đi. Bấy giờ có một vị chân nhân họ Lê, từ miền tây nam xuất hiện; chàng nên khuyên hai con bền chí đi theo vị ấy.

Trời gần sáng, Nhị Khanh vội dậy để cáo biệt, vừa đi vừa ngoảnh đầu nhìn lại, rồi thoắt chốc thì biến đi mất.

Trọng Quỳ bèn không lấy ai nữa, chăm chỉ nuôi hai con cho nên người[4]. Đến khi vua Lê Thái Tổ tuốt gươm đứng dậy ở Lam Sơn[5], hai người con trai đều đi theo, trải làm đến chức Nhập thị nội[6]. Đến nay ở Khoái Châu hiện còn con cháu.

Chuyện Lý Tướng Quân（李将军传）

Tóm tắt tác phẩm（作品简介）

《李将军传》选自《传奇漫录》，讲述的是因果报应的故事。故事梗概为：后陈简定帝时，东城人李友之，力大无比，英勇善战，国公邓悉保为将军。李友之“权位既盛，遂行不法”，肆意妄为。有能言祸福之术士，让李友之从丛珠中目睹自己死后报应。李友之不仅不信，反而变本加厉，肆意恶行。他的儿子叔款苦苦相劝，他仍执迷不悟，一意孤行。年四十，李友之竟以寿终于家。后来，叔款有位亡友阮达现身，带他至地府参观，亲眼看到父亲正接受审判，并被施以种种严酷的刑罚。

---

1 xe mây：云车。

2 lên có việc ở nơi Đế sở：上参帝所。Đế sở：上帝居所。

3 năm Bính tuất：丙戌年。

4 chăm chỉ nuôi hai con cho nên người：努力把两个孩子抚养成人。

5 vua Lê Thái Tổ tuốt gươm đứng dậy ở Lam Sơn：黎太祖在蓝山拔剑奋起；黎太祖在蓝山揭竿而起。

6 trải làm đến chức Nhập thị nội：历入侍内等职。

Văn bản（作品原文）

Vua Giản Định nhà Hậu Trần lên ngôi ở Mô Độ[1], hào kiệt bốn phương, gần xa hưởng ứng, đều chiêu tập đồ đảng làm quân Cần Vương. Người huyện Đông Thành là Lý Hữu Chi[2] cũng do chân một người làm ruộng nổi lên, tính vốn dữ tợn nhưng có sức khỏe, giỏi đánh trận, Quốc công Đặng Tất[3] tiến cử cho Lý được làm chức tướng quân, sai cầm một cánh hương binh đi đánh giặc[4]. Quyền vị đã cao, Lý bèn làm những việc trái phép, dựa lũ trộm cướp như lòng ruột, coi người nho sĩ như cừu thù, thích sắc đẹp, ham tiền tài, tham lam không chán, lại tậu ruộng vườn, dựng nhiều nhà cửa, khai đào đồng nội để làm ao, dồn đuổi xóm giềng cho rộng đất, đi kiếm những hoa kỳ đá lạ từ bên huyện khác đem về. Người trong vùng phục dịch nhọc nhằn, anh nghỉ thì em đi, chồng về thì vợ đổi, ai nấy đều vai sưng tay rách[5], rất là khổ sở, nhưng hắn vẫn điềm nhiên không chút động tâm[6].

Bấy giờ có một ông thầy tướng số[7] đến cửa xin ăn và có thể nói được những việc họa phúc. Lý bảo xem tướng mình, ông thầy nói:

- Lợi cho việc làm không gì bằng nói thẳng, khỏi được tật bệnh không gì bằng thuốc đắng[8]. Nếu ngài dung nạp thì tôi sẽ nói hết lời. Đừng vì đắng miệng mà ghét quở khiến tôi phải e dè kiêng tránh mới được.

Lý nói:

- Được, không hề gì.

Ông thầy nói:

- Điều thiện ác tích lâu sẽ rõ, sự báo ứng không sai chút nào. Cho nên luận số trước phải luận lý, tướng diện không bằng tướng tâm. Nay Tướng quân có dữ mà không lành, khinh người mà trọng của, mượn oai quyền để làm bạo ngược, buông

1 Vua Giản Định nhà Hậu Trần lên ngôi ở Mô Độ：后陈朝简定帝在谟渡即位。Vua Giản Định：简定帝（1407—1409 年在位）。nhà Hậu Trần：后陈朝（1407—1413 年）。Mô Độ：谟渡，在今越南宁平省安谟县安谟村。

2 Lý Hữu Chi：李友之。

3 Quốc công Đặng Tất：国公邓悉。

4 sai cầm một cánh hương binh đi đánh giặc：使领乡兵击贼。

5 vai sưng tay rách：肩穿手裂。

6 điềm nhiên không chút động tâm：心悠然自得。

7 ông thầy tướng số：术士。

8 Lợi cho việc làm không gì bằng nói thẳng, khỏi được tật bệnh không gì bằng thuốc đắng：利行莫如忠言，愈疾不如苦药。

tham dục để thỏa ngông cuồng[1], đã trái lòng trời, tất bị trời phạt, còn cách nào mà trốn khỏi tai họa!

Lý cười:

- Ta đã có binh lính, có đồn lũy, tay không lúc nào rời qua mâu, sức có thể đuổi kịp gió chớp[2], trời dù có giỏi cũng sẽ phải tránh ta không kịp, còn giáng họa cho ta sao được.

Thầy tướng nói:

- Tướng quân cậy mình mạnh giỏi chưa thể lấy lời nói để cho hiểu được, vậy tôi có chùm hạt châu nhỏ[3], xin đưa tướng quân xem sẽ biết rõ dữ lành, tướng quân có bằng lòng xem không?

Nhân lấy chùm hạt châu ở trong tay áo ra. Lý trông xem, thấy trong đó có lò lửa, vạc sôi, bên cạnh có những người đầu quỷ ghê gớm, hoặc cầm thừng chão, hoặc cầm dao cưa, mình thì đương bị gông xiềng, bò khúm núm ở bên vạc dầu, lấm lét sợ toát mồ hôi.[4] Hỏi có cách gì cứu gỡ không, thì thầy tướng nói:

- Gốc ác đã sâu, mầm vạ sắp nẩy[5]. Cái kế cần kíp ngày nay chỉ còn có đuổi hết hầu thiếp, phá hết vườn ao, trút bỏ binh quyền, quy đầu phúc địa, tuy tội chưa thể khỏi được, nhưng cũng còn có thể giảm trong muôn một.

Lý ngẫm nghĩ lúc lâu rồi nói:

- Thôi thầy ạ, tôi không thể làm thế được. Có ai lại vì lo cái vạ sau này chưa chắc đã có, mà vứt bỏ những cái công cuộc sắp thành làm hì hục trong mấy năm bao giờ.

Sau đó hắn càng làm những sự dâm cuồng, chém giết, không kiêng dè gì cả. Người mẹ tức giận nói:

- Ưa sống ghét chết, ai ai cũng lòng, đạo trời sáng tỏ, cớ sao mày hay làm những sự giết chóc như vậy. Không ngờ ta đến lúc tuổi già, lại phải trông thấy đứa con mắc hình lục có ngày[6].

---

1 buông tham dục để thỏa ngông cuồng：逞奢欲以宣骄。

2 tay không lúc nào rời qua mâu, sức có thể đuổi kịp gió chớp：手，吾不释矛戟；力，吾可追电风。

3 chùm hạt châu nhỏ：径寸丛珠。

4 Lý trông xem, thấy trong đó có lò lửa, vạc sôi, bên cạnh có những người đầu quỷ ghê gớm, hoặc cầm thừng chão, hoặc cầm dao cưa, mình thì đương bị gông xiềng, bò khúm núm ở bên vạc dầu, lấm lét sợ toát mồ hôi：李引目视之，见中有烘炉沸鼎，傍皆鬼头异相，或持绳索，或执刀锯。己方躬被枷锁，就鼎边蒲伏，睢盱骇汗。

5 Gốc ác đã sâu, mầm vạ sắp nẩy：恶本既深，祸机将发。

6 lại phải trông thấy đứa con mắc hình lục có ngày：复见壮儿被刑戮也。

Người con trai Lý là Thúc Khoản[1] cũng thường can ngăn cha luôn, nhưng Lý chứng nào vẫn giữ tật ấy[2]. Năm 40 tuổi thì Lý chết ở nhà; ngoài đường sá người ta bàn bạc huyên hoa, bảo với nhau rằng:

- Kẻ làm thiện thường phải chết về đao binh, kẻ làm ác lại được chết trong nhà cửa, đạo trời để đâu không biết!

Trước đây có người bản châu là Nguyễn Quỳ[3], khảng khái chuộng điều khí tiết, vốn cùng chơi thân với Thúc Khoản, nhưng chết đã ba năm nay rồi. Một hôm Thúc Khoản đi chơi sớm, chợt gặp ở đường; Nguyễn Quỳ bảo Thúc Khoản rằng:

- Phụ thân sắp bị đem ra tra hỏi. Tôi vì quen thân với anh, nên đến bảo cho anh biết trước. Anh có muốn xem, tối mai tôi cho người đến đón, anh sẽ được xem. Nhưng xem rồi cần phải giữ kín. Nếu nói hở ra một lời thì tai vạ sẽ lây sang đến tôi ngay.

Nói xong liền biến mất không thấy đâu nữa. Đến hẹn, Thúc Khoản ngồi trong một buồng nhỏ ngóng đợi. Nửa đêm, quả thấy mấy người lính đầu ngựa đến đón tới một cung điện lớn. Trên điện có một vị vua, bên cạnh đều những người áo sắt mũ đồng tay cầm phủ việt đồng mác[4], dàn ra hàng lối đứng chầu chực rất là nghiêm túc. Chợt thấy bốn vị phán quan từ bên tả vu[5] đi ra mà một viên tức là Nguyễn Quỳ. Bốn viên này tay đều cầm thẻ, quỳ đọc ở trước án son. Một viên đọc:

- Viên quan kia tên là Mỗ[6] ở đời cứng vuông, không kiêng sợ kẻ quyền quý; tước vị càng cao, càng biết khiêm nhường, rồi lại biết quên mình để chết vì việc nước, làm rạng rỡ cho nước nhà. Thần xin tâu lên Đế đình, cho người ấy được làm tiên.

Một viên nói:

- Ở nhà kia có tên Mỗ, vốn người tham bẩn, hối lộ dập dìu[7]; lại lấy lộc trật mà hợm hĩnh ngông nghênh[8], khinh miệt những người có đức, chưa từng cất nhắc kẻ hiền sĩ để giúp việc nước. Thần xin chuyển báo cho tòa Nam tào tước bỏ tên

---

1 Thúc Khoản：叔款。

2 chứng nào vẫn giữ tật ấy：不思悔改。

3 người bản châu là Nguyễn Quỳ：本州人阮逵。

4 bên cạnh đều những người áo sắt mũ đồng tay cầm phủ việt đồng mác：傍立人皆铁衣铜胄，各执斧钺戈鋋之属。

5 tả vu：左庑。

6 Mỗ：某。

7 hối lộ dập dìu：贿赂填门。

8 lại lấy lộc trật mà hợm hĩnh ngông nghênh：又以禄骄人。

ra.[1]

Một viên nói:

- Ở châu kia có người họ Hà gắng sức làm thiện, hàng ngày trong nhà thường phải thiếu ăn, gần đây nhân sau hồi binh lửa, tật dịch nổi lên, người ấy lại cho đơn cấp thuốc, số người nhờ thế mà khỏi chết đến hơn một nghìn. Thần muốn xin cho người ấy thác sinh[2] vào nhà có phúc, hưởng lộc ba đời, để báo cái ơn đã cứu sống cho nhiều người.

Một viên nói:

- Ở thôn kia có gã họ Đinh, bất mục với anh em, chẳng hòa với tông tộc, thừa dịp các cháu bé dại chữa lại chúc thư[3] để chiếm cướp lấy cả ruộng nương, khiến họ không còn có miếng đất cắm dùi. Thần muốn bắt người ấy phải thác sinh vào nhà kẻ hèn, đói khát, nằm vạ vật ở ngòi rãnh, để bõ với sự đã đi tranh cướp của người.

Đức vua đều y theo lời tâu.

Kế đó có một người áo đỏ từ bên hữu vu đi ra, cũng quỳ trước án mà tâu rằng:

- Công việc của sở thần coi giữ, có người họ Mỗ tên Mỗ, ngoan ngu bất pháp, giam cầm trong ngục một năm nay chưa đem xét xử. Nay xin được đem ra thỉnh mệnh ở trước Vương đình.

Nhân đọc một bản buộc tội như sau: Kính nghe: Trời, đất gây dựng, chia ra hình âm đục dương trong, Dân vật bẩm sinh, khác ở chỗ duyên lành nghiệp dữ. Biết bao sự trạng, hôn xiết kể bày. Bởi trời lấy lý phú cho người, sao được người đều hiền thánh, Người đem mình noi theo tính, khỏi đâu tính hoặc sáng mờ. Cho nên thiên lệch có người, Hư tồi lắm kẻ. Dữ lành báo ứng, không lầm đực cái, đen vàng, Nhân quả rõ ràng, giống hệt tiếng vang, hình bóng. Ngẫm lẽ ấy vốn là rõ rệt, Nhưng con người thật quá ngoan ngu.[4]

---

1 Thần xin chuyển báo cho tòa Nam Tào tước bỏ tên ra：臣请移报南曹，削落年籍。Nam Tào：南曹：唐代吏部的属官。由员外郎一人充任，负责审核官吏的档案和政绩，并向上级呈报，以为升迁的依据。

2 thác sinh：托生；投胎。

3 thừa dịp các cháu bé dại chữa lại chúc thư：欺其诸孙孤幼，改写嘱书。

4 Kính nghe: Trời, đất gây dựng, chia ra hình âm đục dương trong, Dân vật bẩm sinh, khác ở chỗ duyên lành nghiệp dữ. Biết bao sự trạng, hôn xiết kể bày. Bởi trời lấy lý phú cho người, sao được người đều hiền thánh, Người đem mình noi theo tính, khỏi đâu tính hoặc sáng mờ. Cho nên thiên lệch có người, Hư tồi lắm kẻ. Dữ lành báo ứng, không lầm đực cái, đen vàng, Nhân quả rõ ràng, giống hệt tiếng vang, hình bóng. Ngẫm lẽ ấy vốn là rõ rệt, Nhưng con người thật quá ngoan ngu. 伏闻："玄黄笔判，分阳清阴浊之形；民物禀生，有恶业善缘

Ghen tức nhiều điều, Riêng tây lắm chuyện. Chìm sông ngã giếng, đắm đuối càng sâu, Lấp giếng vùi hầm, xô bồ đã lắm. U trầm đến vậy, Đọa lạc càng thương. Vì thế mà, trời có đường bạt độ, tỉnh thức người mê, Đất có ngục luân hồi, khuyên răn kẻ xấu. Lỗi mà chẳng đổi, Tội ắt không dong. Nay Lý mỗ, sâu cát thân hèn, Kiến giun phận mọn. Kết bạn thì mây mưa tráo trở, Cư tâm thì yêu quái gớm ghê. Văn học xem khinh, Bạc tiền coi trọng. Chiếm cướp ruộng người như Hồng Dương đời Hán, Giết hại mạng người như Dương Tố đời Tùy. Vu oan giá họa, so hùm beo gấu sói còn độc hơn, Cực dục cùng xa, dù khe suối núi gò chưa đủ thỏa. Chỉ bởi lòng tham sai khiến, Thực tuồng gian hoạt tót vời. Phải dùng phép nghiêm, Làm răn kẻ khác.[1]

Bản ấy tuyên đọc xong, thấy kẻ lại dịch điệu Hữu Chi ra, đặt quỳ phủ phục ở dưới cửa, lấy roi đánh rất dữ dội, máu tươi bắn ra nhầy nhợt. Hữu Chi kêu rên giẫy giụa, tỏ ra đau đớn không chịu nổi. Chợt nghe trên điện nói:

- Chia buồng xét việc[2] là bổn phận của lũ ngươi, cớ sao việc ấy lại để chậm đến một năm nay?

Người áo đỏ nói:

- Vì y tội ác chồng chất, nên chưa dám đoán định một cách xốc nổi. Bữa nay tâu lên thì việc án mới thành.

Nhân tâu trình các tội như sau:

- Kẻ kia ghẹo vợ người, dâm con người, tội nên xử thế nào?

之异。"如斯种种，固不可枚枚。盖天能以理赋人，不能使人皆贤圣。而人能以身率性，不能无性或昏明。故有倚而不中，有流而为恶。吉凶之动，判然而牝牡骊黄。因果之来，必而形声影响。顾此理本来显着，奈夫人一是顽愚。

1 Ghen tức nhiều điều, Riêng tây lắm chuyện. Chìm sông ngã giếng, đắm đuối càng sâu, Lấp giếng vùi hầm, xô bồ đã lắm. U trầm đến vậy, Đọa lạc càng thương. Vì thế mà, trời có đường bạt độ, tỉnh thức người mê, Đất có ngục luân hồi, khuyên răn kẻ xấu. Lỗi mà chẳng đổi, Tội ắt không dong. Nay Lý mỗ, sâu cát thân hèn, Kiến giun phận mọn. Kết bạn thì mây mưa tráo trở, Cư tâm thì yêu quái gớm ghê. Văn học xem khinh, Bạc tiền coi trọng. Chiếm cướp ruộng người như Hồng Dương đời Hán, Giết hại mạng người như Dương Tố đời Tùy. Vu oan giá họa, so hùm beo gấu sói còn độc hơn, Cực dục cùng xa, dù khe suối núi gò chưa đủ thỏa. Chỉ bởi lòng tham sai khiến, Thực tuồng gian hoạt tót vời. Phải dùng phép nghiêm, Làm răn kẻ khác. 竟起怒嗔，妄生物我。堙河落井，汩汩何深。塞堑填坑，滔滔皆是。幽沉至此，陨越堪怜。此九天垂拔度之科，将警迷而觉暗。十地具轮回之狱，欲戒往而惩来。过而弗悛，刑之必至。今李某，虫沙之质，蚁蚓之躯。缔交时，覆雨翻云；萌心处，妖精厉鬼。视文学，实同枘材；重货财，殆若丘山。占人田，类汉红阳；纵虐杀，迈隋杨素；戕人扇祸，较豺狼猛兽而有加；极欲穷奢，虽溪壑丘山而不足。毕竟贪心所使，真是奸人之雄。盍寘严条，用惩来者！

2 chia buồng xét việc：分曹对局。

Đức vua nói:

- Đó là vì hắn đắm chìm trong bể ái, nên lấy nước sôi rửa ruột để cho tình dục không sinh.

Tả hữu liền lôi ra bỏ vào cái vạc đương sôi, thân thể Hữu Chi đều nát rữa cả ra. Rồi lấy nước thần sẽ rẩy, một lát Hữu Chi lại trở lại lành lặn như là người thường.

Lại nói:

- Kẻ kia chiếm ruộng của người, phá sản của người nên xử thế nào?

Đức vua nói:

- Đó là vì suối tham dìm nó, nên lấy lưỡi trùy thủ moi ruột để cho lòng tham không nổi lên nữa[1].

Tả hữu liền rạch bụng moi hết gan ruột phủ tạng ra ngoài. Rồi lại lấy cành dương sẽ phất, một chốc thì thân thể lại nguyên lành.

- Đến như phá mồ mả của người đời xưa, hủy đạo thường với người ruột thịt[2], nên xử thế nào?

Đức vua im lặng lúc lâu rồi nói:

- Đó là sự càn rỡ không có chừng mực nào nữa, dù xử bằng những hình cây kiếm núi dao, nước đồng gậy sắt cũng chưa đủ thỏa. Vậy chỉ nên áp giải vào ngục Cửu U lấy dây da chét lấy đầu, lấy dùi lửa đóng vào chân, chim cắt mổ vào ngực, rắn độc cắn vào bụng, trầm luân kiếp kiếp, không bao giờ được ra khỏi.[3]

Quỷ sứ liền vào lôi Hữu Chi điệu đi. Bấy giờ Thúc Khoản ở khe tường dòm thấy, khóc thất thanh. Mấy người quỷ sứ liền lấy tay bưng miệng rồi đưa về nhà, ném chàng từ trên không xuống đất. Thúc Khoản giật mình tỉnh dậy, thấy người nhà đương ngồi chung quanh mà khóc, nói mình chết đã hai ngày rồi, chỉ vì thấy ngực hãy còn thoi thóp và hơi nong nóng, cho nên chưa dám đem chôn. Thúc Khoản bèn ruồng bỏ vợ con, đem của cải tán cấp cho mọi người và đốt hết những văn tự nợ, vào rừng hái thuốc tu luyện. Câu chuyện ấy Thúc Khoản giấu kín, chỉ

---

1 Đó là vì suối tham dìm nó, nên lấy lưỡi trùy thủ moi ruột để cho lòng tham không nổi lên nữa：此为贪泉所汩，当以强匕撑肠，使贪心不起。

2 hủy đạo thường với người ruột thịt：丧同胞之叙伦。

3 Đó là sự càn rỡ không có chừng mực nào nữa, dù xử bằng những hình cây kiếm núi dao, nước đồng gậy sắt cũng chưa đủ thỏa. Vậy chỉ nên áp giải vào ngục Cửu U lấy dây da chét lấy đầu, lấy dùi lửa đóng vào chân, chim cắt mổ vào ngực, rắn độc cắn vào bụng, trầm luân kiếp kiếp, không bao giờ được ra khỏi：此乃无厌虐厉，虽刀山剑数、铜浆铁杖，未足为快，但当押赴九幽狱，以皮索缠其头，以火锥钉其足，饥鹰啄其胸，蝮蛇啮其腹，沉沦劫劫，永无出期。

có chàng và vài người bõ già được biết mà thôi, cho nên cũng ít truyền.

Lời bình:

Than ôi! Đạo trời chí công mà vô tư, lưới trời tuy thưa mà chẳng lọt, cho nên hoặc có người lúc sống khỏi vạ mà lúc chết bị hình. Song, chịu họa ở lúc sống, người đã không hiểu, phải tội ở lúc chết, người lại không hay. Vì thế mà đời thường có lắm loạn thần tặc tử. Ví thử họ hiểu, họ hay thì dù bảo làm ác cũng không dám làm. Song Lý Mỗ đã trông thấy và biết rõ rồi lại còn làm tệ hơn. Đó là người hư tồi bậc nhất không chuyển đổi được, không còn thể nói bàn gì nữa.[1]

Câu hỏi đọc hiểu（思考题）

1. 阮屿在《快州义妇传》中是如何塑造徐蕊卿这一典型形象的?
2. 试评价冯仲逵的人物形象。
3. 阮屿在《李将军传》中是如何通过李友之的所作所为阐释因果报应的?
4. 试析佛教对越南文学发展的影响。

[1] Than ôi! Đạo trời chí công mà vô tư, lưới trời tuy thưa mà chẳng lọt, cho nên hoặc có người lúc sống khỏi vạ mà lúc chết bị hình. Song, chịu họa ở lúc sống, người đã không hiểu, phải tội ở lúc chết, người lại không hay; vì thế mà đời thường có lắm loạn thần tặc tử. Ví thử họ hiểu, họ hay thì dù bảo làm ác cũng không dám làm. Song Lý Mỗ đã trông thấy và biết rõ rồi lại còn làm tệ hơn. Đó là người hư tồi bậc nhất không chuyển đổi được, không còn thể nói bàn gì nữa.呜呼！天之道，至公而无私；天之网，虽疏而不漏。故或生前免祸。而死后被刑。但祸于生人既不见，刑于死人又不知，此世所以多乱臣贼子。纵使见之、知之，虽使为恶，亦恶乎敢？然李某既见知之，又从而肆意之，此又一等不移人，驳乎无以议为也！

Bài 5

Truyện Kiều (trích)（金云翘传［节选］）

Nguyễn Du（阮攸）

Tiểu sử tác giả（作者简介）

阮攸（Nguyễn Du，1766—1820 年）字素如，号清轩，又号鸿山猎户，出生于官宦世家，其父阮俨为春郡公。阮攸自幼聪明伶俐，惹人喜爱。其幼年时代，家境优越富贵，生活无忧无虑。这种生活后来随着社会和家庭的变迁而结束。阮攸 10 岁时，父亲去世。12 岁时，母亲去世。之后，阮攸靠当时任刑部左侍郎的同父异母大哥阮侃（1734—1786 年）维持学业。阮攸 18 岁参加乡试中举人，后来承袭了其养父的官职——正守校，在太原做了一小武官。1788 年，西山王朝建立。1789 年，黎朝皇帝黎昭统逃奔清朝求援，阮攸及其兄试图跟随昭统出逃，但未获得成功。阮攸回到了其妻的家乡，靠其妻兄段阮俊维持生计。段阮俊当时已在西山朝为官，担任吏部侍郎。妻子去世后，阮攸回到家乡河静仙田，打猎，垂钓，酬唱，寄情山水，自命为“鸿山猎户”和“南海钓徒”。阮攸在家乡度过了 10 多年穷困潦倒的生活：“鸿岭无家兄弟散，白头多恨岁时迁。穷途怜汝遥相见，海角天涯三十年。”（《琼海元宵》）这期间，阮攸目睹并感受到穷苦民众的生活，认识到动乱给人民带来的灾难，这对他世界观的改变起到极大作用。18 世纪末的战乱打碎了他报效朝廷的梦想。1796 年，阮攸谋划前往嘉定辅佐阮映，不料被西山王朝的将领阮蹷逮捕，关押了 3 个月。1802 年，阮朝建立，同年 8 月，阮攸出任芙蓉知县，11 月升任常信知府。1803 年，他奉命前往南关迎接中国使者。1805 年，他升为东阁殿学士，封为佑德侯。1807 年，他任海洋省乡试主考官。1809 年，他任广平该薄。1813 年，他升为勤政殿学士并奉命出使中国。1815 年，他回国后出任吏部右参知。1820 年，嘉隆帝驾崩，明命皇帝登基，阮攸再次奉命出使中国，为越南新皇帝请求册封，他未及启程便身染疫病在顺化逝世。

Tóm tắt tác phẩm（作品简介）

阮攸的《金云翘传》（Kim Vân Kiều truyện），又名《断肠新声》（Đoạn trường tân thanh），人们习惯称为《翘传》（Truyện Kiều），是以中国明末清初青心才人的章回小说《金云翘传》为蓝本写就的一部长 3254 句的六八体喃字长篇叙事诗，是越南喃字文学发展到顶峰的代表作，是越南古典文学的经典名著，是越南文学的瑰宝。

阮攸的《金云翘传》讲述的是：王员外家有两位千金，大千金王翠翘，二千金王翠云，十分艳丽。尤其是王翠翘，聪明优雅，才色超群，知书识礼。清明时节，王翠翘姐弟三人在踏青途中与书生金重相遇，翠翘与金重一见钟情。不久，两情缱绻，月下盟誓，私订终身。叔父辞世，金重回乡奔丧，两人忍痛分别。王员外家遭遇飞来横祸——奸商勾结官府，诬陷栽赃，王员外父子身陷囹圄。翠翘被逼无奈，违心地放弃与金重的爱情，卖身赎父，为人做妾。翠翘被人贩子马监生玷污后卖到妓院。翠翘发觉上当受骗，便毅然拔刀自刎。当翠翘被救活后，妓院老鸨秀婆甜言蜜语地对她进行哄骗，翠翘相信了老鸨秀婆。接着翠翘中了秀婆和流氓楚卿的连环计。流氓楚卿以一副文质彬彬的面目出现，花言巧语，骗取了翠翘的信任，带着翠翘乘夜私奔，结果半路被追回。翠翘身遭毒打，在老鸨的淫威逼迫下，无奈地走上了卖笑生涯。翠翘受尽折磨，痛苦不堪。在外求学的富家子弟束生，经常光顾青楼，对翠翘产生爱恋，后赎她出来并娶她为妾。束生的原配宦姐，阴险异常，设计将翠翘劫回家中，让她做自己的奴仆。宦姐在束生面前百般耍弄、摧残翠翘。束生懦弱无比，在泼悍的宦姐面前，忍气吞声，连大气都不敢出。宦姐又令翠翘到观音阁孤守青灯，写经了愿。如此境地使翠翘备尝酸楚。翠翘忍受不了宦姐的折磨，夜半出逃，逃入尼姑庵为尼。命运多舛，翠翘落入骗子薄幸之手，又被骗入另一家妓院，沦落风尘，遭受无情的摧残。翠翘二次为娼，更觉命苦孽重。恰遇起义英雄徐海，将她救出了火坑。英雄美人，两情相悦。半年后，徐海挥师十万出外征战。无多日，称霸一方，得胜归来。复又发兵临淄、无锡，来替翠翘雪怨申仇。随将一干男女带到，由她全权依次发落：仇人报仇，恩人报恩，赏罚分明。官军在与徐海的交战中屡吃败仗，派人劝降。徐海犹豫不决之时，翠翘以"忠孝功名"、"夫荣妻贵"等封建道德从旁力劝。徐海听从翠翘的建议，全军解除武装，当即投降。结果误中奸计，胡宗宪施展假招安，徐海被杀。翠翘追悔莫及，投江自尽，为老尼姑觉缘救起，佛门草堂暂且容身。金重"会试高中"，补官上任，沿途查访翠翘音信。后到钱塘，以为翠翘过世，设台江边，祭奠亡灵。最后由于觉缘指引，金重与翠翘劫后团圆。本课所选《金云翘传》第 133 句至第 462 句，主要描写了王翠翘与金重的相遇、相悦、相爱的过程。诗句优美隽永，情真意切，意境清远。

Văn bản（作品原文）

Dùng dằng nửa ở nửa về,
Nhạc vàng[1] đâu đã tiếng nghe gần gần.
Trông chừng thấy một văn nhân,
Lỏng buông tay khấu bước lần dặm băng.[2]
Đề huề lưng túi gió trăng,[3]
Sau chân theo một vài thằng con con.
Tuyết in sắc ngựa câu giòn,[4]
Cỏ pha màu áo nhuộm non da trời.[5]
Nẻo xa mới tỏ mặt người,
Khách đà xuống ngựa tới nơi tự tình[6].
Hài văn[7] lần bước dặm xanh,
Một vùng như thể cây quỳnh cành dao.[8]
Chàng Vương[9] quen mặt ra chào,
Hai Kiều[10] e lệ nép vào dưới hoa.
Nguyên người quanh quất đâu xa,
Họ Kim tên Trọng vốn nhà trâm anh.[11]
Nền phú hậu, bậc tài danh,[12]

---

1 nhạc vàng：铜铃。

2 Lỏng buông tay khấu bước lần dặm băng：逍遥路上揽辔徐行。

3 Đề huề lưng túi gió trăng：背着风月行囊。đề huề：提携，携带。gió trăng：风月，指诗。

4 Tuyết in sắc ngựa câu giòn：白驹似雪。ngựa câu：马驹。

5 Cỏ pha màu áo nhuộm non da trời：袍服色染天青。

6 tự tình：问好叙情。

7 hài văn：绣靴。hài：鞋；văn：纹。

8 Một vùng như thể cây quỳnh cành dao：（金重）如同玉树琼枝；如同玉树临风。（ý nói vẻ khôi ngô tuấn tú của Kim Trọng như làm cho cả một vùng cũng hoá thành đẹp.）quỳnh dao：琼瑶。

9 chàng Vương：王郎，指王观。

10 hai Kiều：二乔，指王翠翘、王翠云。

11 Họ Kim tên Trọng vốn nhà trâm anh：姓金名重，世代簪缨。trâm anh：簪缨。

12 Nền phú hậu, bậc tài danh：家道富厚，才名显赫。

Văn chương nết đất, thông minh tính trời.[1]
Phong tư tài mạo[2] tót vời,
Vào trong phong nhã, ra ngoài hào hoa.
Chung quanh vẫn đất nước nhà,[3]
Với Vương Quan trước vẫn là đồng thân[4].
Vẫn nghe thơm nức hương lân,
Một nền đồng Tước khoá xuân hai Kiều.[5]
Nước non cách mấy buồng thêu,[6]
Những là trộm nhớ thầm yêu chốc mòng.
May thay giải cấu tương phùng[7],
Gặp tuần đố lá thoả lòng tìm hoa.[8]
Bóng hồng nhác thấy nẻo xa,
Xuân lan thu cúc[9] mặn mà cả hai.
Người quốc sắc, kẻ thiên tài,
Tình trong như đã, mặt ngoài còn e.
Chập chờn cơn tỉnh cơn mê.
Rốn ngồi chẳng tiện, dứt về chỉn khôn.[10]
Bóng tà như giục cơn buồn,
Khách đà lên ngựa, người còn nghé theo.
Dưới cầu nước chảy trong veo,
Bên cầu tơ liễu bóng chiều thướt tha.
Kiều từ trở gót trướng hoa,[11]
Mặt trời gác núi chiêng đà thu không.[12]
Mảnh trăng chênh chếch dòm song[13],

1 Văn chương nết đất, thông minh tính trời：地灵人杰，天赋聪明。
2 Phong tư tài mạo：丰姿才貌。
3 Chung quanh vẫn đất nước nhà：他们是邻居世好。
4 đồng thân：同门兄弟。
5 Một nền đồng Tước khoá xuân hai Kiều：铜雀春深锁二乔。
6 Nước non cách mấy buồng thêu：闺房隔绝，恍似千山万水。
7 giải cấu tương phùng：邂逅相逢。
8 Gặp tuần đố lá thoả lòng tìm hoa：正是佳节寻花，巧遇娇娆。
9 xuân lan thu cúc：春兰秋菊。
10 Rốn ngồi chẳng tiện, dứt về chỉn khôn：欲坐不能，欲回不忍。
11 Kiều từ trở gót trướng hoa：翠翘回到花帐绣阁。
12 Mặt trời gác núi chiêng đà thu không：日沉山背，城楼又报初更。
13 song：窗。

Vàng gieo ngấn nước, cây lồng bóng sân.[1]
Hải đường lả ngọn đông lân[2],
Giọt sương gieo nặng cành xuân la đà.
Một mình lặng ngắm bóng nga[3],
Rộn đường gần với nỗi xa bời bời:[4]
Người[5] mà đến thế thì thôi,
Đời phồn hoa cũng là đời bỏ đi!
Người đâu gặp gỡ làm chi,
Trăm năm biết có duyên gì hay không?
Ngổn ngang trăm mối bên lòng,
Nên câu tuyệt diệu ngụ trong tính tình.
Chênh chênh bóng nguyệt xế mành,
Tựa nương bên triện[6] một mình thiu thiu.
Thoắt đâu thấy một tiểu kiều[7],
Có chiều thanh vận, có chiều thanh tân.
Sương in mặt, tuyết pha thân,[8]
Sen vàng[9] lãng đãng như gần như xa.
Chào mừng đón hỏi dò la:
Đào nguyên[10] lạc lối đâu mà đến đây?
Thưa rằng: Thanh khí xưa nay,
Mới cùng nhau lúc ban ngày đã quên.
Hàn gia ở mé tây thiên,[11]
Dưới dòng nước chảy bên trên có cầu.
Mấy lòng hạ cố[12] đến nhau,

1 Vàng gieo ngấn nước, cây lồng bóng sân：水泛金波，庭笼树影。
2 đông lân：东邻。
3 bóng nga：月影（bóng trăng）。
4 Rộn đường gần với nỗi xa bời bời：思今念远，愁绪难排。
5 người：指淡仙（chỉ Đạm Tiên）。
6 triện：栏杆。
7 tiểu kiều：小乔，指美人。
8 Sương in mặt, tuyết pha thân：霜印面，雪披身。
9 sen vàng：金莲；三寸金莲（指封建社会妇女的小脚）。
10 đào nguyên：桃源；世外桃源，指仙境。
11 Hàn gia ở mé tây thiên：寒家居住西轩。
12 hạ cố：下顾。

Mấy lời hạ tứ ném châu gieo vàng.[1]
Vâng trình hội chủ xem tường,[2]
Mà sao trong sổ đoạn trường có tên.[3]
Âu đành quả kiếp nhân duyên,[4]
Cùng người một hội, một thuyền đâu xa!
Này mười bài mới mới ra,
Câu thần lại mượn bút hoa vẽ vời.[5]
Kiều vâng lĩnh ý đề bài,
Tay tiên một vẫy đủ mười khúc ngâm.
Xem thơ nức nở khen thầm:
Giá đành tú khẩu cẩm tâm[6] khác thường
Ví đem vào tập đoạn Trường
Thì treo giải nhất chi nhường cho ai.
Thềm hoa khách đã trở hài[7],
Nàng còn cầm lại một hai tự tình.
Gió đâu xịch bức mành mành,
Tỉnh ra mới biết rằng mình chiêm bao.
Trông theo nào thấy đâu nào
Hương thừa dường hãy ra vào đâu đây.
Một mình lưỡng lự canh chầy,
Đường xa nghĩ nỗi sau này mà kinh.
Hoa trôi bèo dạt đã đành,
Biết duyên mình, biết phận mình thế thôi!
Nỗi riêng lớp lớp sóng dồi,
Nghĩ đòi cơn lại sụt sùi đòi cơn.[8]
Giọng Kiều rền rĩ trướng loan,

1 Mấy lời hạ tứ ném châu gieo vàng：下赐朱玉唱酬。hạ tứ：下赐。

2 Vâng trình hội chủ xem tường：我把你的诗章呈上“会主”。

3 Mà sao trong sổ đoạn trường có tên：断肠簿上姓名留。

4 Âu đành quả kiếp nhân duyên：承受因缘果劫。

5 Câu thần lại mượn bút hoa vẽ vời：劳你生花妙笔，为我和就。

6 tú khẩu cẩm tâm：绣口锦心。

7 trở hài：辞别。

8 Nghĩ đòi cơn lại sụt sùi đòi cơn：反复思量、忍不住吞声悲痛。đòi cơn：多次。(nhiều cơn)。

Nhà Huyên[1] chợt tỉnh hỏi: Con cớ gì?
Cớ sao trằn trọc canh khuya,
Màu hoa lê hãy dầm dề giọt mưa?[2]
Thưa rằng: Chút phận ngây thơ,
Dưỡng sinh đôi nợ tóc tơ chưa đền.
Buổi ngày chơi mả Đạm Tiên,
Nhắp đi thoắt thấy ứng liền chiêm bao.
Đoạn trường là số thế nào,
Bài ra thế ấy, vịnh vào thế kia.
Cứ trong mộng triệu[3] mà suy,
Phận con thôi có ra gì mai sau!
Dạy rằng: Mộng triệu cớ đâu,
Bỗng không mua não chuốc sầu nghĩ nao.
Vâng lời khuyên giải thấp cao,
Chưa xong điều nghĩ đã dào mạch Tương.[4]
Ngoài song thỏ thẻ oanh vàng,
Nách tường bông liễu bay ngang trước mành.
Hiên tà gác bóng chênh chênh,
Nỗi riêng, riêng trạnh tấc riêng một mình.
Cho hay là thói hữu tình,[5]
Đố ai gỡ mối tơ mành cho xong.
Chàng Kim từ lại thư song[6],
Nỗi nàng canh cánh bên lòng biếng khuây.
Sầu đong càng lắc càng đầy,
Ba thu dồn lại một ngày dài ghê.
Mây Tần khóa kín song the,[7]
Bụi hồng lẽo đẽo đi về chiêm bao.
Tuần trăng khuyết, đĩa dầu hao,

1 Nhà Huyên：指（王翠翘的）母亲。

2 Màu hoa lê hãy dầm dề giọt mưa：为何梨花带雨，满面泪流？

3 mộng triệu：梦兆。

4 Chưa xong điều nghĩ đã dào mạch Tương：想到梦中事不禁热泪再流。mạch Tương：指泪水。

5 Cho hay là thói hữu tình：天生儿女情长。

6 thư song：书窗。

7 Mây Tần khóa kín song the：秦楼云锁绣帘垂。

Mặt mơ tưởng mặt, lòng ngao ngán lòng.
Buồng văn hơi giá như đồng,
Trúc se ngọn thỏ, tơ chùng phím loan.[1]
Mành Tương phất phất gió đàn,
Hương gây mùi nhớ, trà khan giọng tình.
Vì chăng duyên nợ ba sinh,
Thì chi đem thói khuynh thành trêu ngươi.
Bâng khuâng nhớ cảnh, nhớ người,
Nhớ nơi kỳ ngộ vội dời chân đi.
Một vùng cỏ mọc xanh rì,
Nước ngâm trong vắt, thấy gì nữa đâu!
Gió chiều như gợi cơn sầu,
Vi lô[2] hiu hắt như màu khảy trêu.
Nghề riêng nhớ ít tưởng nhiều,
Xăm xăm đè nẻo Lam Kiều lần sang.[3]
Thâm nghiêm kín cổng cao tường,
Cạn dòng lá thắm dứt đường chim xanh.
Lơ thơ tơ liễu buông mành,
Con oanh học nói trên cành mỉa mai.
Mấy lần cửa đóng then cài,
Đầy thềm hoa rụng, biết người ở đâu?
Tần ngần đứng suốt giờ lâu,
Dạo quanh chợt thấy mái sau có nhà.
Là nhà Ngô Việt thương gia[4],
Buồng không để đó người xa chưa về.
Lấy điều du học hỏi thuê,
Túi đàn cặp sách đề huề dọn sang.
Có cây, có đá sẵn sàng,
Có hiên Lãm thúy, nét vàng chưa phai.
Mừng thầm chốn ấy chữ bài,
Ba sinh âu hẳn duyên trời chi đây.

1 Trúc se ngọn thỏ, tơ chùng phím loan：案上兔毫枯，琴弦驰放。
2 vi lô：芦苇。
3 Xăm xăm đè nẻo Lam Kiều lần sang：且效蓝桥艳遇，哪管水远山长。
4 Ngô Việt thương gia：吴越商家。

Song hồ[1] nửa khép cánh mây,
Tường đông ghé mắt ngày ngày hằng trông.
Tấc gang đồng tỏa nguyên phong[2],
Tuyệt mù nào thấy bóng hồng vào ra.
Nhẫn từ quán khách lân la,
Tuần trăng thấm thoắt nay đà thèm hai.[3]
Cách tường phải buổi êm trời,
Dưới đào dường có bóng người thướt tha.
Buông cầm xốc áo vội ra,
Hương còn thơm nức, người đà vắng tanh.
Lần theo tường gấm dạo quanh,
Trên đào nhác thấy một cành kim thoa.
Giơ tay với lấy về nhà:
Này trong khuê các đâu mà đến đây?
Ngẫm âu người ấy báu này,
Chẳng duyên chưa dễ vào tay ai cầm!
Liền tay ngắm nghía biếng nằm,
Hãy còn thoang thoảng hương trầm chưa phai.
Tan sương đã thấy bóng người,
Quanh tường ra ý tìm tòi ngẩn ngơ.
Sinh đà có ý đợi chờ,
Cách tường lên tiếng xa đưa ướm lòng:
Thoa này bắt được hư không,
Biết đâu Hợp Phố mà mong châu về?[4]
Tiếng Kiều nghe lọt bên kia:
"Ơn lòng quân tử sá gì của rơi,[5]
Chiếc thoa nào của mấy mươi,
Mà lòng trọng nghĩa khinh tài xiết bao!"
Sinh rằng: "Lân li[6] ra vào,
Gần đây, nào phải người nào xa xôi,

1 song hồ：窗户。
2 đồng tỏa nguyên phong：铜锁原封。
3 Tuần trăng thấm thoắt nay đà thèm hai：日月如梭，不觉已经两个月。
4 Biết đâu Hợp Phố mà mong châu về? 又道是合浦珠还可望?
5 Ơn lòng quân tử sá gì của rơi：感谢君子恩光。
6 lân li：邻里。

Được rầy nhờ chút thơm rơi,
Kể đà thiểu não lòng người bấy nay![1]
Bấy lâu mới được một ngày,
Dừng chân, gạn chút niềm tây gọi là…[2]"
Vội về thêm lấy của nhà,
Xuyến vàng[3] đôi chiếc, khăn là một vuông.
Thang mây rón bước ngọn tường.
Phải người hôm nọ rõ ràng chăng nhe.
Sượng sùng giữ ý rụt rè,
Kẻ nhìn rõ mặt, người e cúi đầu.
Rằng: "Từ ngẫu nhĩ[4] gặp nhau,
Thầm trông trộm nhớ, bấy lâu đã chồn.
Xương mai tính đã rũ mòn,[5]
Lần lừa ai biết hãy còn hôm nay!
Tháng tròn như gửi cung mây,
Trần trần một phận ấp cây đã liều![6]
Tiện đây xin một hai điều,
Đài gương soi đến dấu bèo cho chăng?"[7]
Ngần ngừ nàng mới thưa rằng:
"Thói nhà băng tuyết, chất hằng phỉ phong,[8]

---

1 Được rầy nhờ chút thơm rơi, Kể đà thiểu não lòng người bấy nay：今日幸亲香泽，堪慰我烦恼彷徨。

2 Dừng chân, gạn chút niềm tây gọi là：敢将微意诉红妆。niềm tây：同 niềm riêng，私衷；心事，衷肠（Nỗi lòng, chút tâm sự riêng）。

3 xuyến vàng：金钏。

4 ngẫu nhĩ：偶尔。

5 Xương mai tính đã rũ mòn：骨比梅消瘦。

6 Tháng tròn như gửi cung mây, Trần trần một phận ấp cây đã liều：耿耿此心，痴心等待！

7 Tiện đây xin một hai điều, Đài gương soi đến dấu bèo cho chăng：在此，敢问：姑娘属意小生如何？Đài gương: Giá cao, trên mặt chiếc gương lớn và hộp đựng đồ trang sức của phụ nữ. Trong văn cổ, thường mượn chữ đài gương để chỉ người phụ nữ. Dấu bèo: ý nói thân phận hèn mọn như cánh bèo trôi nổi mặt nước. Ở đây là lời Kim Trọng tự nói khiêm.

8 Thói nhà băng tuyết, chất hằng phỉ phong：家风冰雪，质恒菲葑。băng tuyết：冰雪。 ý nói trong sạch, thanh bạch. Chất hằng: Một thể chất lúc nào cũng như thế. phỉ phong：菲葑。Hai thứ rau, người ta dùng lá và củ nấu canh hoặc muối dưa làm món ăn hàng ngày. ý cả câu: Gia đình vốn thanh bạch, mà tư chất thì cũng bình thường, không có tài sắc gì, lời Kiều tự khiêm (Bốn chữ trên nói gia đình, bốn chữ dưới nói bản thân).

Dù khi lá thắm chỉ hồng,
Nên chăng thì cũng tại lòng mẹ cha.
Nặng lòng xót liễu, vì hoa,[1]
Trẻ thơ đã biết đâu mà dám thưa!"
Sinh rằng: "Rày gió mai mưa,
Ngày xuân đã tình cờ mấy khi,
Dù chăng xét tấm tình si,
Thiệt đây mà có ích gì đến ai?
Chút chi gắn bó một hai,
Cho đành, rồi sẽ liệu bề mối manh.
Khuôn thiêng[2] dù phụ tấc thành,
Cũng liều bỏ quá xuân xanh một đời.
Lượng xuân dù quyết hẹp hòi,
Công đeo đuổi chẳng thiệt thòi lắm ru."[3]
Lặng nghe lời nói như ru,
Chiều xuân dễ khiến nét thu ngại ngùng...[4]
Rằng: "Trong buổi mới lạ lùng,
Nể lòng, có lẽ cầm lòng cho đang![5]
Đã lòng quân tử đa mang,
Một lời, vàng tạc đá vàng thủy chung."
Được lời như cởi tấm lòng,
Giở kim thoa với khăn hồng trao tay.
Rằng: "Trăm năm cũng từ đây,
Của tin, gọi một chút này làm ghi!"
Sẵn tay bả quạt hoa quì,
Với cành thoa ấy, tức thì đổi trao.
Một lời vừa gắn tấc giao,

1 Nặng lòng xót liễu, vì hoa：感君怜花惜柳。

2 khuôn thiêng：上苍。

3 Lượng xuân dù quyết hẹp hòi, Công đeo đuổi chẳng thiệt thòi lắm ru：如果你漠然待我，岂非苦心一片成空？

4 Lặng nghe lời nói như ru, Chiều xuân dễ khiến nét thu ngại ngùng：（翠翘）倾听（金重）的表白，内心感动、不禁动容。chiều xuân：春思。Như nói tứ xuân (Xuân tứ). nét thu：秋波。Nét thu ba, nét sóng thu, tức con mắt.

5 Rằng: "Trong buổi mới lạ lùng, Nể lòng, có lẽ cầm lòng cho đang：因答道："我们初会生疏，感君意、令我心情沉重。"

Mái sau tường có xôn xao tiếng người.
Vội vàng lá rụng, hoa rơi,
Chàng về thư viện, nàng rời lầu trang.
Từ phen đá biết tuổi vàng,
Tình càng thấm thía, dạ càng ngẩn ngơ.[1]
Sông tương một dải nông sờ,
Bên trông đầu nọ, bên chờ cuối kia.
Một tường tuyết chở sương che,
Tin xuân đâu dễ đi vào cho năng!
Lần lần ngày giờ đêm trăng,
Thưa hồng rậm lục đã chừng xuân qua.[2]
Ngày vừa sinh nhật ngoại gia,
Trên hai đường[3], dưới nữa là hai em.
Tưng bừng sắm sửa áo xanh,
Biện dâng một lễ, xa đem tấc thành.
Nhà lan[4] thanh vắng một mình,
Gẫm cơ hội ngộ đã dành hôm nay.
Thì trân[5] thức thức sẵn bày,
Gót sen thoăn thoát dạo này mái tường.
Cách hoa sẽ đắng tiếng vàng,
Dưới hoa đã thấy có chàng đứng trông,
"Trách lòng hờ hững với lòng,
Lửa hương chốc để lạnh lùng bấy lâu.
Những là đắp nhớ đuổi sầu,
Tuyết sương nhuốm nửa mái đầu hoa râm."
Nàng rằng: "Gió bắt, mưa cầm,
Đã cam tệ với tri âm bấy chầy.[6]

---

1 Từ phen đá biết tuổi vàng, Tình càng thấm thía, dạ càng ngẩn ngơ：自后情坚金石，情愈深，神思愈荡。

2 Thưa hồng rậm lục đã chừng xuân qua：疏红浓绿，春光易逝。Thư hồng rầm lục: Màu đỏ ít đi, màu xanh rậm thêm, tức là mùa xuân sắp qua, mùa hạ sắp tới.

3 hai đường：指父母双亲。

4 nhà lan：兰室，指芳香典雅的居室。

5 thì trân：时珍（những thức ăn quý đương mùa）。

6 Nàng rằng: "Gió bắt, mưa cầm, Đã cam tệ với tri âm bấy chầy：翠翘答道："风拦雨阻，久负知音，甘受难堪苦况。"

Vắng nhà được buổi hôm nay,
Lấy lòng gọi chút sang đây tạ lòng!"
Lần theo núi giả đi vòng,
Cuối tường dường có nẻo thông mới vào.
Xắn tay mở khóa động đào,
Rẽ mây trông tỏ lối vào Thiên Thai.[1]
Mặt nhìn mặt, càng thêm tươi,
Bên lời vạn phúc[2], bên lời hàn huyên[3].
Sánh vai về chốn thư hiên[4],
Ngâm lời phong nguyệt, nặng nguyền non sông.
Trên yên, bút giá thi đồng[5],
Đạm thanh một bức tranh tùng treo trên.[6]
Phong sương đượm vẻ thiên nhiên,
Mặn khen nét bút càng nhìn càng tươi.
Sinh rằng: Phác họa vừa rồi,
Phẩm đề xin một vài lời thêm hoa.[7]
Tay tiên gió táp mưa sa,
Khoảng trên dừng bút thảo và bốn câu.
Khen: Tài nhả ngọc phun châu,
Nàng Ban ả Tạ[8] cũng đâu thế này!
Kiếp tu xưa ví chưa dày,
Phúc nào nhắc được giá này cho ngang![9]
Nàng rằng: Trộm liếc dung quang,
Chẳng sân bội ngọc cũng phường kim môn.[10]
Nghĩ mình phận mỏng cánh chuồn,

---

1 Rẽ mây trông tỏ lối vào Thiên Thai：恰似拨开云雾见天台。

2 vạn phúc：万福。

3 hàn huyên：寒暄。

4 thư hiên：书轩，书房。

5 thi đồng：诗筒。

6 Đạm thanh một bức tranh tùng treo trên：淡墨的孤松画幅悬挂壁上。

7 Phẩm đề xin một vài lời thêm hoa：还请大笔品题、尺幅生花。

8 nàng Ban ả Tạ：班昭谢女。

9 Kiếp tu xưa ví chưa dày, Phúc nào nhắc được giá này cho ngang：问几生修到，生来幸福，又擅文章！

10 Chẳng sân bội ngọc cũng phường kim môn：他日非登朝佩玉，也应金马玉堂。

Khuôn xanh biết có vuông tròn mà hay?[1]
Nhớ từ năm hãy thơ ngây,
Có người tướng sĩ đoán ngay một lời:
Anh hoa phát tiết ra ngoài,
Nghìn thu bạc mệnh một đời tài hoa.
Trông người lại ngẫm đến ta,
Một dầy một mỏng biết là có nên?[2]
Sinh rằng: Giải cấu[3] là duyên,
Xưa nay nhân định thắng nhiên[4] cũng nhiều.
Ví dù giải kết đến điều,
Thì đem vàng đá mà liều với thân![5]
Đủ điều trung khúc[6] ân cần,
Lòng xuân phơi phới chén xuân tàng tàng.
Ngày vui ngắn chẳng đầy gang,
Trông ra ác đã ngậm gương non đoài.[7]
Vắng nhà chẳng tiện ngồi dai,
Giã chàng nàng mới kíp dời song sa[8].
Đến nhà vừa thấy tin nhà,
Hai thân[9] còn dở tiệc hoa chưa về.
Cửa ngoài vội rủ rèm the,
Xăm xăm băng lối vườn khuya một mình.
Nhặt thưa gương giọi đầu cành,
Ngọn đèn trông lọt trướng huỳnh hắt hiu.[10]

---

1 Nghĩ mình phận mỏng cánh chuồn, Khuôn xanh biết có vuông tròn mà hay：自知命薄如蝉翼，未知宿愿可偿？

2 Một dầy một mỏng biết là có nên：终恐命殊厚薄，相爱难得成双？

3 giải cấu：邂逅。

4 nhân định thắng nhiên：人定胜天。

5 Ví dù giải kết đến điều, Thì đem vàng đá mà liều với thân：纵使拯危解结，我履行盟誓，哪怕赴汤蹈火。giải kết：解结，解救厄难。

6 trung khúc：衷曲，衷肠。

7 Ngày vui ngắn chẳng đầy gang, Trông ra ác đã ngậm gương non đoài：良辰美景苦短，门外夕阳已落西山后。

8 song sa：窗纱（Cửa sổ có che vải sa, cũng như song the, chỉ phòng ở của Kiều.）。

9 hai thân：双亲（Cha mẹ, do chữ song thân, tức thân phụ (cha) và thân mẫu (mẹ).）。

10 Nhặt thưa gương giọi đầu cành, Ngọn đèn trông lọt trướng huỳnh hắt hiu：枝头月影扶疏，遥望金生的莹帐轻垂、灯光如豆。

Sinh vừa tựa án thiu thiu,
Dở chiều như tỉnh dở chiều như mê.
Tiếng sen sẽ động giấc hòe,
Bóng trăng đã xế hoa lê lại gần.[1]
Bâng khuâng đỉnh Giáp non Thần,[2]
Còn ngờ giấc mộng đêm xuân mơ màng.
Nàng rằng: Khoảng vắng đêm trường,
Vì hoa nên phải đánh đường tìm hoa.
Bây giờ rõ mặt đôi ta,
Biết đâu rồi nữa chẳng là chiêm bao?
Vội mừng làm lễ rước vào,
Đài sen nối sáp song đào thêm hương.[3]
Tiên thề cùng thảo một chương,
Tóc mây một món dao vàng chia đôi.[4]
Vầng trăng vằng vặc giữa trời,
Đinh ninh hai mặt một lời song song.
Tóc tơ căn vặn tấc lòng,
Trăm năm tạc một chữ đồng đến xương.
Chén hà sánh giọng quỳnh tương,
Dải là hương lộn bình gương bóng lồng.[5]
Sinh rằng: Gió mát trăng trong,
Bấy lâu nay một chút lòng chưa cam.
Chày sương chưa nện cầu Lam,
Sợ lần khân quá ra sàm sỡ chăng?[6]
Nàng rằng: Hồng diệp xích thằng,[7]

---

1 Tiếng sen sẽ động giấc hòe, Bóng trăng đã xế hoa lê lại gần：缓步声惊破南柯梦，月影花移，有美人来就。tiếng sen：翠翘的三寸金莲走路的声音。

2 Bâng khuâng đỉnh Giáp non Thần：飞梦到巫峡与高唐。

3 Đài sen nối sáp song đào thêm hương：莲台转烛，紫鼎添香。

4 Tiên thề cùng thảo một chương, Tóc mây một món dao vàng chia đôi：锦笺共书盟誓，金刀断发，两人珍重收藏。

5 Chén hà sánh giọng quỳnh tương, Dải là hương lộn bình gương bóng lồng：霞杯充满琼浆，罗带熏香、镜屏照双影。

6 Chày sương chưa nện cầu Lam, Sợ lần khân quá ra sàm sỡ chăng：玉杵蓝桥空有约，深恐热切、过涉轻狂。

7 Nàng rằng: Hồng diệp xích thằng：翠翘说：红叶传书，赤绳系足。

460. Một lời cũng đã tiếng rằng tương tri.
Đừng điều nguyệt nọ hoa kia.
Ngoài ra ai lại tiếc gì với ai.

Câu hỏi đọc hiểu（思考题）

1. 阮攸在《金云翘传》中是如何巧妙地将绘景与抒情相结合的？
2. 阮攸在《金云翘传》中是如何描写王翠翘与金重之间爱情的？
3. 哪些诗句的描写体现了王翠翘的美貌和才华？

Bài 6

Chinh Phụ Ngâm Khúc（征妇吟曲）

Đoàn Thị Điểm（段氏点[1]）

Tiểu sử tác giả（作者简介）

段氏点（Đoàn Thị Điểm，1705—1748 年）又名阮氏点，别号红霞女士，是喃字长篇叙事诗的开先河者。段氏点自幼聪颖好学，六岁便能读《史纪》。一日，她的哥哥段轮引用了一句《史记》的原文“白蛇当道，季拔剑而斩之”。然后让段氏点也用其原文来对，段氏点回答道：“黄龙负舟，禹仰天而叹曰。”她哥哥见她照镜子，便说道：“对镜画眉一点翻成两点。”段氏点答道：“临池玩月只轮转作双轮。”段氏点的才学由此可见一斑。段氏点 37 岁跟进士阮翘结婚，结婚不久，阮翘出使中国 3 年。可能是在这段离开丈夫的时间里，段氏点将邓陈琨的汉文《征妇吟曲》译为喃字。1748 年，段氏点在跟随丈夫赴任的路上，染疾而亡。阮翘在妻子的祭文中，对段氏点评价甚高，将其比为中国古代的著名女文人苏小妹和班昭。

Tóm tắt tác phẩm（作品简介）

邓陈琨（Đặng Trần Côn，1705？—1745？）的《征妇吟曲》是用汉字以古乐府杂言体写成的长篇叙事诗，长 476 句。作品描述了征人征战沙场无归期、征妇忆君思悠悠的故事以及征妇悲愁的心路历程。

段氏点的喃字译本《征妇吟曲》（Chinh Phụ Ngâm Khúc）用越南双七六八体（thể thơ song thất lục bát）诗的格律将原诗的 476 句浓缩为 411 句。《征妇吟曲》借用中国古典文学的文学意象和表达手法，反映了 18 世纪上半

[1] 现行喃字译本《征妇吟曲》的作者尚有争议。主流观点认为是段氏点所译，而有人认为是潘辉益（Phan Huy Ích）所译。我们采纳主流观点，视段氏点为现行喃字版的作者。课文所录越文内容是根据喃字转写的越南语国语字（chữ Quốc Ngữ）版。

叶的越南社会生活。后黎朝后期，“北郑南阮”的对峙使越南陷入了连绵不断的战乱中，郑主多行暴政，致使赋税日益繁多，徭役日益严重，人民痛苦不堪，起义遍地蜂起。郑主一再发兵“征讨”，导致内乱不断，民不聊生，妇女成了战争的受害者之一。

Văn bản（作品原文）

Thuở trời đất nổi cơn gió bụi
天地风尘
Khách má hồng nhiều nỗi truân chuyên[1]
红颜多屯
Xanh kia thăm thẳm tầng trên
Vì ai gây dựng cho nên nỗi này
悠悠彼苍兮谁造因
Trống Trường Thành lung lay bóng nguyệt
鼓鼙声动长城月
Khói Cam Tuyền mờ mịt thức mây
烽火影照甘泉云
Chín tầng gươm báu trao tay
九重按剑起当席
Nửa đêm truyền hịch định ngày xuất chinh
半夜飞檄传将军
Nước thanh bình ba trăm năm cũ
清平三百年天下
Áo nhung trao quan vũ từ đây
从此戎衣属武臣
Sứ trời sớm giục đường mây
使星天门催晓发
Phép công là trọng, niềm tây sá nào
行人重法轻离别
Đường giong ruổi[2] lưng đeo cung tiễn
弓箭兮在腰

1 truân chuyên：迍邅（zhūn zhān）：处境不利；困顿。
2 giong ruổi：驰骋。

Buổi tiễn đưa lòng bận thê noa[1]
妻孥兮别袂
Bóng cờ tiếng trống xa xa
猎猎旌旗兮出塞愁
喧喧箫鼓兮辞家怨
Sầu lên ngọn ải, oán ra cửa phòng
有怨兮分携
有愁兮契阔
Chàng tuổi trẻ vốn giòng hào kiệt
良人二十吴门豪
Xếp bút nghiên theo việc đao cung
投笔砚兮事弓刀
Thành liền mong tiến bệ rồng
直把连城献明圣
Thước gươm đã quyết chẳng dung giặc trời
愿将尺剑斩天骄
Chí làm trai dặm nghìn da ngựa
丈夫千里志马革
Gieo Thái Sơn như tựa hồng mao
泰山一掷轻鸿毛
Giã nhà đeo bức chiến bào
便辞闺闱从征战
Thét roi cầu Vị, ào ào gió thu
西风鸣鞭出渭桥
Ngòi đầu cầu nước trong như lọc
渭桥头清水沟
Đường bên cầu cỏ mọc còn non
清水边青草途
Đưa chàng lòng dặc dặc buồn
送君处兮心悠悠
Bộ khôn bằng ngựa, thủy khôn bằng thuyền
君登途兮妾恨不如驹
君临流兮妾恨不如舟
Nước trong chảy lòng phiền chẳng rửa

1 thê noa：妻孥（qī nú）；妻子和儿女。

清清有流水
不洗妾心愁
Cỏ xanh thơm dạ nhớ khó quên
青青有芳草
不忘妾心忧
Nhủ[1] rồi tay lại trao liền
语复语兮执君手
Bước đi một bước lại vin áo chàng
步一步兮牵君襦
Lòng thiếp tựa bóng trăng theo dõi
妾心随君似明月
Dạ chàng xa ngoài cõi Thiên San
君心万里千山箭
Múa gươm rượu tiễn chưa tàn
掷离杯兮舞龙泉
Chỉ ngang ngọn giáo vào ngàn hang beo
横征槊兮指虎穴
Săn Lâu Lan, rằng theo Giới Tử
云随介子猎楼兰
Tới Man Khê, bàn sự Phục Ba
笑向蛮溪谈马援
Áo chàng đỏ tựa ráng pha
君穿壮服红如霞
Ngựa chàng sắc trắng như là tuyết in
君骑骁马白如雪
Tiếng nhạc ngựa lần chen tiếng trống
骁马兮鸾铃
Giáp mặt rồi phút bỗng chia tay
征鼓兮人行
须臾中兮对面
Hà Lương chia rẽ đường này
顷刻里兮分程
分程兮河梁

---

1 nhủ：规劝；叮嘱。

Bên đường, trông bóng cờ bay ngùi ngùi[1]
徘徊兮路旁
路旁一望兮旆央央
Quân trước đã gần ngoài doanh Liễu
前车兮北细柳
Kỵ sau còn khuất nẻo Tràng Dương
后骑兮西长杨
Quân đưa chàng ruổi lên đường
骑车相拥君临塞
Liễu dương biết thiếp đoạn trường này chăng?
杨柳那知妾断肠
Tiếng địch trổi nghe chừng đồng vọng
去去落梅声渐远
Hàng cờ bay trong bóng phất phơ
行行征旆色何忙
Dấu chàng theo lớp mây đưa
望云去兮郎别妾
Thiếp nhìn rặng núi ngẩn ngơ[2] nỗi nhà
望山归兮妾思郎
Chàng thì đi cõi xa mưa gió
郎去程兮蒙雨外
Thiếp lại về buồng cũ gối chăn
妾归处兮昨夜房
Đoái trông[3] theo đã cách ngăn[4]
归去两回顾
Tuôn màu mây biếc, trải ngần núi xanh
云青兮山苍
Chốn Hàm Dương chàng còn ngảnh lại
郎顾妾兮咸阳
Bến Tiêu Tương thiếp hãy trông sang
妾顾郎兮潇湘

---

1 ngùi ngùi：忧愁；愁闷。
2 ngẩn ngơ：精神恍惚；发愣。
3 đoái trông：回顾；回望。
4 cách ngăn：阻隔；遮断。

Khói Tiêu Tương cách Hàm Dương
潇湘烟阻咸阳树
Cây Hàm Dương cách Tiêu Tương mấy trùng
咸阳树隔潇湘江
Cùng trông lại mà cùng chẳng thấy
相顾不相见
Thấy xanh xanh những mấy ngàn dâu
青青陌上桑
Ngàn dâu xanh ngắt một màu
陌上桑陌上桑
Lòng chàng ý thiếp ai sầu[1] hơn ai?
妾意君心谁短长
Chàng từ đi vào nơi gió cát
自从别后风沙陇
Đêm trăng này nghỉ mát phương nao?
明月知君何处宿
Xưa nay chiến địa dường bao
古来征战场
Nội không muôn dặm xiết bao dãi dầu
万里无人屋
Hơi gió lạnh, người rầu mặt dạn
风熬熬兮打得人颜憔
Dòng nước sâu, ngựa nản chân bon[2]
水深深兮怯得马蹄缩
Ôm yên, gối trống đã chồn[3]
戍夫枕鼓卧龙沙
Nằm vùng cát trắng, ngủ cồn rêu xanh
战士抱鞍眠虎陆
Nay Hán xuống Bạch Thành đóng lại
今朝汉下白登城
Mai Hồ vào Thanh Hải dòm qua
明日胡窥青海曲

1 sầu：忧愁；愁苦。
2 bon：（车、马）轻疾；快速。
3 chồn：疲惫。

Hình khe, thế núi gần xa
青海曲青山高复低
Dứt thôi lại nối, thấp đà lại cao
青山前青溪断复续
Sương đầu núi buổi chiều như giội
青山上雪蒙头
Nước lòng khe nẻo suối còn sâu
青溪下水没腹
Não người áo giáp bấy lâu
可怜多少铁衣人
Lòng quê qua đó mặt sầu chẳng khuây
思归当此愁颜蹙
Trên trướng gấm thấu hay chăng nhẽ
锦帐君王知也无
Mặt chinh phu ai vẽ cho nên?
艰难谁为画征夫
Tưởng chàng giong ruổi mấy niên[1]
料想良人经历处
Chẳn nơi Hãn Hải thì miền Tiêu Quan
萧关角瀚海隅
Đã trắc trở đòi ngàn xà hổ
霜村雨店
虎落蛇区
Lại lạnh lùng những chỗ sương phong
风餐露宿
雪胫冰须
Lên cao trông thức mây lồng
登高望云色
Lòng nào là chẳng động lòng bi thương!
安复不生愁
Chàng từ sang Đông Nam khơi nẻo[2]
自从别后东南徼
Biết nay chàng tiến thảo nơi đâu?

---

1 giong ruổi mấy niên：长年征战。
2 khơi nẻo：遥远的边疆。

东南知君战何道
Những người chinh chiến bấy lâu
古来征战人
Nhẹ xem tính mệnh như màu cỏ cây
性命轻如草
Nức hơi mạnh, ơn dày từ trước
锋刃下温温挟纩主恩深
Trải chốn[1] nghèo, tuổi được bao nhiêu?
时刻中历历横戈壮士夭
Non Kỳ quạnh quẽ trăng treo
祈山旧冢月茫茫
Bến Phì gió thổi đìu hiu mấy gò
淝水新坟风袅袅
Hồn tử sĩ gió ù ù thổi
风袅袅空吹死士魂
Mặt chinh phu trăng dõi dõi soi
月茫茫曾照征夫貌
Chinh phu tử sĩ mấy người
征夫貌兮谁丹青
Nào ai mạc mặt, nào ai gọi hồn?
死士魂兮谁哀吊
Dấu binh lửa, nước non như cũ
可怜争斗旧江山
Kẻ hành nhân qua đó chạnh thương[2]
行人过此情多少
Phận trai già cõi chiến trường
古来征战几人还
Chàng Siêu mái tóc điểm sương mới về
班超归时鬓已斑
Tưởng chàng trải nhiều bề nắng nỏ
料想良人驰骋外
Ba thước gươm, một cỗ nhung yên
三尺剑一戎鞍

1 chốn：地方；境地。
2 chạnh thương：怜悯；同情。

Xông pha gió bãi trăng ngàn
秋风沙草
明月关山
Tên reo đầu ngựa, giáo lan mặt thành
马头鸣镝
城上缘竿
Áng công danh trăm đường rộn rã
功名百忙里
Những nhọc nhằn nào đã nghỉ ngơi
劳苦未应闲
Nỗi lòng biết ngỏ[1] cùng ai
劳与闲谁与言
Thiếp trong cánh cửa, chàng ngoài chân mây
君在天涯妾倚门
Trong cửa này đã đành phận thiếp
倚门固妾今生分
Ngoài mây kia há kiếp chàng vay?
天涯岂君平生魂
Những[2] mong cá nước sum vầy
自信相随鱼水伴
Nào ngờ đôi ngả nước mây cách vời
那堪相隔水云村
Thiếp chẳng tưởng ra người chinh phụ
妾身不想为征妇
Chàng há từng học lũ vương tôn
君身岂学为王孙
Cớ sao cách trở nước non
何事江南与江北
Khiến người thôi sớm thôi hôm những sầu
令人愁晓更愁昏
Khách phong lưu đương chừng niên thiếu
一个是风流少年客
Sánh nhau cùng dan díu chữ duyên

1 ngỏ：流露；表露。
2 những：（放在动词前表示强调程度）多么；非常。

一个是深闺少年婚
Nỡ nào đôi lứa thiếu niên
可堪两年少
Quan sơn để cách, hàn huyên bao đành
千里各寒暄
Thuở lâm hành oanh chưa bén liễu
忆昔与君相别时
柳条犹未啭黄鹂
Hỏi ngày về, ước nẻo quyên ca
问君何日归
君约杜鹃啼
Nay quyên đã giục, oanh già
杜鹃已逐黄鹂老
Ý nhi lại gáy trước nhà líu lo
青柳楼前语鷾鸸
Thuở đăng đồ, mai chưa dạn gió
忆昔与君相别中
雪梅犹未识东风
Hỏi ngày về, chỉ độ đào bông
问君何日归
君指桃花红
Nay đào đã quyến gió Đông
桃花已伴东风去
Phù dung lại đã bên sông bơ sờ
老梅江上又芙蓉
Hẹn cùng ta: Lũng Tây nham ấy
与我约何所
乃约陇西岑
Sớm đã trông, nào thấy hơi tăm?
日中兮不来
Ngập ngừng, lá rụng cành trâm
坠叶兜我簪
Buổi hôm nghe dậy tiếng cầm xôn xao
竚立空涕泣
荒郁喧午禽
Hẹn nơi nao, Hán Dương cầu nọ

与我约何所
乃约汉阳桥
Chiều lại tìm, nào thấytiêu hao?
日晚兮不来
Ngập ngừng gió thổi chéo bào
谷风吹我袍
Bãi hôm tuôn dẫy nước trào mênh mông
泞立空涕泣
寒江起暮潮
Tin thường lại, người không thấy lại
昔年寄信劝君回
今年寄信劝君来
信来人未来
Gốc hoa tàn đã trải rêu xanh
Rêu xanh mấy lớp chung quanh
杨花零落委苍苔
苍苔苍苔又苍苔
Sân đi một bước, trăm tình ngẩn ngơ
一步闲庭百感催
Thư thường tới, người không thấy tới
昔年回书订妾期
今年回书订妾归
书归人未归
Bức rèm thưa lần dãi bóng dương
纱窗寂寞转斜晖
Bóng dương mấy buổi xuyên ngang
斜晖斜晖又斜晖
Lời sao mười hẹn, chín thường đơn sai[1]
十约佳期九度违
Thử tính lại diễn khơi ngày ấy[2]
试将去日从头数
Tiền sen[3] này đã nẩy là ba

1 đơn sai：违约的书信。此处指征夫没有按约回家与妻子团聚。
2 diễn khơi ngày ấy：从分别的那天开始。
3 tiền sen：汉字版“荷钱”的翻译。意为刚刚长出的荷叶像一枚枚铜钱。

不觉荷钱已三铸
Xót người lần lữa[1] ải xa
最苦是连年紫塞人
Xót người nương chốn Hoàng Hoa dặm dài
最苦是千里黄花戍
Tình gia thất[2] nào ai chẳng có
黄花戍谁无堂上亲
Kìa lão thân, khuê phụ nhớ thương
紫塞人谁无闺中妇
Mư già phơ phất mái sương
Con thơ măng sữa, vả đương phù trì
有亲安可暂相离
有妇安能久相负
君有老亲鬓如霜
君有儿郎年且孺
Lòng lão thân[3] buồn khi tựa cửa
老亲兮倚门
Miệng hài nhi[4] chờ bữa mớm cơm
儿郎兮待哺
Ngọt bùi thiếp đã hiếu nam
供亲餐兮妾为男
Dạy con đèn sách thiếp làm phụ thân
课子书兮妾为父
Nay một thân nuôi già dạy trẻ
供亲课子此一身
Nỗi quan hoài mang mể biết bao!
伤妾思君今几度
Nhớ chàng trải mấy sương sao[5]
思君昨日兮已过
Xuân từng đổi mới, Đông nào còn dư

---

1 lần lữa：蹉跎。意指戍边战士把青春岁月奉献给了边塞。
2 gia thất：家室；家人。
3 lão thân：上了年纪的父母。
4 hài nhi：孩儿。指还在哺乳期的婴儿。
5 sương sao：露水和星星。意指岁月。

思君今年兮又暮
Kể năm đã ba tư cách diễn
君淹留二年三年更四年
Mối sầu thêm nghìn vạn ngổn ngang
妾情怀百缕千缕还万缕
Ước gì gần gũi tấc gang[1]
安得在君边
Giãi niềm cay đắng để chàng tỏ hay
诉妾衷肠苦
Thoa cung Hán thuở ngày xuất giá
妾有汉宫钗
曾是嫁时将送来
凭谁寄君子
表妾相思怀
Gương lầu Tần[2] dấu đã soi chung
妾有秦楼镜
曾与郎初相对影
Cậy ai mà gửi tới cùng?
凭谁寄君子
Để chàng thấu hết tấm lòng tương tư
照妾今孤另
Nhẫn đeo tay mọi khi ngắm nghía
妾有钩指银
手中时相亲
凭谁寄君子
微物寓殷勤
Ngọc cài đầu thuở bé vui tươi
妾有搔头玉
婴儿年所弄
Cậy ai mà gửi tới nơi

---

1 tấc gang：咫尺。

2 Gương lầu Tần：秦楼镜。《西京杂记》：咸阳宫有方镜，广四尺，高五尺九寸，表里有明。人直来照之，影则倒见。以手扪心而来，则见肠胃五脏，历然无碍。人有疾病在内，则掩心而照之，则知病之所在。又女子有邪心，则胆张心动。始皇常以照宫人，胆张心动者则杀之。

凭谁寄君子
Để chàng trân trọng dấu người tương thân?
他乡幸珍重
Trải mấy thu, tin đi tin lại
昔年音信有来时
Tới xuân này tin hãy vắng không
今年音稀信亦稀
Thấy nhàn, luống tưởng thư phong[1]
见雁枉然思塞帛
Nghe hơi sương, sắm áo bông sẵn sàng
闻霜漫自制绵衣
Gió tây nổi không đường hồng tiện
西风欲寄无鸿便
Xót cõi ngoài tuyết quyến mưa sa
天外怜伊雪雨垂
Màn mưa trướng tuyết xông pha
雪寒伊兮虎帐
雨冷伊兮狼帏
Nghĩ thêm lạnh lẽo kẻ ra cõi ngoài
寒冷般般苦
天外可怜伊
Đề chữ gấm, phong thôi lại mở
锦字题诗封更展
Gieo bói tiền tin dở còn ngờ
金钱问卜信还疑
Trời hôm tựa bóng ngẩn ngơ
几度黄昏时重轩人独立
Trăng khuya nương gối bơ phờ tóc mai
几回明月夜单枕鬓斜攲
Há như ai, hồn say bóng lẫn
不关酖与酣惛惛人似醉
Bỗng thơ thơ thẩn thẩn hư không
不关愚与惰懵懵意如痴
Trâm cài, xiêm giắt thẹn thùng

[1] thư phong：书信。

簪斜委鬌髼无奈
Lệch làn tóc rối, lỏng vòng lưng eo
裙褪柔腰瘦不支
Dạo hiên vắng thầm gieo từng bước
昼沉沉午院行如坠
Bức rèm thưa rủ thác đòi phen[1]
夕悄悄湘帘卷又垂
Ngoài rèm thước chẳng mách tin
帘外窥日出枝头无鹊报
Trong rèm dường[2] đã có đèn biết chăng?
帘中坐夜来心事只灯知
Đèn có biết, dường bằng chẳng biết
灯知若无知
Lòng thiếp riêng bi thiết mà thôi
妾悲只自悲
Buồn rầu nói chẳng nên lời
悲又悲兮更无言
Hoa đèn kia với bóng người khá thương!
灯花人影总堪怜
Gà eo óc gáy sương năm trống
咿喔鸡声通五夜
Hoè phất phơ rủ bóng bốn bên
披拂槐阴度八砖
Khắc giờ đằng đẵng như niên
Mối sầu dằng dặc tựa miền bể xa
愁似海
刻如年
Hương gượng[3] đốt, hồn đà mê mải
强燃香花魂消檀炷下
Gương gượng soi, lệ[4] lại chứa chan
强临镜玉筋坠菱花前

1 đòi phen：几次；几番（多用于古典诗歌）。
2 dường：似乎；好像。
3 gượng：牵强；勉强。
4 lệ：眼泪。

Sắt cầm gượng gảy ngón đàn
强援琴指下惊停鸾凤柱
Dây uyên kinh đứt, phím loan ngại chùng[1]
强调瑟曲中悲遏鸳鸯弦
Lòng này gửi gió đông có tiện
此意春风若肯传
Nghìn vàng xin gửi đến non Yên[2]
千金借力寄燕然
Non Yên dù chẳng tới miền
燕然未能传
Nhớ chàng thăm thẳm đường lên bằng trời
忆君迢迢兮路如天
Trời thăm thẳm xa vời khôn thấu
天远未易通
Nỗi nhớ chàng đau đáu nào xong
忆君悠悠兮思何穷
Cảnh buồn người thiết tha lòng
怀人处伤心胸
Cành cây sương đượm, tiếng trùng mưa phun
树叶青霜里
蛩声细雨中
Sương như búa bổ mòn gốc liễu
Tuyết dường cưa xẻ héo cành ngô
雨锯损兮梧桐
霜斧残兮杨柳
Giọt sương phủ bụi chim gù
鸟返高春
露下低丛
Sâu tường kêu vẳng, chuông chùa nện khơi
寒垣候虫
远寺晓钟
Vài tiếng dế nguyệt soi trước ốc[3]

---

1 dây uyên，phím loan：鸳鸯弦，鸾凤键。
2 non Yên：燕然山。东汉窦宪领兵大破北匈奴刻石勒功之处。亦借指边塞。
3 ốc：屋；屋子。与下一句的 hiên（轩）对应。

蟋蟀数声雨
Một hàng tiêu gió thốc ngoài hiên
芭蕉一院风
Lá màn lay ngọn gió xuyên
风裂纸窗穿帐隙
Bóng hoa theo bóng nguyệt lên trước rèm
月移花影上帘栊
Hoa giãi[1] nguyệt, nguyệt in một tấm
花前月照月自白
Nguyệt lồng hoa, hoa thắm từng bông
月下花开花自红
Nguyệt hoa, hoa nguyệt trùng trùng
月花花月兮影重重
Trước hoa, dưới nguyệt, trong lòng xiết đau
花前月下兮心忡忡
Đâu xiết kể, muôn sầu nghìn não
千般懒万事慵
Từ[2] nữ công, phụ xảo[3] đều nguôi
慵女工锦轴耻抛鸳对偶
Biếng cầm kim, biếng đưa thoi
Oanh đôi thẹn dệt, bướm đôi ngại thùa
慵妇巧金针羞刺蝶雌雄
Mặt biếng tô, miệng càng biếng nói
慵妆对晓空施粉
Sớm lại chiều, dòi dõi[4] nương song
慵语终朝闷倚窗
Nương song luống ngẩn ngơ lòng[5]
倚窗倚窗复倚窗
Vắng chàng điểm phấn trang hồng với ai?
郎君去兮谁为容

1 giãi：说明；表述；表明。
2 từ：赖；辞却不干。
3 phụ xảo：妇巧；女性擅长的技艺。意指后面的 cầm kim, đưa thoi, dệt, thùa 等事。
4 dòi dõi：期盼；期待。
5 luống ngẩn ngơ lòng：枉然；徒费心思。

Biếng trang điểm, lòng người sầu tủi
谁为容兮空盘桓
Xót nỗi chàng, ngoài cõi trùng quan
郎君去兮隔重关
Khác gì ả Chức, chị Hằng[1]
Bến Ngân sùi sụt, cung trăng chốc mòng
何啻天帝孙冷落泣银渚
何啻姮娥妇凄凉坐广寒
Sầu ôm nặng, hãy chồng làm gối
藉愁兮为枕
Buồn chứa đầy, hãy thổi làm cơm
煮闷兮为餐
Mượn hoa, mượn rượu giải buồn
Sầu làm rượu nhạt, muộn làm hoa ôi[2]
欲将酒制愁愁重酒无力
欲将花解闷闷压花无颜
愁闷总为愁闷误
闷愁化作九泉滩
Gõ sanh ngọc mấy hồi không tiếng
试琼笙兮不成响
Ôm đàn tranh mấy phím rời tay
抱银筝兮不忍弹
Xót người hành dịch[3] bấy nay
思远塞兮行路难
Dặm xa mong mỏi hết đầy lại vơi
念征夫兮囊索单
Ca quyên ghẹo, làm rơi nước mắt
鹃声啼落关情泪
Trống tiều khua, như đốt buồng gan
樵鼓敲残带惫肝
Võ vàng đổi khác dung nhan
不胜憔悴形骸软

1 ả Chức, chị Hằng：织女（Chức Nữ），嫦娥（Hằng Nga）
2 ôi：不新鲜；臭；难闻。
3 hành dịch：行役。旧指因服兵役、劳役或公务而出外跋涉。

Khuê ly mới biết tân toan[1] dường này
始觉睽离滋味酸
Nếm chua cay tấm lòng mới tỏ
滋味酸兮酸更辛
Chua cay này, há có vì ai?
酸辛端的为良人
Vì chàng lệ thiếp nhỏ đôi
为良人兮双妾泪
Vì chàng thân thiếp lẻ loi một bề
为良人兮只妾身
Thân thiếp chẳng gần kề dưới trướng
妾身不到君征帐
Lệ thiếp nào chút vướng bên khăn
妾泪不到君征巾
Duy còn hồn mộng được gần
惟有梦魂无不到
Đêm đêm thường đến Giang Tân tìm người
寻君夜夜到江津
Tìm chàng thuở Dương Đài[2] lối cũ
寻君兮阳台路
Gặp chàng nơi Tương Phố bến xưa
会君兮湘水滨
Sum vầy[3] mấy lúc tình cờ
记得几番欢会处
Chẳng qua trên gối một giờ mộng Xuân
无非一枕梦中春
Giận thiếp thân lại không bằng mộng
此身反恨不如梦
Được gần chàng bến Lũng, thành Quan
陇水函关与子亲
Khi mơ những tiếc khi tàn

1 tân toan：辛酸。

2 Dương Đài：楚阳台，位于重庆市巫山县城西的高都山上。相传楚怀王与巫山神女幽会于此。

3 sum vầy：团聚；相聚。

梦去每憎惊更断
Tình trong giấc mộng, muôn vàn cũng không!
梦回又虑幻非真
Duy có một tấm lòng chẳng dứt
惟有寸心真不断
Vốn theo chàng giờ khắc nào nguôi
未尝顷刻少离君
Lòng theo song chửa[1] thấy người
心不离君未见君
Lên cao mấy lúc trông vời bánh xe
凭高几度望征轮
Trông bến Nam, bãi che mặt nước
望君何所见
江洲满白苹
Cỏ biếc um, dâu mướt ngàn xanh
燕草披青缕
秦桑染绿云
Nhà thôn mấy xóm chông chênh
南来井邑半兵尘
Một đàn cò đậu trước ghềnh chiều hôm
落日平沙鹭一群
Trông đường Bắc, đôi chòm quán khách
望君何所见
官路短长亭
Rườm rà xanh cây ngất núi non
云间吴树暗
天际蜀山青
Lúa thành thoi thóp bên cồn
北来禾黍半荒城
Nghe thôi địch[2] ngọc véo von bên lầu
微雨江楼笛一声
Non Đông thấy lá hầu chất đống
望君何所见

1 chửa：同 chưa。
2 địch：笛。

崆山叶做堆
Trĩ xập xoè, mai cũng bẻ bai
自飞青野雉
自舞隔江梅
Khói mù nghi ngút ngàn khơi
东去烟岚惨不开
Con chim bạt gió lạc loài kêu thương
西风飘薄鸟声哀
Lũng Tây thấy nước dường uốn khúc
望君何所见
河水曲如钩
Nhạn liệng không, sóng giục thuyền câu
长空数点雁
远浦一归舟
Ngàn thông chen chúc khóm lau
西去松楸接断芜
Cách ghềnh thấp thoáng người đâu đi về
行人微没隔苍洲
Trông bốn bề chân trời mặt đất
望尽天头又地头
Lên xuống lầu thấm thoát đòi phen
几日登楼更下楼
Lớp mây ngừng mắt ngại nhìn
冻云阻尽相思眼
Biết đâu chinh chiến là miền Ngọc Quan?
何处玉关征战陬
Gậy rút đất[1] dễ khôn học chước
恨无长房缩地术
Khăn gieo cầu[2] nào được thấy tiên
恨无仙子掷巾符

---

1 gậy rút đất：缩地宝杖。《神仙传》："费长房学术于壶公，公问其所欲，曰：'欲观尽世界。'公与之缩地鞭，欲至其处，缩之即在目前。"后以此典形容思念故乡或异地亲朋。

2 Khăn gieo cầu：掷巾为桥。五代·高彦休《唐阙史》："有崔生者，入山遇仙女为妻。久之还家，得隐形符，乃潜宫禁中，为术士所知，追捕甚急，生逃往山中。追者在家。（生）隔涧见其妻告之，妻掷其头巾，成五色虹桥，生过即灭，追不及矣。"

Lòng này hóa đá cũng nên
有心诚化石
E không lệ ngọc mà lên trông lầu
无泪可登楼
Lúc ngảnh lại ngắm màu dương liễu
回首长堤杨柳色
Thà khuyên chàng đừng chịu tước phong
悔教夫婿觅封侯
Chẳng hay muôn dặm ruổi giong
不识离家千里外
Lòng chàng có cũng như lòng thiếp chăng?
君心有似妾心不
Lòng chàng ví cũng bằng như thế
君心倘与妾心似
Lòng thiếp đâu dám nghĩ gần xa
妾亦于君何怨尤
Hướng dương lòng thiếp như hoa
妾心如花常向阳
Lòng chàng lẩn thẩn[1] e tà bóng dương
只怕君心如流光
Bóng dương để hoa vàng chẳng đoái
流光一去不复照
Hoa để vàng bởi tại bóng dương
花为流光黄又黄
Hoa vàng hoa rụng quanh tường
花黄更向谁边笑
流光不肯一回照
黄花却为流光老
黄花老兮落满墙
Trải xem hoa rụng đêm sương mấy lần
花落如今经几霜
Chồi lan nọ trước sân đã hái
庭兰兮已摘
Ngọn tần kia bên bãi đưa hương

---

1 lẩn thẩn：心神不定。

江藻兮又芳
Sửa xiêm dạo bước tiền đường
摄衣步前堂
Ngửa trông xem vẻ thiên chương[1] thẫn thờ
仰目观天章
Bóng Ngân Hà khi mờ khi tỏ
Độ Khuê Triền[2] buổi có buổi không
Thức mây đòi lúc nhạt hồng
Chuôi sao Bắc Đẩu thôi Đông lại Đoài
纤云时彷佛
北斗忽低昂
河水翻明灭
参躔乍现藏
Mặt trăng tỏ thường soi bên gối
月照兮我床
Bừng mắt trông sương gội cành khô
Lạnh lùng thay, bấy nhiêu Thu
Gió may hiu hắt trên đầu tường vôi
风吹兮我墙
Một năm một nhạt mùi son phấn
玉颜随年削
Trượng phu còn thơ thẩn miền khơi
丈夫犹他方
Xưa sao hình ảnh chẳng rời
昔为形与影
Bây giờ nỡ để cách vời Sâm Thương[3]
今为参与商
Chàng ruổi ngựa dặm trường mây phủ
君边云拥青丝骑
Thiếp dạo hài lầu[4] cũ rêu in

1 thiên chương：天章。指分布在天空的日月星辰等。

2 Khuê Triền：魁躔（kuí chán），指北斗星的运行度次。

3 Sâm Thương：参，商。星宿名。参星在西而商星在东，此出则彼没，两不相见。

4 hài lầu：鞋楼，即屧廊，亦作响屧廊。春秋时吴宫廊名，遗址在今江苏省吴县灵岩山中。廊中地面用梓木板铺成，行走有声。相传吴王让西施穿木屐走过以发出声响来倾听。

妾处苔生向屧廊
Gió Xuân ngày một vắng tin
廊内春风日将歇
Khá thương lỡ hết mấy phen lương thì
可怜误尽良时节
Xảy nhớ khi cành Diêu đóa Ngụy[1]
Trước gió xuân vàng tía sánh nhau
良时节姚黄魏紫嫁东风
Nọ thì ả Chức chàng Ngâu
良时节织女牛郎会明月
Tới trăng thu lại bắc cầu sang sông
昨日未笄西家娘
今年已归东邻倩
Thương một kẻ phòng không luống giữ
可怜兔守一空房
Thời tiết lành lầm lỡ đòi nau
年年误尽良时节
Thoi đưa ngày tháng ruổi mau
良时节兮忽如梭
Người đời thấm thoắt qua màu xuân xanh
人世青春容易过
Xuân thu để giận quanh ở dạ
况复是春闷未消秋恨续
Hợp ly đành buồn quá khi vui
况复是合欢更少别愁多
Oán sầu nhiều nỗi tơi bời
别愁秋恨两相磨
Vóc bồ liễu dễ ép nài chiều xuân
蒲柳青青能几何
Kìa Văn Quân mỹ miều thuở trước
E đến khi đầu bạc mà thương
空汉惜泪咨嗟
只怕白到文君头空叹惜

---

1 Diêu，Ngụy：指姚氏民和魏仁溥。宋代姚姓人家培育出千叶的黄牡丹，五代魏仁溥家培育出千叶肉红牡丹，谓之姚黄魏紫。均为牡丹的名贵品种。

Mặt hoa nọ gã Phan Lang
Sợ khi mái tóc điểm sương cũng ngừng
只恐花到潘郎鬓浪咨嗟
Nghĩ nhan sắc đương chừng hoa nở
叹惜何以为
颜色犹红如嫩花
Tiếc quang âm lần lữa gieo qua
咨嗟何以为
光阴一掷无回戈
Nghĩ mệnh bạc, tiếc niên hoa
咨命薄惜年花
Gái tơ mấy chốc xảy ra nạ giòng[1]
纷纷少妇几成皤
Gác nguyệt nọ mơ màng vẻ mặt
香阁重怀陪笑脸
Lầu hoa kia phảng phất[2] mùi hương
花楼尚记解香罗
Trách trời sao để nhỡ nhàng
恨天不与人方便
底事到今成坎坷
坎坷坎坷知奈何
Thiếp rầu thiếp lại rầu chàng chẳng quên
为妾嗟兮为君嗟
Chàng chẳng thấy chim uyên ở nội[3]
君不见野外双鸳鸯
Cũng dập dìu, chẳng vội phân trương
甘心不忍两分张
Chẳng xem chim yến trên rường
又不见梁间双燕燕
Bạc đầu không nỡ đôi đường rẽ nhau
白首何曾忘眷恋

1 nạ giòng：亦作 nạ dòng，（贬义）黄脸婆；中年妇女（người đàn bà đã có con và đứng tuổi）（hàm ý coi thường）。

2 phảng phất：仿佛；依稀。

3 nội：田间；野外。

Kìa loài sâu đôi đầu cùng cánh
Nọ loài chim chắp cánh cùng bay
鹣鹣也无情
比翼相随过一生
蛩蛩也无知
并驱到老不相违
Liễu, sen là thức cỏ cây
Đôi hoa cũng dính, đôi dây cũng liền
路柳曾传连理处
池莲亦有并头时
负蟨兮駏驉
抱萝兮菟丝
Ấy loài vật tình duyên còn thế
Sao kiếp người nỡ để đấy đây?
何人生之相违
嗟物类之如斯
Thiếp xin về kiếp sau này
Như chim liền cánh, như cây liền cành
安得在天为比翼鸟
在地为连理枝
Đành muôn kiếp chữ tình đã vậy
Theo kiếp này hơn thấy kiếp sau
宁甘死相见
不忍生相离
虽然死相见
曷若生相随
Thiếp xin: "Chàng chớ bạc đầu
安得君无老日
Thiếp thì giữ mãi lấy màu trẻ trung"
妾常少年
Xin: "Làm bóng theo cùng chàng vậy,
愿为影兮随君边
Chàng đi đâu cũng thấy thiếp bên
君有行兮影不远
Chàng nương vầng nhật, thiếp nguyền
Mọi bề trung hiếu, thiếp xin vẹn tròn"

君依光兮妾如愿
Lòng hứa quốc tựa son ngăn ngắt
愿君许国心如丹
Sức tý dân dường sắt trơ trơ
愿君庇民身如铁
Máu Thuyền Vu, quắc Nhục Chi
Ấy thì bữa uống, ấy thì bữa ăn
饥来吞下月氏头
渴来饮下单于血
Mũi đòng vác đòi lần hăm hở
何幸期门锋刃中
Đã lòng trời gìn giữ người trung
老天着意护英雄
Hộ chàng trăm trận nên công
护英雄百战功
Buông tên ải Bắc, treo cung non Đoài
长驱驷马静关东
关东关北休传箭
山尾山头早挂弓
Bóng kỳ xí giã ngoài quan ải
捷色旌旗辞塞月
Tiếng khải ca trở lại Thần Kinh
凯歌将士背边风
Đỉnh non kia, đá đề danh[1]
勒诗兮燕然石
Triều thiên vào trước cung đình dâng công[2]
献馘兮未央宫
未央宫兮向天朝
Nước Ngân Hán vác đòng rửa sạch
挽银河兮洗刀弓
Khúc nhạc từ réo rắt lừng khen
词人删下平淮颂

1 đá đề danh：勒石燕然。典出《后汉书》卷二十三《窦融列传·窦宪》。东汉将军窦宪率军大破北匈奴之后，封燕然山，勒石记功。
2 cung đình dâng công：也写作 Vị Ương cung，指未央宫。

Tài so Tần, Hoắc vẹn tuyền
Tên ghi gác Khói, tượng truyền đài Lân
Nền huân tướng nên công rạng vẻ
Chữ đồng hưu bia thẻ nghìn đông
乐府歌传入汉谣
凌烟阁兮秦叔宝
麒麟台兮霍嫖姚
天长地久茅苴券
Ơn trên: tử ấm thê phong
子荫妻封爵禄标
Phần vinh thiếp cũng đượm chung hương trời
有愁兮此日
得意兮来时
Thiếp chẳng dại như người Tô Phụ[1]
妾非苏家痴心妇
Chàng hẳn không như lũ Lạc Dương[2]
君非洛阳好男儿
Khi về đeo quả ấn vàng
归来倘佩黄金印
Trên khung cửi dám rẫy ruồng làm cao
肯学当年不下机
Xin vì chàng xếp bào cởi giáp
Xin vì chàng giũ lớp phong sương
愿为君兮解征衣
Vì chàng tay chuốc chén vàng
愿为君兮捧霞卮
Vì chàng điểm phấn đeo hương não nùng
为君梳栉云鬟髻

---

1 Tô Phụ：苏秦的妻子。《战国策·苏秦》苏秦游说秦王连横不成，失意而归时。当时的苏秦十分狼狈："黑貂之裘敝，黄金百斤尽，资用乏绝，羸縢履蹻，负书担橐，形容枯槁，面目犁黑"，结果回到家中，"妻不下纴，嫂不为炊，父母不与言"。后苏秦游说赵王约纵散横，抑制强秦，受到赵王赏识，一跃而成为武安侯、赵国国相，并被赏赐"革车百乘、锦绣千纯、白璧百双、黄金万溢"，前呼后拥地衣锦荣归之时，苏妻"侧目而视，侧耳而听"。

2 lũ Lạc Dương：指苏秦。苏秦，字季子，雒阳（今河南洛阳）人，战国时期著名的纵横家、外交家和谋略家。

为君妆点玉臙脂
Mở khăn lệ, chàng trông từng tấm
取君看兮旧泪帕
Đọc thơ sầu, chàng thầm từng câu
诉君听兮旧情词
Câu vui đổi với câu sầu
旧情词兮换新联
Rượu khà cùng kể trước sau mọi lời
语新话旧兮酒杯前
Sẽ rót vơi lần lần từng chén
浅斟兮慢慢
Sẽ ca dần ren rén từng thiên
底唱兮连连
Liên ngâm đối ẩm đòi phen
斟不斟兮蒲城酿
唱不唱兮紫骝篇
愿斟九酝兮唱双联
Cùng chàng lại kết mối duyên đến già
与君整顿兮旧姻缘
交颈成双到老天
Cho bõ lúc xa sầu, cách nhớ
偿了功名离别债
Giữ gìn nhau vui thuở thanh bình
Ngâm nga mong gửi chữ tình
相怜相守太平年
太平年愿君止戈置
若然此别妾何泪
将会之期将寄言
"Dường này âu hẳn tài lành trượng phu!"
嗟乎丈夫当如是

Câu hỏi đọc hiểu（思考题）

1.《征妇吟曲》是如何描述征人征战沙场无归期的？
2.《征妇吟曲》是如何描述征妇忆君思悠悠的？

3. “Thấy xanh xanh những mấy ngàn dâu”（青青陌上桑）一句是借用哪篇中国汉乐府诗的诗句？这样的诗句借用在文中还有哪些？

4.《征妇吟曲》按乱时、出征、悲怀、孤零、望想、愁闷、失望、望寻、怀疑、忧老、愿约、恳求这一线索细腻地刻画了征妇的各种心理活动。试分析每一场景作者是如何描绘征妇当时心情的。

Bài 7

Tinh thần thể dục（体育精神）

Nguyễn Công Hoan（阮公欢）

Tiểu sử tác giả（作者简介）

阮公欢（Nguyễn Công Hoan，1903—1977 年）是越南现代文学史上批判现实主义文学的开创者。他出生在一个没落的封建官宦之家，父亲是春求县的训道。1922 年，他就读于高等师范学校，1926 年，他毕业后开始从事教学，担任过多个学校的教师，对各地的民众疾苦、社会弊端和官场的丑行等有深刻的了解。1920 年起，阮公欢开始步入文坛，他的第一部文学作品是短篇小说集《红颜劫》。1930 年起，他经常在伞沱主编的《安南杂志》上发表文学作品。1934 年起，他先后写了短篇小说集《两个混蛋》《男角四下》《新角花旦和小生》和《报纸主编》等。八月革命前，他共写了 20 余部长篇小说，有《心火熄灭》《金枝玉叶》等。八月革命后，阮公欢积极投身革命，主要从事党的报刊出版工作。1954 年起，他在越南文艺协会工作。1957 年，越南作家协会成立，他被选举为第一届作家协会主席。在这期间，他先后写了短篇小说集《农民与地主》、长篇小说《明暗交织的图画》《混耕混居》等。阮公欢一生著述极为丰厚，共有短篇小说 200 余篇、长篇小说 20 余部和一些话剧剧本等。1996 年，阮公欢被追授予胡志明文学艺术奖。

Tóm tắt tác phẩm（作品简介）

短篇小说《体育精神》用诙谐的笔调，讽刺了法国殖民者所倡导的所谓“体育运动”和“体育精神”。对当代人来说，看足球赛是一件令人振奋、轻松愉快的事情。但是，对于越南 20 世纪 30 年代那些吃不饱、穿不暖的穷苦农民来说，无疑是一件痛苦的事情。小说中描绘的抓人看球的景象就像是抓壮丁一样：乡村的黎明被吵闹声、哭喊声所打破，里长在村亭里大声叫嚷着，命令巡丁去抓那些没有按时到达的人。巡丁举着火把，拿着戒尺，破门而入，把那些藏起来的农民生拽硬拉地拖到集合地点。紧张、激烈的“大搜捕”结束后，人数仍然没有达到规定的要求。在去县城的路上，里长、巡丁就像是押着一队俘虏兵，提心吊胆，生怕哪个再跑掉，更加不好交差。

Văn bản（作品原文）

Có lính huyện mang trát quan[1] về làng:

Quan tri huyện[2] huyện X.X.

Sức[3] hương lý xã Ngũ Vọng tuân cứ[4].

Nay thừa lệnh Tỉnh đường, ngày 19 Mars[5] này, tức 29 tháng Giêng An Nam, tại sân vận động huyện có cuộc đá bóng thi, nhiều chiến tướng đá rất hay… .

Vậy sức các thầy[6] phải thông báo cho dân làng biết và phải thân dẫn đủ một trăm người, đúng 12 giờ trưa đến xem, không được khiếm diện[7].

Những người đã cắt đi dự cuộc khánh thành sân thể dục tháng trước, thì lần này được miễn.

Ai có mặt tại sân vận động cũng phải ăn mặc tử tế, đi đứng nghiêm chỉnh, và phải vỗ tay luôn luôn, vì hôm ấy có nhiều quan khách.

Làng Ngũ Vọng lại phải có năm lá cờ, sẵn sàng từ 10 giờ sáng.

Việc này tuy là việc thể dục, nhưng các thầy không được coi thường, nếu không tuân lệnh sẽ bị cữu

Nay sức

Lê Thăng

* * *

Anh Mịch nhăn nhó, nói:

- Lạy ông, ông làm phúc tha cho con, mai con phải đi làm trừ nợ cho ông

---

1 trát quan：官札；官文。trát：札。

2 tri huyện：知县。

3 sức：饬；饬令。

4 tuân cứ：遵照执行。

5 Mars：（法语）三月。

6 thầy：官员。các thầy：各位官员（越南封建殖民地时期上级对下级的尊称）（Từ cấp trên dùng để gọi cấp dưới một cách lịch sự trong giới quan lại thời phong kiến, thự dân）。

7 khiếm diện：缺席（vắng mặt）。

Nghị, kẻo ông ấy đánh chết.

Ông lý cau mặt, lắc đầu, giơ roi song to bằng ngón chân cái lên trời[1], dậm dọa:

- Kệ mày, theo lệnh quan, tao chiếu sổ đinh[2], thì lần này đến lượt mày rồi

- Cắn cỏ con lạy ông trăm nghìn mớ lạy[3], ông mà bắt con đi thì ông Nghị ghét con, cả nhà con khổ.

- Thì mày hẹn làm ngày khác với ông ấy, không được à?

- Đối với ông Nghị, con là chỗ đầy tớ, con sợ lắm. Con không dám nói sai lời, vì là chỗ con nhờ vả quanh năm. Nếu không, vợ con con chết đói.

- Chết đói hay chết no, tao đây không biết, nhưng giấy quan đã sức, tao cứ phép tao làm, đứa nào không tuân, để quan gắt, tao trình thì rũ tù.

- Lạy ông, ông thương phận nào con nhờ phận ấy

- Mặc kệ chúng bay, tao thương chúng bay, nhưng ai thương tao. Hôm ấy mày mà không đi, tao sai tuần đến gô cổ lại, đừng kêu.

* * *

Bác Phó gái, dịu dàng, đặt cành cau lên bàn, ngồi xổm ở xó cửa, gãi tai, nói với ông lý:

- Lạy thầy, nhà con thì chưa cất cơn, mấy lại sợ thầy mắng chửi, nên không dám đến kêu. Lạy thầy, quyền phép trong tay thầy, thầy tha cho nhà con, đừng bắt nhà con đi xem đá bóng vội.

- Ồ, việc quan không phải như chuyện đàn bà của các chị!

- Thì lạy thầy, thế này, làng ta thì đông, thầy cắt ai không được. Tại nhà con ốm yếu, nên xin thầy hoãn cho đến lượt sau.

- Ốm gần chết cũng phải đi. Lệnh quan như thế. Ai cũng lấy cớ ốm yếu mà không đi, thì người ta đá bóng cho chó xem à?

- Thưa thầy, giá nhà con khỏe khoắn, thì nhà con chả dám kêu. Nhưng, thưa thầy, từ đây lên huyện, những chín cây lô mếch, sợ nhà con đi nắng thì cảm, rồi phải lại thì oan gia[4]

- Đây không biết, mà đây cũng không nghe đâu. Vợ chồng thu xếp với nhau thế nào, đây mặc kệ!

---

1 giơ roi song to bằng ngón chân cái lên trời：高高举起脚拇趾粗的藤鞭。

2 sổ đinh：壮丁名册。

3 Cắn cỏ con lạy ông trăm nghìn mớ lạy：小的千恩万谢官老爷。cắn cỏ：结草衔环。

4 phải lại thì oan gia：又生病就遭殃了。oan gia：遭灾，遭殃。

- Thưa, hay con nghỉ buổi chợ để đi thay nhà con có được không ạ?

- Không! Phải là đàn ông kia. Chứ nữ nhân ngoại tộc, ai kể.

Người đàn bà thở dài:

- Thế thì con biết làm thế nào được!

* * *

Bà cụ phó Bính, mắt kèm nhèm, vừa nói, vừa cười rất vô duyên[1]:

- Thì lòng thành, ông lý cứ nhận đi cho cháu. Cháu hôm ấy không bận đi ăn cưới thì cháu cũng xin vâng. Cháu đã thuê thằng Sang đi thay cho cháu cũng thế. Ông ngơ đi là được.

- Thế ngộ[2] quan biết, có chết tôi không!

- Quan đếm đủ đầu người là xong, chứ ai xem thẻ mà ông sợ.

- Tôi nhận lễ của con bà mà tôi lo lắm. Việc quan nào phải việc chơi.

- Thì cũng như ông làm phúc ấy mà lị.

- Nhưng thằng Sang có khăn áo tử tế, hay lại ăn mặc như thằng ăn mày ấy.

- Ông không phải lo việc ấy. Nó đã dạm mượn được đủ cả rồi. Cháu mặc cả và đã khoán đủ với nó như thế.

Ông lý nhăn mặt, nhặt ba hào, bỏ túi:

- Làm việc mà cứ gặp phải những người như con bà, thì tôi đến chết mất.

- Thì ông không cho phép cháu ở nhà, cháu phải thuê người khác đi thay cũng thế chứ gì.

- Thế đến gà gáy hôm 29, bà phải bảo thằng Sang chực sẵn ở đình, tôi dẫn đi.

- Ấy, ông cho nó cơm nước thong thả đã chứ. Đá bóng ít ra ba bốn giờ chiều mới bắt đầu kia mà. Tôi tưởng mười hai giờ ở nhà đi cũng vừa. Buổi sáng, tôi còn mượn nó cuốc mảnh vườn.

- Ba bốn giờ chiều mới bắt đầu, nhưng quan bắt đến huyện từ 12 giờ trưa. Để ngài điểm. Mà quan sức mười hai giờ, thì mình phải đến từ 11 giờ cho sớm sủa. Vả lại, tôi còn phải mang cờ lên lúc 10 giờ, thì chả đi từ năm sáu giờ thì đi vào lúc nào. Cho nên, mọi người phải chờ tôi ở đình từ gà gáy.

- Thế thì sớm quá.

Ông Lý gắt:

- Tôi không lôi thôi. Bà không bằng lòng thế, thì tôi cứ bắt đích danh con bà. Mặc kệ!

---

1 cười rất vô duyên：苦涩地笑。vô duyên：无缘；（本文指）苦涩。

2 ngộ：万一。

Bà phó sợ hãi:

- Không, lệnh ông thì thế nào tôi chả phải nghe. Là tôi nói chuyện thế đấy chứ.

- Mấy lị bao nhiêu người đều phải thế, chứ riêng gì bà. Bà bảo thằng Sang nắm cơm từ chiều hôm trước, chứ sáng hôm ấy dậy mới thổi thì không kịp đâu.

- Vâng.

* * *

Ngay từ sáng tờ mờ hôm 29, ở sân đình làng Ngũ Vọng, đã có tiếng ông lý quát tháo om sòm:

- Thiếu những mười tám thằng kia à? Tuần đâu, đến tận nhà chúng nó, lôi cổ chúng nó ra đây. Chứ đã hẹn đi lại còn định chuồn phỏng!

Sau tiếng dạ ran, những ngọn đuốc linh tinh kéo đi các ngả. Ông lý dặn theo, tiếng oang oang:

- Hễ đứa nào láo, cứ đánh sặc tiết chúng nó ra, tội vạ ông chịu. Mẹ bố chúng nó! Việc quan thế này chết cha người ta không! Chúng bay gô cổ cả, giải cho được ra đây cho ông!

Lại một tiếng dạ nữa, giữa những tiếng chó rống dậy. Ngọn lửa đỏ như nổi lềnh bềnh trong biển sương mù.

Thì đại khái cái cảnh diễn ra như thế này:

Hai người tuần, một người cầm đuốc, một người cầm tay thước, đạp cửa vào nhà thằng Cò. Sau khi tìm sục khắp gian ngoài, buồng trong, không thấy một ai, họ xuống bếp, chọc tay thước vào cót gio và bồ trấu. Rồi họ lùng ra mé sau nhà. Cũng vô hiệu.

Nhưng bỗng có tiếng trẻ khóc thét lên, thì hai anh tuần mới khám phá ra chỗ người trốn: Thằng Cò nằm ẹp với con ở cạnh đống rơm, phủ lên mình đầy rơm.

Nó bị lôi ra ngoài. Nó van lạy:

- Lạy các bác, các bác cho tôi ở nhà làm ăn.

- Sao anh đã hẹn với ông lý, lại không đi, để ông ấy chửi địa lên[1] kia kìa.

- Tôi đi thì tôi mất cả ngày, mà mất buổi làm thì tôi với cháu nhịn đói.

- Tôi không biết!

- Mấy lị tôi không mượn đâu được quần áo.

- Không biết! Anh ra đình mà kêu với ông lý.

---

1 chửi địa lên：痛骂；臭骂。địa：生气地大声（骂、呵斥等）(Lớn tiếng một cách giận dữ)。(thông thường: thường dùng phụ sau động từ. Hạn chế trong một số tổ hợp)。

Thằng bé con nhắm nghiền mắt, ôm chặt lấy bố. Nó sợ quá, không khóc được nữa. Thằng Cò chưa kịp trả lời, đã bị lôi sềnh sệch đi.

* * *

Cuộc săn dù ráo riết đến đâu cũng không sao tróc đủ một trăm người phải đi xem đá bóng. Dăm sáu anh khôn ngoan, đã kéo đến ngủ nhờ nhà khác, hoặc làng khác. Họ làm như lánh nạn.

Khi thấy đã chậm giờ, ông lý trưởng nghiến răng nói:

- Chúng nó ngu như lợn. Người ta cho xem đá bóng chứ ai làm gì mà cũng phải bắt. Rồi quan thấy không đủ số, lại chửi ông không tận tâm.

Rồi ông ra lệnh:

- Chín mươi tư thằng ở đây, xếp hàng năm lại, đi cho đều bước. Tuần chúng bay phải kèm chung quanh giúp tao. Đứa nào mà trốn về thì ông bảo.

Đoạn ông lo lắng, đi cuối cùng, mắt nhanh nhẹn để coi cẩn thận như coi tù binh.

- Mẹ bố chúng nó, cho đi xem đá bóng chứ ai giết chết mà phải trốn như trốn giặc!

Kép Tư Bền（男角四卞）

Nguyễn Công Hoan（阮公欢）

Tóm tắt tác phẩm（作品简介）

1935 年出版的短篇小说集《男角四卞》（Kép Tư Bền）是阮公欢短篇小说的代表作，它包括 1929—1935 年写的 15 篇短篇小说，它的出版轰动了越南文坛。《男角四卞》成为当时“艺术为艺术还是艺术为人生”大讨论中“艺术为人生”派的一个有力佐证，那就是文学艺术反映社会现实、为劳动人民呐喊。它的重大意义还在于，从此拉开了批判现实主义文学的序幕。

小说集中的名篇是《男角四卞》，故事梗概是，四卞是一个贫穷的戏剧演员，为了挣钱给父亲看病，他不得不把重病的父亲撇在家里，出去演戏。在舞台上，他惦念着家中的老父亲，内心极端痛苦，而表面上却要高兴地大笑、大唱，努力做各种惹人笑的动作，因为他演的正好是一出喜剧《好好知县》。他走下舞台，喜剧结束，悲剧开始了：他父亲在他演出时去世了。舞台上的喜剧与他生活中的悲剧形成了鲜明的对比。为了钱，他要卖笑；为了钱，在他哭的时候，却得违心地笑。这就是殖民地社会中越南百姓的生活写照。

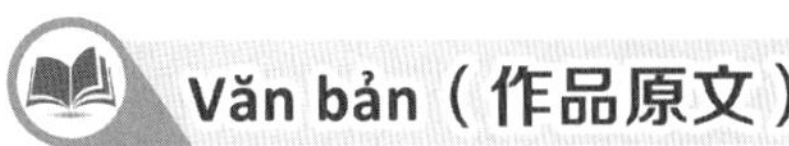

Văn bản（作品原文）

Các ngài thích xem hát bội[1], hẳn chẳng ai là không biết tên Kép Tư Bền[2]. Ấy anh ta chỉ nổi tiếng về cái tài bông lơn[3], lắm lúc ra sân khấu, chẳng cần nói một câu khôi hài nào, nhưng chỉ nhìn một cái điệu bộ cỏn con của anh ta, các khán giả cũng đủ phải ôm bụng mà cười[4], vỗ tay đôm đốp.

Anh ta ở Sài Gòn ra hát ở Hà Nội đã ba năm nay. Vì anh ta có tài riêng[5] mà tính lại thích tự do, nên anh chẳng chịu làm chuyên cho một rạp nào. Nhưng hễ rạp nào khéo dùng anh một độ, là cũng đông khách. Cho nên, tối nào bà con Hà thành[6] đọc chương trình hay xem báo, thấy kép Tư Bền đóng vai giễu[7] là cũng nô nức đi xem. Lắm người đến chậm, phải mang tiền về không[8], phàn nàn rằng rạp chật quá!

Cho nên những tối hát có anh giúp, thì các hý viện đều trưng lên là buổi hát đặc biệt[9].

Nhưng đã hơn một tháng nay, anh không diễn ở đâu cả. Vì đã hơn một tháng nay, cha anh ta ốm. Đã hơn một tháng nay, lúc nào trong cái gác tối om ở gian nhà ngay đầu ngõ Sầm Công, cái tiếng rền rĩ của ông cụ cũng hòa lẫn với tiếng rầu rĩ của siêu thuốc mà làm anh Tư Bền phải rầu gan nát ruột[10], chẳng thiết đến sự làm ăn[11]. Bệnh cha anh càng ngày càng nặng, thuốc thang chữa chạy[12], nào anh có quản ngại gì. Nhưng cái số tiền để dành của một vai kép dần dần cũng đi bài tẩu

---

1 hát bội：嘭剧（hát tuồng）。

2 Kép Tư Bền：Kép，男演员，男主角。Tư Bền，四卞，文中男主角的名字。

3 bông lơn：诙谐；幽默；滑稽。

4 ôm bụng mà cười：捧腹大笑。

5 tài riêng：绝技；绝活。

6 Hà thành：河城，指河内。

7 vai giễu：丑角（vai hề）。

8 mang tiền về không：（因为人多未能买到票）带着钱空手而归。

9 trưng lên là buổi hát đặc biệt：悬挂起特别演出的横幅。trưng：（在显眼的地方）悬挂（để ở vị trí dễ thấy nhất, sao cho càng nhiều người nhìn nhấy rõ ràng nhất）。

10 rầu gan nát ruột：忧心忡忡。

11 chẳng thiết đến sự làm ăn：无心顾及营生；（本文指）无心演戏。

12 thuốc thang chữa chạy：求医问药。

mã[1], đến nỗi anh phải đi vay trước của các ông chủ rạp hát ít nhiều.

Một hôm, ông chủ rạp Kịch trường đến nhà anh ta chơi. Sau một vài câu hỏi thăm chiếu lệ, ông ta nghiêm sắc mặt[2], nhắc đến món nợ:

- Sao? Cái số tiền đó, cậu đã có để trả tôi chưa?

- Thưa ngài, xin ngài hãy thư cho ít bữa[3], khi nào thư thả, tôi sẽ đi làm và nộp sau.

Ông chủ bĩu môi, nói:

- Thôi, biết bao lần rồi! Cậu không trả, tôi sẽ đem ra tòa đó.

Anh Tư Bền cười lạt cho xong chuyện[4], nhưng lại thấy ông chủ ngọt ngào dỗ: Bấy lâu cậu nghỉ hát ở các rạp, khách nhắc nhở luôn đấy. Vậy cậu liệu liệu mà đi làm ăn chứ?

- Vâng, tôi định thế...

- Tôi mới nhờ một nhà văn sĩ đại danh soạn cho một vở hài kịch[5] theo lối tuồng cổ. Vậy cậu ra giúp tôi vai chính. Vì phi[6] cậu, không còn ai xứng đáng.

- Diễn vở mới thì phải học, thưa ngài?

- Phải, phải học và tập diễn trong độ nửa tháng.

- Trong nửa tháng! Chà!

Anh Tư Bền nhắc lại ba tiếng đó, nhưng trong anh lẩn vẩn nghĩ ngợi biết bao nhiêu điều: Trong nửa tháng, trong mười lăm hôm trời, mỗi ngày anh phải xa cách cha mấy tiếng đồng hồ để đi học diễn. Cha anh ốm. Trong khi anh vắng nhà, ai trông nom săn sóc thay anh? Nghĩ vậy anh đáp phắt:

- Thôi, xin lỗi ông, tôi bận quá mà!

Rồi anh trỏ vào màn và nói tiếp:

- Cha tôi yếu[7], tôi phải ở nhà.

Lúc ấy, ở trên giường bệnh, ông cụ ho sù sụ, rồi thò tay ra cái ghế đẩu[8] kê cạnh, để với lấy cái ống nhổ. Nhưng lật bật cầm không vững, cụ đánh rơi ngay xuống sàn gác, đờm rãi nổi lềnh bềnh.

Anh Tư Bền giật mình, chạy lại đỡ cha:

1 đi bài tẩu mã：走马灯，（本课指钱）花光了。
2 nghiêm sắc mặt：板起面孔；板起脸。
3 thư cho ít bữa：缓几日。bữa：日，天 （ngày）。
4 cười lạt cho xong chuyện：干笑以敷衍了事；一笑了之。
5 hài kịch：滑稽剧；幽默剧。
6 phi：除非。
7 yếu：生病（委婉说法）。
8 ghế đẩu：凳子。

- Sao ông không gọi con?

Rồi anh đỡ lấy chổi quét chỗ nước lênh láng đi, đoạn nét mặt rầu rầu, anh nói.

- Đó, ông coi, vắng tôi sao đặng[1].

- Không, cậu cứ nhận lời giúp tôi, tôi sẽ sai người đến trông nom hộ cậu.

- Đa tạ[2] ông, nhưng tôi không yên tâm.

Lúc ấy, trong màn có tiếng keng keng của chiếc đũa đập vào bát sứ. Đó là hiệu gọi. Anh Tư Bền lật đật chạy lại gần cha. Giọng khàn khàn của ông cụ sai anh rót chén nước.[3]

Nhân muốn gây cảm tình, ông chủ rạp Kịch trường lại gần giường, mở màn, rồi hỏi:

- Chào cụ, cụ có biết tôi là ai không.

Ông già giương hai mắt lên. Rồi như đã nhận biết, bèn nhăn bộ răng ra cười[4], cái cười khó đăm đăm[5], và gật gật mấy cái, rồi run lẩy bẩy, giơ tay ra bắt.

Các ngài đừng tưởng rằng ông cụ quen gọi lối tây, nên mới bắt tay đâu. Đến phải nhăn bộ răng ra cười còn là sự bất đắc dĩ nữa là. Nay sở dĩ ông cụ phải bắt tay, vì là tiếp khách theo lối lịch sự của những người mà con mình có nhờ vả.

- Cụ cũng không yếu lắm nhỉ. Sao cậu Tư Bền không nhận lời cho tôi?

Ông cụ hất hàm, có ý hỏi.

- Tôi sắp cho tập vở mới, định nhờ cậu ấy sắm vai chính.

Ông cụ lại nhăn răng ra cười và gật, nhưng anh Tư Bền nói ngay với cha.

- Ông mệt[6] lắm, con phải ở nhà.

Ông cụ cau mặt. Chỉ có anh Tư Bền hiểu. Bởi vì ông cụ chẳng muốn vì mình mà con làm trái lòng người chủ nợ. Ông chủ dỗ dành, nói:

- Cậu cứ giúp tôi đi. Cậu mà nhận lời, thì món tiền ấy, cậu để đến bao giờ cũng được. Còn tiền hoa hồng[7] khi diễn tấn "Ông huyện ba phải"[8] này, cậu cứ lấy

---

1 đặng：được。

2 đa tạ：多谢。

3 Giọng khàn khàn của ông cụ sai anh rót chén nước：老人“空空卡卡”的咳嗽声示意他斟茶。

4 nhăn bộ răng ra cười：龇牙笑；咧嘴笑。

5 cái cười khó đăm đăm：苦涩的笑。khó đăm đăm：（面部表情）忧郁（vẻ mặt tỏ ra khó chịu, cau có vì có sự bực dọc không được thổ lộ ra）。

6 mệt：生病（委婉说法）。

7 tiền hoa hồng：酬劳；酬金。

8 Ông huyện ba phải：好好知县。ba phải：三好；好好；唯唯诺诺（Cái gì cũng cho

cả để thuốc thang cho ông cụ.

Cái sức làm cho anh kép Tư Bền có thể nghĩ đến sự bỏ cha ốm một mình là ở câu nói ấy. Mà cha anh cũng vì câu nói ấy mà nở nang cả lồng xương ngực[1]. Ông cụ cố thở mạnh mấy cái cho khoan khoái trong lòng.

- Cậu nghĩ sao?

- Nhưng nửa tháng trời! Ai trông nom cho cha tôi?

- À, thôi, thế này thì cậu bằng lòng nhé. Cậu cứ ở nhà mà học vở. Đến hôm diễn thử lần cuối, cậu hãy đến rạp cũng được. Vì tôi biết cậu thông minh và có tài hơn người khác. Tội chi[2], có dịp trổ tài, vả lại để cho thiên hạ nhớ mong lâu cũng không tiện!

Nghe câu nói sau cùng như được ăn miếng bánh thánh[3], anh Tư Bền có vẻ nghĩ ngợi. Anh nhìn cha. Ông cụ thấy con còn ngần ngừ, thì lộ ra vẻ không bằng lòng. Cụ nhăn mặt, cố cất lên cái tiếng khàn khàn để gắt:

- Nhận lời đi!

Nói xong, lại ho sù sụ.

Anh Tư Bền cảm động, nhìn ông chủ rạp Kịch trường và trả lời.

- Vâng!

Ông chủ vì chờ cái tiếng vâng này mất nhiều công quá, nên sợ nó không được chắc chắn. Đến hôm diễn, mà cha anh Tư Bền có làm sao, anh cứ vắng mặt ở rạp hát, thì lỡ bét. Ông bắt anh làm giấy giao kèo[4].

Bà con sính[5] xem hát, hôm đó thấy ôtô quảng cáo chạy rong khắp phố để thả chương trình, và vải căng ở các ngã tư, đều nô nức rủ nhau đi xem buổi biểu diễn đặc biệt, có Tư Bền sắm vai chính.

Tối đến, cửa rạp Kịch trường đèn thắp sáng trưng như ban ngày, chiếu rõ cái cảnh người đứng lô nhô như luống hoa trăm hồng ngàn tía[6], bướm ong chờn vờn[7]. Trên thềm, dưới bậc, giữa đường, non nghìn thiếu niên nam nữ túm tụm lại, tìm chỗ để đứng ngắm nhau cho đỡ nóng ruột lúc chờ đợi. Tiếng nhạc hòa trong rạp,

---

là đúng, cho là phải)。

1 nở nang cả lồng xương ngực：心花怒放。

2 tội chi：何必。

3 như được ăn miếng bánh thánh：好似吃圣饼一般；好似吃蜜一般。

4 giấy giao kèo：合同。

5 sính：嗜好（thích, chuộng đến mức quá đáng, thường tỏ ra hơn người）。

6 trăm hồng ngàn tía：万紫千红。

7 bướm ong chờn vờn：蜂飞蝶舞。

du dương trầm bổng[1], chứa chan biết bao tình tứ ái ân, như câu, như kéo, làm cho người ta quên hẳn, mà bất giác moi túi lấy tiền mua vé.

Rồi cái làn sóng người dần dà tràn vào trong. Trên các hàng ghế, chỗ nọ nhắc lại câu bông lơn của kép Tư Bền, chỗ kia bắt chước điệu bộ của kép Tư Bền. Ai nấy đều nóng ruột sốt lòng, mong cho chóng đến giờ mở màn sân khấu, để được cười, được vỗ tay, được học thêm vào lối pha trò mới, để mai làm nhếch mép người yêu[2].

Vinh dự thay, anh kép Tư Bền! Nhưng mà khốn nạn thân anh! Người ta biết đâu rằng hiện giờ này, ở nhà, cha anh đương dở chứng khò khè[3], chỉ chờ từng phút để thở một hai hơi nữa là hết nợ, và ở trong buồng trò, anh cũng đương nẫu ruột nhầu gan[4]. Thật vậy, ai ngó vào trong buồng trò mới thấy được cái khổ tâm[5] của anh Tư Bền. Anh ngồi ủ rũ trước cái gương, bụng thì rối beng, mặt thì nhăn nhó, nhưng tay vẫn phải sờ vào hộp phấn hồng để đánh mặt, quệt vào đĩa mực để bôi nhọ cái mồm. Rồi anh phải mặc trái cái áo lụng thụng thêu, lận đôi hia xanh và đội cái cánh mũ chuồn ngược[6]. Anh đóng vai này, trông ra phết[7] giàu sang sung sướng. Chốc nữa, anh còn phải làm cho chủ anh bằng lòng, các bạn anh trông anh mà gắng sức, các khán giả được một phen cười vỡ bụng vỗ rát tay kia mà! Nhưng mà cha anh Tư Bền sắp chết! Ban nãy lúc anh ở nhà ra đi, đã thấy nguy lắm rồi. Thôi! Nhưng mà mặc kệ. Anh phải quên đi, mà bông, mà đùa, mà pha trò trên sân khấu, cho chúng tôi cười, hét lên mà cười, cười đến nỗi lăn ra cả đất chứ?

* * *

Một hồi chuông vừa dứt, màn kéo lên. Một tràng vỗ tay đôm đốp như pháo nổ để hoan nghênh ông chúa khôi hài. Anh Tư Bền lững thững bước ra, cúi đầu chào, rồi đứng thần người ra như phỗng[8] một lúc. Tiếng reo, tiếng hò, tiếng vỗ tay lại làm dữ hơn trước! Mà khán giả thấy anh ăn mặc ngộ nghĩnh[9], cái mồm bôi nhọ

1 du dương trầm bổng：悠扬起伏。
2 làm nhếch mép người yêu：使情人开口笑；逗情人开心。
3 dở chứng khò khè：病情不断加重，咳嗽不止。
4 nẫu ruột nhầu gan：忧心如焚。
5 khổ tâm：痛苦（đau khổ）。
6 đội cái cánh mũ chuồn ngược：反戴着乌纱帽。cánh mũ chuồn：乌纱帽。
7 trông ra phết：看起来很像样。
8 đứng thần người ra như phỗng：呆若神像；呆若木鸡。phỗng：神像。
9 ăn mặc ngộ nghĩnh：穿戴怪异。

nhem, thì ai nhịn cười được! Càng thấy anh đứng yên, họ càng được ngắm, và cho là anh muốn pha trò như thế, nên càng cười già[1]! Ác thật! Vai anh Tư Bền hôm ấy cứ phải đứng trên sâu khấu. Nhất là anh phải làm nhiều điệu bộ hơn mọi khi. Lắm lúc còn phải rặn ra mà cười ha hả!

Hết cảnh đầu. Sao mà lâu thế! Anh được nghỉ một chốc, mới nhờ người về xem tình hình cha anh ra làm sao. Rồi anh lại phải ra trò. Anh lại phải hò, phải hét phải dằn từng tiếng, phải ngân từng câu, phải làm những điệu bộ, phải cười ha hả như cảnh thứ nhất. Người xem hát thì cứ trông thấy anh là cũng đủ cười rồi. Nào họ có để ý và nhìn rõ đâu được cái vẻ lo âu của anh, nó hiện ra ở trước mắt. Bỗng khi anh đương phệnh phạo[2] trên sân khấu, khi người ta đương vỗ tay đôm đốp, thì anh nghe thấy có người ở trong phòng nói ra:

- Nguy hơn ban nãy. Đã cấm khẩu[3] rồi!

Cha anh cấm khẩu rồi! Đành vậy, nhưng chính là bây giờ mới nhiều cái vui trò. Khán giả dưới kia, hàng mấy nghìn con mắt, đương chăm chắm vào anh và im phăng phắc. Họ chỉ chờ anh há miệng là họ được lăn ra mà cười và vỗ tay mà thôi.

Cảnh thứ hai cũng lâu như cảnh đầu, mãi mới hết. Lúc anh đang ngồi thừ trong buồng trò, thì anh lại nhận được tin báo nữa, là hiện nay cha anh đã mê đặc, chân tay lạnh cả rồi.

Còn gì đau đớn hơn cái tin ấy nữa! Anh Tư Bền bỗng ứa hai hàng nước mắt, rồi khóc nức nở:

- Cha ơi!

Ông chủ thấy vậy, sợ quá. Anh mà bỏ dở vở kịch đương vui thì nguy. Ông cố khuyên giải, và cấm không ai được báo tin gì cho anh biết hết.

Sân khấu bài trí đã gần xong. Ông chủ bắt anh đánh lại tý phấn cho thêm xuân sắc, và sửa lại bộ áo mũ cho có vẻ ngộ nghĩnh hơn. Ông thấy anh vừa dắt lại dải áo, vừa sụt sịt mếu máo, thì bắt anh im đi, chùi nước mắt. Rồi ông đẩy anh ra sân khấu. Anh lại phải hò, hét, ngâm, cười, múa, nhảy, để mua gượng lấy những tràng vỗ tay. Cái cảnh thương tâm của anh Tư Bền, đi đôi với cái bông lơn, cứ diễn ra mãi, mỗi chốc lại càng thương tâm hơn lên. Mà càng thấy vắng bặt tin nhà, ruột anh càng nhàu như dưa, xót như muối.

Cái cảnh cuối cùng mà anh cho là lâu tới, thì khán giả cho anh là chóng quá.

---

1 cười già：大笑。

2 phệnh phạo：装模作样；大模大样。

3 cấm khẩu：（由于病重而）不能说话。

Cho nên khi sắp hạ màn, anh cúi chào, thì cả rạp vỗ tay đôm đốp thật dài, dài mãi. Anh tưởng phen này quyết hết nợ, quyết được về cạnh giường bệnh của cha để nhìn mặt cha một lượt sau cùng trước khi tắt nghỉ, thì ở hàng ghế hạng nhất, người ta kêu ầm:

- Bis! Bis![1]

Ông chủ rạp lại cho kéo màn lên. Anh Tư Bền lại phải giấu bộ mặt rầu rầu mà anh thích - vì nó hợp với tâm lý anh hơn, - để vui vẻ mà diễn lại đoạn cuối lượt nữa.

Rồi khi bài kèn chào nổi lên, hồi vỗ tay sau cùng như làm vỡ rạp. Cái màn từ từ buông xuống. Anh cúi đầu thong thả chào. Nhưng bao nhiêu người, chẳng để chậm thì giờ, đã tranh nhau chạy lên gần anh. Người thì tặng hoa, người thì bắt tay, người thì khen. Làm cho anh ruột càng như thiêu đốt.

Khi không còn phải thở dài để hoan nghênh những cái hoan nghênh của công chúng, anh Tư Bền mới lật đật chạy vào buồng trò, cởi vội mũ áo và rửa quàng mặt mũi.

Lúc ấy, trong khi anh đang rối beng nghĩ đến cha anh, không biết bây giờ đã lạnh tới đâu, thì một người bạn hát chạy đến, vội vã ấn vào tay anh tập giấy bạc của ông chủ để sẵn cho anh, và nói:

- Mau mà về. Anh Tư! Hỏng từ ban nãy mất rồi! Khốn nạn thân anh quá!

Câu hỏi đọc hiểu（思考题）

1. 试分析比较当今社会所崇尚的体育精神和阮公欢小说中“体育精神”的内涵差异。

2. 在短篇小说《体育精神》中，阮公欢是如何运用讽刺手法讽刺法国殖民地时期的“体育精神”的？

3. 在短篇小说《男角四下》中，阮公欢是如何运用对比手法描绘主人公四下的痛苦遭遇的？

4. 在短篇小说《男角四下》中，哪些情节描写表现了主人公四下的诙谐、幽默的表演才华？

---

1 bis：（法语）再演一遍（Diễn lần nữa）。

Bài 8

Chí Phèo[1]（志飘）

Nam Cao（南高）

Tiểu sử tác giả（作者简介）

南高（Nam Cao，1917—1951 年），原名陈友知（Trần Hữu Tri），是 20 世纪 40 年代上半期著名的批判现实主义作家。南高出生于一个农民家庭，家庭生活贫苦，南高兄弟几人中，只有南高得到了上学的机会。小学没能毕业，南高跟随一个当裁缝的舅舅到西贡谋生。在西贡，他与民夫、船工为伍，从事各种工作。三年的颠沛流离，他增长了见识，磨炼了意志。在工作之余，他抓紧点滴时间，看书复习功课，最后终于取得了高等小学的毕业文凭。南高在河内有个亲戚开办了一所私立学校，请南高去教书。私立小学贫穷教师的经历，使南高亲身体会了在这令人窒息的社会里知识分子的境遇。日本法西斯入侵越南，学校被迫关闭。从此，南高以写文章、做家庭教师等为生，生活艰难、困苦。

1943 年，南高与元鸿、苏怀等一起参加了印支共产党组织的文化救国会。当河内的文化救国会遭到镇压后，南高回到家乡参加了当地的越盟运动。八月革命期间，他在家乡河南省李仁府参加了夺取政权的斗争，被选为乡主席。1947 年，他来到越北参加抗法斗争。在抗战期间，他担任《越北救国报》的编辑，进行抗战宣传工作。1948 年，他光荣地加入了印支共产党。1951 年 11 月，在奔赴第三联区敌后地区工作的路上，遭到了敌人的伏击，他中弹身亡。南高从 1936 年就有诗歌、小说和剧本在报上发表。在八月革命之前，南高的作品主要集中在农民和贫穷知识分子两大类题材上。南高出身于贫穷农民家庭，对农民的贫苦生活非常熟悉，他的不少作品反映的就是农民的悲苦命运。如中篇小说《志飘》，短篇小说《婚礼》《穷》和《老贺》等。

---

1 由于原文篇幅较长，根据选材的需要，我们对原文进行了删减。

Tóm tắt tác phẩm（作品简介）

南高农村题材的代表作是中篇小说《志飘》(Chí Phèo)。《志飘》的发表确定了南高在越南现代文坛上的重要地位。《志飘》1941 年发表的时候取名为《破旧的砖窑》，后收入短篇小说集《耕作》中，改名为《志飘》。这部作品揭示了越南 20 世纪 30 年代农民贫穷化、流氓化的过程及其深层次的社会原因。

《志飘》的故事梗概是：志飘出生不久后就被父母“用破裙子包裹着扔在了废弃的砖窑里”，一个捉黄鳝的农民拣到了他，把他送给了一位瞎眼的寡妇，寡妇又把他卖给了膝下无子的匠人。匠人死后，志飘居无定所，到处流浪。20 岁时，志飘给里长建（后来的百户建）扛长工。不知道什么原因，志飘得罪了里长建，突然有一天他被投入了监狱。七八年后，志飘以新的面目回来了：“他剃着光头，牙齿刮得煞白，脸晒得黝黑，两眼透着凶光，穿着黑色粗丝衣裤，外面套着黄色西服上衣，扣子都没有系，露出了刺在身上的龙、凤和手执刺棰的将军。”志飘不再是以前老实巴交的志飘了，牢狱生活和外面的世界使他完全换了一个人。志飘回到家乡后，好逸恶劳，为非作歹，欺负那些老实巴交的农民，跟百户建一家对着干，缺钱了就去要，不给就耍赖，甚至威胁。就连百户建也怕他这个“不要命的”。当然，百户建这个战胜过无数对手的老狐狸对付小小的志飘还是有办法的，他软硬兼施，武力威胁加金钱利诱。后来，志飘与流浪女氏娜的相遇相爱，燃起了志飘向善的良知和做一个正常人的愿望：“有一个小小的家，丈夫去种地，妻子织布，再喂一头猪……”氏娜闪电般来到志飘身边，又闪电般消失了，志飘的一点人生愿望也随之破灭了。志飘痛恨把他推向绝路的罪魁祸首百户建，最后他杀死了百户建，自己也自杀了。志飘的人生悲剧是大地主百户建造成的，是殖民地封建社会制度造成的，作品对此进行了有力的控诉。

志飘的形象是对越南批判现实主义文学宝库中农民形象塑造的丰富和补充，他与阿坡、阿酋嫂等越南农民典型形象共同构成了一幅越南殖民地半封建社会农民形象的画卷。

Văn bản（作品原文）

Hắn vừa đi vừa chửi. Bao giờ cũng thế, cứ rượu xong là hắn chửi. Bắt đầu chửi trời. Có hề gì? Trời có của riêng nhà nào? Rồi hắn chửi đời. Thế cũng chẳng sao: đời là tất cả nhưng chẳng là ai. Tức mình hắn chửi ngay tất cả làng Vũ Đại.

Nhưng cả làng Vũ Đại ai cũng nhủ, "Chắc nó trừ mình ra!" Không ai lên tiếng cả. Tức thật! Ồ! Thế này thì tức thật! Tức chết đi được mất! Đã thế, hắn phải chửi cha đứa nào không chửi nhau với hắn. Nhưng cũng không ai ra điều[1]. Mẹ kiếp! Thế thì có phí rượu không? Thế thì có khổ hắn không? Không biết đứa chết mẹ nào đẻ ra thân hắn cho hắn khổ đến nông nỗi này? A ha! Phải đấy, hắn cứ thế mà chửi, hắn chửi đứa chết mẹ nào đẻ ra thân hắn, đẻ ra cái thằng Chí Phèo! Hắn nghiến răng vào[2] mà chửi cái đứa đã đẻ ra Chí Phèo. Nhưng mà biết đứa nào đã đẻ ra Chí Phèo? Có trời mà biết! Hắn không biết, cả làng Vũ Đại cũng không ai biết...

Một anh đi thả ống lươn, một buổi sáng tinh sương đã thấy hắn trần truồng và xám ngắt trong một váy đụp[3] để bên một lò gạch bỏ không, anh ta rước lấy và đem về cho một người đàn bà góa mù. Người đàn bà góa mù này bán hắn cho một bác phó cối[4] không con, và khi bác phó cối này chết thì hắn bơ vơ, hết đi ở cho nhà này lại đi ở cho nhà nọ. Năm hai mươi tuổi, hắn làm canh điền cho ông lý Kiến[5], bấy giờ cụ bá[6] Kiến, ăn tiên chỉ[7] làng. Hình như có mấy lần bà ba nhà ông lý, còn trẻ lắm mà lại hay ốm lửng, bắt hắn bóp chân, hay xoa bụng, đấm lưng gì đấy. Người ta bảo ông lý ra đình thì hách dịch, cả làng phải sợ, mà về nhà thì lại sợ cái bà ba còn trẻ này. Người bà ấy phốp pháp, má bà ấy hây hây, mà ông lý thì hay đau lưng lắm; những người có bệnh đau lưng hay sợ vợ mà chúa đời là khoẻ ghen[8]. Có người bảo ông lý ghen với anh canh điền khoẻ mạnh mà sợ bà ba không dám nói. Có người thì bảo anh canh điền ấy được bà ba quyền thu quyền bổ[9] trong nhà tin cẩn nên lấy trộm tiền trộm thóc nhiều. Mỗi người nói một cách. Chẳng biết đâu mà lần. Chỉ biết một hôm Chí bị người ta giải huyện rồi biệt tăm đến bảy, tám năm rồi một hôm, hắn lại lù lù ở đâu lần về. Hắn về lớp này trông

---

1 ra điều：（本文指）找麻烦。

2 Hắn nghiến răng vào：他咬牙切齿。

3 hắn trần truồng và xám ngắt trong một váy đụp：他赤裸着身体，被一条满是补丁的裙子包裹着，全身毫无血色。

4 phó cối：做石臼的匠人。

5 làm canh điền cho ông lý Kiến：为里长建扛长活。lý：(=lý trưởng) 里长（Người đứng đầu chính quyền ở làng, thời phong kiến, thực dân）。

6 bá： (=bá hộ) 百户（Phẩm hàm cấp cho hào lý hoặc kẻ giàu có thời phong kiến）。

7 tiên chỉ：先指（Người đứng đầu ngôi thứ trong làng thời phong kiến, làm chủ các cuộc tế lễ, hương ẩn）。

8 chúa đời là khoẻ ghen：世间最能吃醋；世间顶能吃醋。chúa đời：nhất đời，世间最。

9 quyền thu quyền bổ：（本文指）收粮分粮的大权。

khác hẳn, mới đầu chẳng ai biết hắn là ai. Trông đặc như thằng sắng đá[1]! Cái đầu thì trọc lốc, cái răng cạo trắng hớn, cái mặt thì đen mà rất câng câng, hai mắt gườm gườm trông gớm chết! Hắn mặc quần áo nái đen với áo Tây vàng. Cái ngực phanh, đầy những nét chạm trổ rồng, phượng với một ông thày tướng cầm chuỳ, cả hai cánh tay cũng thế. Trông gớm chết!

Hắn về hôm trước hôm sau đã thấy ngồi ở chợ uống rượu với thịt chó suốt từ trưa cho đến xế chiều. Rồi say khướt, hắn xách một cái vỏ chai đến cổng nhà bá Kiến, gọi tận tên tục ra mà chửi. Cụ bá không có nhà. Thấy điệu bộ hung hăng của hắn, bả cả đùn bà hai, bà hai thúc bà ba, bà ba gọi bà tư, nhưng kết cục chẳng bà nào dám ra nói với hắn một vài lời phải chăng. Mắc phải cái thằng liều lĩnh quá, nó lại say rượu, tay nó lại nhăm nhăm cầm một cái vỏ chai, mà nhà lúc ấy toàn đàn bà cả... Thôi thì cứ đóng cái cổng cho thật chặt, rồi mặc thây cha nó, nó chửi thì tai liền miệng ấy, chửi rồi lại nghe. Thành thử chỉ có ba con chó dữ với một thằng say rượụ.. Thật là ầm ỹ! Hàng xóm phải một bữa điếc tai[2], nhưng có lẽ trong bụng thì họ hả: xưa nay họ mới chỉ được nghe bà cả, bà hai, bà ba, bà tư nhà cụ bá chửi người ta, bây giờ họ mới được nghe người ta chửi lại cả nhà cụ bá. Mà chửi mới sướng miệng làm sao! Họ bảo nhau: phen này cha con thằng bá Kiến đố còn dám vác mặt đi đâu nữa! Mồ mả tổ tiên đến lộn lên mất. Cũng có người hiền lành hơn bảo, "Phúc đời nhà nó[3], chắc ông lý không có nhà...". Ông lý đây là ông lý Cường, con giai cụ bá nổi tiếng là hách dịch, coi người như rơm rác[4]. Phải ông lý Cường thử có nhà xem nào! Quả nhiên họ nói có sai đâu! Đấy, có tiếng người sang sảng quát: "Mày muốn lôi thôi gì? Cái thằng không cha không mẹ này! Mầy muốn lôi thôi gì?..." Đã bảo mà! Cái tiếng quát tháo kia là tiếng lý Cường. Lý Cường đã về! Lý Cường đã về! Phải biết... A ha! Một cái tát rất kêu[5]. Ôi! Cái gì thế này. Tiếng đấm, tiếng đá nhau bình bịch. Thôi cứ gọi là tan xương! Bỗng "choang" một cái, thôi phải rồi, hắn đập cái chai vào cột cổng... Ồ hắn kêu! Hắn vừa chửi vừa kêu làng như bị người ta cắt họng. Ồ hắn kêu!

-- Ôi làng nước ôi! Cứu tôi với... Ôi làng nước ôi! Bố con thằng Kiến nó đâm chết tôi! Thằng lý Cường nó đâm chết tôi rồi, làng nước ôi!... Và họ thấy Chí Phèo lăn lộn dưới đất, vừa kêu vừa lấy mảnh chai cào vào mặt. Máu ra loe loét

1 Trông đặc như thằng sắng đá：活脱脱一个兵痞子。sắng đá：（法语借词）士兵，（本文指）兵痞子。

2 phải một bữa điếc tai：遭遇一场震耳欲聋的叫骂声。

3 Phúc đời nhà nó：算他家走运。

4 coi người như rơm rác：视人如草芥。

5 một cái tát rất kêu：一记非常响亮的耳光。

trông gớm quá! Mấy con chó xông xáo quanh hắn, sủa rất hăng. Lý Cường hơi tái mặt, đứng nhìn mà cười nhạt, cười khinh bỉ. Hừ! Ngỡ là gì, chẳng hoá ra nằm ăn vạ! Thì ra hắn định đến đây nằm vạ!

Người ta tuôn đến xem. Mấy cái ngõ tối chung quanh đùn ra biết bao nhiêu là người! Thật ồn ào như chợ. Bà cả, bà hai, bà ba, bà tư nhà cụ bá vững dạ vì có anh lý, cũng xưng xỉa ra chửi góp. Thật ra, các bà muốn xem Chí Phèo ra làm sao? Không khéo nó có ý gieo vạ cho cụ ông phen này...

Nhưng kia cụ ông đã về. Cụ cất tiếng rất sang hỏi: "Cái gì mà đông như thế này?" Chỗ này "lạy cụ" chỗ kia "lạy cụ", người ta kính cẩn đứng giãn ra, và Chí Phèo bỗng nằm dài không nhúc nhích rên khe khẽ như gần chết.

Thoáng nhìn qua, đã hiểu cơ sự rồi. Làm lý trưởng rồi chánh tổng[1], bây giờ lại đến lượt con cụ làm lý trưởng, những việc như thế này cụ không lạ gì. Cụ hãy quát mấy bà vợ đang xưng xỉa chực tâng công với chồng:

-- Các bà đi vào nhà: đàn bà chỉ lôi thôi, biết gì?

Rồi quay lại bọn người làng, cụ dịu giọng hơn một chút:

-- Cả các ông các bà nữa, về thôi đi chứ! Có gì mà xúm lại như thế này?

Không ai nói gì, người ta lảng dần đi. Vì nể cụ bá cũng có, nhưng vì nghĩ đến sự yên ổn của mình cũng có: người nhà quê vốn ghét lôi thôi. Ai dại gì đứng ỳ ra đấy, có làm sao họ triệu mình đi làm chứng. Sau còn trơ lại Chí Phèo và cha con cụ bá. Bây giờ cụ mới lại gần hắn, khẽ lay và gọi:

-- Anh Chí ơi! Sao anh lại làm ra thế?

Chí Phèo lim dim mắt, rên lên:

-- Tao chỉ liều chết với bố con nhà mầy đấy thôi. Nhưng tao mà chết thì có thằng sạt nghiệp, mà còn rũ tù chưa biết chừng.

Cụ bá cười nhạt, nhưng tiếng cười giòn giã lắm: người ta bảo cụ hơn người cũng chỉ bởi cái cười[2].

-- Cái anh này nói mới hay! Ai làm gì anh mà anh phải chết? Đời người chứ có phải có ngoé đâu? Lại say rồi phải không?

Rồi đổi giọng cụ làm thân mật hỏi:

-- Về bao giờ thế? Sao không vào tôi chơi? Đi vào nhà uống nước.

Thấy Chí Phèo không nhúc nhích, cụ tiếp luôn:

-- Nào đứng lên đi. Cứ vào đâu uống nước đã. Có cái gì ta nói chuyện tử tế

---

1 chánh tổng：区长，总长。tổng：区，总（Đơn vị hành chính ở nông thôn thời phong kiến, gồm một số xã）。

2 người ta bảo cụ hơn người cũng chỉ bởi cái cười：人们说：他的过人之处也只在笑。

với nhau[1]. Cần gì phải làm thanh động lên như thế, người ngoài biết, mang tiếng cả.

Rồi vừa xốc Chí Phèo, cụ vừa phàn nàn:

-- Khổ quá! Giá có tôi ở nhà thì đâu đến nỗi. Ta nói chuyện với nhau, thế nào cũng xong. Người lớn cả, chỉ một câu chuyện với nhau là đủ. Chỉ tại thằng lý Cường nóng tính không nghĩ trước nghĩ sau. Ai, chứ anh với nó còn có họ kia đấy.

Chí Phèo chả biết họ hàng ra làm sao, nhưng cũng thấy lòng nguôi nguôi. Hắn cố làm ra vẻ nặng nề, ngồi lên. Cụ bá biết rằng mình đã thắng, đưa mắt nháy con một cái:

-- Lý Cường đâu! Tội mày đáng chết. Không bảo người nhà đun nước, mau lên!

Cụ dắt Chí Phèo đứng dậy, giục thêm vài tiếng nữa, và Chí Phèo chịu đi; hắn chỉ cố khập khiễng cái chân như bị què. Là vì lúc ấy trong người hắn rượu đã hơi nhạt rồi, không còn kêu gào chửi bới; và không còn nghe kêu gào chửi bới, hắn thấy hình như không hăng hái nữa. Sự ngọt ngào làm mềm nhũn, vả lại những người đứng xem về cả rồi, hắn thấy hắn hình như trơ trọi. Cái sợ cố hữu trong lòng thức dậy, cái sợ xa xôi của ngày xưa, hắn thấy quá táo bạo. Không táo bạo mà dám gây sự với cha con lý Kiến, bốn đời làm tổng lý. Và nghĩ thế, hắn thấy hắn cũng oai. Hắn làm cái ông gì ở làng này? Không vây cánh, không họ hàng thân thích; anh em không có, đến bố mẹ cũng không... Ờ, thế mà dám độc lực chọi nhau với lý trưởng, chánh tổng, bá hộ tiên chỉ làng Vũ Đại, Chánh Hội đồng kỳ hào, huyện hào, Bắc kỳ nhân dân đại biểu, khét tiếng đến cả trong hàng huyện. Thử hỏi đã có mặt nào trong cái làng hơn hai nghìn xuất đinh[2] này làm được thế? Kể làm rồi có chết cũng là cam tâm. Vậy mà không: cái cụ bá thét ra lửa ấy lại xử nhũn, mời hắn vào nhà xơi nước. Thôi cũng hả, đã xử nhũn thì hắn vào. Nhưng bỗng hắn lại hơi ngần ngại: biết đâu cái lão cáo già này nó chả lại lừa hắn và nhà rồi lôi thôi? Ồ mà thật, có thể như thế lắm! Này nó hãy lôi ngay mấy cái mâm cái nồi hay đồ vàng, đồ bạc ra khoác vào cổ hắn, rồi cho vợ ra kêu làng lên rồi cột cổ hắn vào, chần cho một trận om xương, rồi vu cho là ăn cướp thì sao? Cái thằng bá Kiến này, già đời đục khoét[3], còn đớp cái nước gì mà phải chịu lép như trấu thế[4]?

1 nói chuyện tử tế với nhau：有话好好说。

2 hai nghìn xuất đinh：两千口人。

3 già đời đục khoét：一辈子盘剥。

4 còn đớp cái nước gì mà phải chịu lép như trấu thế：怎么会这样甘拜下风。

Thôi dại gì mà vào miệng cọp, hắn cứ đứng đây này, cứ lăn ra đây này, lại kêu toáng lên xem nào. Nhưng nghĩ ngợi một tí, hắn lại bảo: kêu lên cũng không nước gì! Lão bá vừa nói một tiếng, bao nhiêu người đã ai về nhà nấy, hắn có lăn ra kêu nữa, liệu có còn ai ra? Vả lại bây giờ rượu nhạt rồi, nếu lại phải rạch mặt thêm mấy nhát thì cũng đau. Thôi cứ vào! Vào thì vào, cần quái gì. Muốn đập đầu thì vào ngay giữa nhà nó mà đập đầu còn hơn ở ngoài. Cùng lắm, nó có giở quẻ, hắn cũng chỉ đến đi ở tù. Ở tù thì hắn coi là thường. Thôi cứ vào...

Vào rồi, hắn mới biết những cái hắn sợ là hão cả. Bá Kiến quả có ý muốn dàn xếp cùng hắn thật. Không phải cụ đớn, chính thật cụ khôn róc đời[1], thứ nhất sợ kẻ anh hùng, thứ hai sợ kẻ cố cùng liều thân[2]. Chí Phèo không là anh hùng, nhưng nó là cái thằng liều lĩnh. Liều lĩnh thì còn ai thèm chấp! Thế nào là mềm nắn rắn buông[3]? Cái nghề làm việc quan, nếu nhất nhất cái gì cũng đè đầu ấn cổ thì lại bán nhà đi cho sớm. Cụ vào bảo lý Cường như thế đấy. Vũ dũng như hắn mà làm được lý trưởng là nhờ có cụ. Cụ mà chết đi rồi "chúng nó" lại không cho ăn bùn.

Tiếng vậy, làm tổng lý không phải việc dễ. Ở cái làng này, dân quá hai nghìn, xa phủ xa tỉnh, kể ăn thì cũng dễ ăn nhưng không phải hễ làm lý trưởng thì cứ việc ngồi mà khoét. Hồi năm nọ, một thầy địa lý qua đây có bảo đất làng này vào cái thế "quần ngư tranh thực", vì thế mà bọn đàn anh chỉ là một đàn cá tranh mồi. Mồi thì ngon đấy, nhưng mà năm bè bảy mối, bè nào cũng muốn ăn. Ngoài mặt tử tế với nhau, nhưng thật ra trong bụng lúc nào cũng muốn cho nhau lụn bại để cưỡi lên đầu lên cổ. Ngay thằng Chí Phèo này đến đây sinh sự biết đâu lại không có thằng nào ẩy đến? Nếu cụ không chịu nhịn, làm cho to chuyện có khi tốn tiền. Cái nghề quan bám thằng có tóc ai bám thằng trọc đầu? Bỏ tù nó thì dễ rồi; nhưng bỏ tù nó, cũng có ngày nó được ra, liệu lúc ấy nó có để yên mình không chứ?

Cụ tiên chỉ làng Vũ Đại nhận ra rằng: đè nén con em đến nỗi nó không chịu được phải bỏ làng đi là dại. Mười thằng đã đi ra thì chín thằng trở về với cái vẻ hung đồ, cái tính ương ngạnh học từ phương xa. Một người khôn ngoan chỉ bóp đến nửa chừng[4]. Hãy ngấm ngầm đẩy người ta xuống sông, nhưng rồi lại dắt nó lên để nó đền ơn. Hãy đập bàn đập ghế đòi cho được năm đồng, nhưng được rồi

1 khôn róc đời：一辈子机关算尽。
2 thứ hai sợ kẻ cố cùng liều thân：第二怕穷困之极且不要命之徒。
3 mềm nắn rắn buông：软硬兼施。
4 Một người khôn ngoan chỉ bóp đến nửa chừng：一个聪明的人会适可而止。

thì lại vất trả lại năm hào "vì thương anh túng quá"! Và cũng phải tùy mặt nữa: những thằng có máu mặt, vợ đẹp, con đàn, chính là những thằng sợ quan và dễ bóp; trái lại, những thằng tứ cố vô thân[1], giết chúng nó thì dễ, nhưng được chỉ còn có xương; mà gây với chúng là mở một dịp tốt để cho các phe nghịch xoay lại mình. Làng nào cũng có nhiều cánh, mỗi cánh kết bè đảng chung quanh một người: cánh cụ bá Kiến, cánh ông đội Tảo, cánh ông Tư Đạm, cánh ông Bát Tùng... Bằng ấy cánh du lại với nhau để bóc lột con em, nhưng ngấm ngầm chia rẽ, nhè từng chỗ hở để mà trị nhau. Cụ lại nhận ra rằng: ở cái đất nhà quê, bọn dân hiền lành chỉ è cổ làm nuôi bọn lý hào, nhưng chính bọn lý hào, nhiều khi lại phải ngậm miệng cung cấp cho những thằng cùng hơn cả dân cùng liều lĩnh, lúc nào cũng có thể cầm dao đâm người hay đâm mình.

Nhưng cụ không phải là một người ưa than thở[2]. Than thở chẳng ích gì cho ai, cái bọn dân đinh suốt đời bị đèn nén kia sỡ dĩ bị đè nén suốt đời chỉ vì khi bị đè nén chúng chỉ biết than thở chứ không biết làm gì khác. Cụ bá Kiến không cần than thở: trị không lợi thì cụ dùng. Cụ nghĩ bụng cũng phải có những thằng đầu bò chứ? Không có những thằng đầu bò thì lấy ai mà trị những thằng đầu bò? Thế lực của cụ sở dĩ lấn át được các vây cánh khác, một phần lớn cũng bởi cụ biết mềm biết cứng, biết thu phục những thằng bạt mạng không sợ chết và không sợ đi tù. Những thằng ấy chính là những thằng được việc. Khi cần đến, chỉ cho nó dăm hào uống rượu, là có thể sai nó đến tác hại bất cứ anh nào không nghe mình. Gặp người bướng bỉnh, đanh thép thì nó lừa đốt nhà hay cho mấy lát dao; gặp người non mặt, thì nó quăng chai rượu lậu, hay gây sự rồi lăn ra kêu làng. Có chúng nó sinh chuyện thì mới có dịp mà ăn, nếu không thì giữa đám dân hiền lành và yên phận này, khéo lắm chỉ bóp nặn được vào vụ thuế. Thuế một năm có một lần nếu chỉ trông vào đấy thì bán cha đi cũng không đủ để bù vào chỗ ba, bốn nghìn bạc chạy chọt để tranh triện đồng[3].

Vì thế, đêm hôm ấy, ở nhà lý Kiến ra về, Chí Phèo vô cùng hả hê! Bá Kiến đã không vu vạ gì cho hắn, lại còn giết gà mua rượu cho hắn uống, xong lại đãi thêm đồng bạc để về uống thuốc. Đồng bạc, làm gì đến thế? Hắn loạng choạng vừa đi vừa cười; hắn chẳng cần đến ba xu. Lúc ngồi tù, hắn có học mót được mấy bài thuốc: chỉ vài nắm lá, là mặt hắn lại đâu vào đấy ngay. Còn đồng bạc lại để đi uống rượu...

1 tứ cố vô thân：举目无亲。
2 cụ không phải là một người ưa than thở：他不是一个喜欢抱怨的人。
3 tranh triện đồng：争夺铜印（争夺职位）。

Hắn uống được có vừa ba hôm, hôm thứ tư thì hắn trợn mắt lên, bảo con mẹ hàng rượu rằng:

-- Hôm nay ông không có tiền; nhà mày bán chịu cho ông một chai. Tối ông mang tiền đến trả.

Mụ hàng rượu hơi ngần ngừ. Thế là hắn rút bao diêm đánh cái xòe, châm lên mái lều của mụ. Mụ hoảng hốt kêu la om xòm vội dập tắt được ngọn lửa vừa mới cháy. Rồi khóc khóc mếu mếu, mụ đưa chai rượu. Hắn hầm hầm, chĩa vào mặt mụ bảo rằng:

-- Cái giống nhà mày không ưa nhẹ! Ông mua chứ ông có xin nhà mày đâu! Mày tưởng ông quỵt hở? Mày thử hỏi cả làng xem ông có quỵt của đứa nào bao giờ không? Ông không thiếu tiền! Ông còn gửi đằng cụ bá, chiều này ông đi lấy về ông trả.

Mụ vừa kéo vạt áo lên quệt nước mũi, vừa bảo:

-- Chúng cháu quả là ít vốn.

Hắn quát lên:

-- Ít vốn chỉ tối nay ông trả. Nhà mày đã chết ngay bây giờ hay sao?

Rồi hắn xách chai ra về. Hắn về cái miếu con ở bờ sông, vì vốn từ trước đến nay không có nhà. Lúc đi đường hắn đã vặn được ở nhà nào đó bốn quả chuối xanh, và bốc của một cô hàng xén một rúm con muối trắng. Bây giờ hắn uống rượu với chuối xanh chấm muối trắng và thấy rằng cũng ngon. Hắn uống rượu với cái gì cũng ngon.

Uống xong hắn chùi miệng, rồi ngật ngà ngật ngưỡng đến nhà bá Kiến. Gặp ai hắn cũng bảo: hắn đến nhà bá Kiến đòi nợ đây! Mới trông thấy hắn vào đến sân, bá Kiến đã biết hắn đến sinh sự rồi. Cái mắt thì ngầu lên, hai chân thì đi lảo đảo, cái môi bầm lại mà run bần bật. Cũng may, hắn không cầm vỏ chai, bá Kiến cũng dõng dạc hỏi:

-- Anh Chí đi đâu đấy?

Hắn chào to:

-- Lạy cụ ạ. Bẩm cụ... Con đến cửa cụ để kêu cụ một việc ạ! Giọng hắn lè nhè và tiếng đã gần như méo mó. Nhưng bộ điệu thì lại như hiền lành; hắn vừa gãi đầu gãi tai, vừa lải nhải:

-- Bẩm cụ từ ngày cụ bắt đi ở tù, con lại sinh ra thích đi ở tù, bẩm có thế, con có nói gian thì trời tru đất diệt[1], bẩm quả đi ở tù sướng quá! Đi ở tù còn cơm để

[1] trời tru đất diệt：天诛地灭。

mà ăn, bây giờ về làng về nước, một thước cắm dùi không có[1], chả làm gì nên ăn. Bẩm cụ, con lại đến kêu cụ, cụ lại cho con đi ở tù...

Cụ bá quát, bắt đầu bao giờ cũng quát để thử dây thần kinh của người.

-- Anh này lại say khướt rồi.

Hắn xông lại gần, đảo ngược mắt giơ tay lên nửa chừng:

-- Bẩm không ạ, bẩm thật là không say. Con đến xin cụ cho con đi ở tù mà nếu không được thì... thì... thưa cụ...

Hắn móc đủ mọi túi, để tìm một cái gì, hắn giơ ra: đó là một con dao nhỏ, nhưng rất sắc. Hắn nghiến răng nói tiếp:

-- Vâng, bẩm cụ không được thì con phải đâm chết dăm ba thằng, rồi cụ bắt con giải huyện.

Rồi hắn cúi xuống, tần mần gọt cạnh cái bàn lim. Cụ bá cười khanh khách -- cụ vẫn tự phụ hơn đời cái cười Tào Tháo[2] ấy -- cụ đứng lên vỗ vai hắn mà bảo rằng:

-- Anh Chí ạ, anh muốn đâm người cũng không khó gì. Đội Tảo nó còn nợ tôi năm mươi đồng đấy, anh chịu khó đến đòi cho tôi, đòi được tự nhiên có vườn.

Đội Tảo là một tay vai vế trong làng. Vây cánh ông ta mạnh, vẫn kình nhau với cánh nhà cụ bá mà cụ bá thường phải chịu bởi hắn là cựu binh, lương hưu trí nhiều, quen thuộc nhiều, lại ăn nói giỏi. Hắn vay cụ bá năm mươi đồng đã từ lâu, bây giờ đột nhiên trở mặt vỗ tuột[3], lấy cớ rằng số tiền ấy tính vào món tiền chè lý Cường ra làm lý trưởng chưa tạ hắn. Cụ bá tức như chọc họng, nhưng chưa biết làm thế nào, bởi vì thằng binh Chức, đầy tớ chân tay của cụ, khả dĩ đương đầu với hắn được, chết năm ngoái rồi. Bây giờ cụ mới lại gặp được Chí Phèo, có thể thay cho binh Chức. Cụ thử nói khích xem sao. Nếu nó trị được đội Tảo thì tốt lắm. Nếu nó bị đội Tảo trị thì cụ cũng chẳng thiệt gì, đằng nào cũng có lợi cho cụ cả.

Chí Phèo nhận ngay! Hắn tức khắc đến nhà đội Tảo, và cất tiếng chửi ngay từ đầu ngõ. Giá gặp phải hôm khác, thì có án mạng rồi: đội Tảo cũng có thể đâm chém được, chưa bao giờ chịu hàng trước cuộc giao tranh. Nhưng phúc đời cho hắn, hay là cho Chí Phèo, hôm ấy hắn ốm liệt giường, không sao nhắc mình dậy được, có lẽ hắn cũng không biết Chí Phèo chửi hắn. Vợ hắn, thấy Chí Phèo thở ra mùi rượu, và biết rõ đầu đuôi món nợ, lấy năm mươi đồng giấu chồng đưa cho người nhà đi theo Chí Phèo. Đàn bà vốn chuộng hoà bình; họ muốn yên chuyện

1 một thước cắm dùi không có：毫无立锥之地。
2 cái cười Tào Tháo：曹操式的笑（奸诈的笑）。
3 trở mặt vỗ tuột：翻脸不认账。

thì thôi, gai ngạnh làm gì cho sinh sự. Vả lại, bà đội cũng nghĩ rằng chồng mình đang ốm... chồng mình có nợ người ta hẳn hoi... Và năm chục đồng bạc đối với nhà mình là mấy, lôi thôi lại chả tốn đến ba lần năm chục đồng!

Vì thế, Chí Phèo mới được vênh vênh ra về: hắn thấy hắn oai thêm bậc nữa. Hắn tự đắc: "Anh hùng làng này cóc có thằng nào bằng ta!" Cụ bá thấy mình thắng bên địch mà không cần đến hội đồng làm biên bản xem chừng thích chí. Cụ đưa luôn cho anh đầy tớ chân tay mới luôn năm đồng.

-- Cả năm chục đồng này phần anh, nhưng nếu anh lấy cả thì chỉ ba hôm là tan hết. Vậy anh cầm lấy chỗ này uống rượu còn để tôi bán cho anh mảnh vườn; không có vườn đất thì làm ăn gì?

Chí Phèo "vâng dạ" ra về. Mấy hôm sau, cụ bá bảo lý Cường cho hắn năm sào vườn ở bãi sông cắm thuế[1] của một người làng hôm nọ. Chí Phèo bỗng thành ra có nhà. Hồi ấy hắn mới đâu hăm bảy hay hăm tám tuổi...

Bây giờ thì hắn đã thành người không tuổi rồi. Ba mươi tám hay ba mươi chín? Bốn mươi hay là ngoài bốn mươi? Cái mặt hắn không trẻ cũng không già: nó không còn phải là mặt người: nó là mặt của một con vật lạ, nhìn mặt những con vật có bao giờ biết tuổi? Cái mặt hắn biết bao nhiêu là vết sẹo. Vết những mảnh chai của bao nhiêu lần ăn vạ kêu làng, bao nhiêu lần, hắn nhớ làm sao nổi? Bao nhiêu việc ức hiếp, phá phách, đâm chém, mưu hại người ta giao cho hắn làm! Những việc ấy chính là cuộc đời của hắn; cuộc đời mà hắn cũng chả biết đã dài bao nhiêu năm rồi. Bởi vì ngay đến cái thẻ có biên tuổi hắn cũng không có, trong sổ làng người ta vẫn khai hắn vào hạng dân lưu tán, lâu năm không về làng. Hắn nhớ mang máng rằng có lần hắn hai mươi tuổi, rồi hắn đi ở tù, rồi hình như hắn hăm nhăm không biết có đúng không? Bởi từ đấy thì đối với hắn không còn ngày tháng nữa. Bởi vì từ đấy hắn bao giờ cũng say. Nhưng cơn say của hắn tràn cơn này qua cơn khác, thành một cơn dài, mênh mông, hắn ăn trong lúc say, thức dậy vẫn còn say, đập đầu rạch mặt chửi bới, dọa nạt trong lúc say, uống rượu trong lúc say, để rồi say nữa, say vô tận. Chưa bao giờ hắn tỉnh và có lẽ hắn chưa bao giờ tỉnh táo, để nhớ rằng có hắn ở đời. Có lẽ hắn cũng không biết rằng hắn là con quỷ dữ của làng Vũ Đại, để tác quái cho bao nhiêu dân làng. Hắn biết đâu hắn đã phá bao nhiêu cơ nghiệp, đập nát bao nhiêu cảnh yên vui, đạp đổ bao nhiêu hạnh phúc, làm chảy máu và nước mắt của bao nhiêu người lương thiện. Hắn biết đâu vì hắn làm tất cả những việc ấy trong khi người hắn say; hắn say thì hắn làm bất cứ cái gì người ta sai hắn làm.

1 cắm thuế：因未能缴税而被插标圈地。

Phải, hắn phải báo thù, báo thù vào bất cứ ai. Hắn phải vào nhà nào mới được, bất cứ nhà nào. Hắn sẽ rẽ vào bất cứ ngõ nào hắn gặp để đập phá đốt nhà hay lăn ra kêu làng nước. Phải đấy, hắn sẽ rẽ vào bất cứ ngõ nào hắn gặp... Á, đâu kia rồi mau mau...

Nhưng mà mặt trăng lên, mặt trăng rằm vành vành. Và ánh trăng chảy trên đường trắng tinh. Ồ, cái gì đây, đen và méo mó trên đường trăng? Nó xệch xạc về bên trái, thu gọn vào rồi lại dài loang ra[1]. Nó cứ quần quật dưới chân Chí Phèo[2]. Chí Phèo đứng lại và nhìn nó và hắn bỗng nghiêng ngả cười. Hắn cười ngặt nghẽo, cười rũ rượi. Giá hắn cứ chửi lại còn dễ nghe! Cái vật xệch xạc trên đường là bóng hắn. Thế là hắn cười, và hắn quên báo thù: hắn đi qua ngõ đầu tiên rồi. Bây giờ thì đến ngõ nhà Tự Lãng, một anh thầy cúng có một bộ râu lờ phờ. Chí phèo bỗng nảy ra một ý: tạt vào đây và đập cái bàn chầu của lão Tự nửa mùa[3] này ra. Bởi vì lão tự này vừa làm thầy cúng lại vừa làm nghề hoạn lợn[4]. Cái đàn của lão lừng phừng, nghe còn chối tai hơn là lợn kêu. Nhưng lúc vào thì lão tự lại đang uống rượu; lão uống rượu ngay ở sân, vừa uống vừa vuốt râu, vừa rung rung cái đầu. Chí Phèo đứng lại nhìn, thấy lão cũng hay hay. Rồi đột nhiên hắn khát, trời ơi sao mà khát! Khát đến như cháy họng... Không do dự, hắn lại bên lão tự, nhắc lấy chai rượu ngửa cổ dốc vào mồm. Lão tự trố mắt lên, nhưng không nói gì. Lưỡi lão ríu lại rồi, còn nói làm sao được? Lão đã uống hết hai phần chai. Còn một phần thì Chí Phèo tu[5] nốt. Hắn tu có một hơi, rồi khà một cái, chép cái miệng như còn thèm. Rồi hắn nắm lấy mấy cái râu lờ phờ của lão tự mà cười. Lão tự cũng cười. Hai thằng say rượu ngả vào nhau mà cười, như một đôi tri kỷ. Rồi Tự Lãng vào nhà xách hai chai rượu nữa; lão còn đúng hai chai nữa, lão mời Chí Phèo uống nữa, uống thật say, không cần gì. Cứ việc uống, đừng có lo ngại gì đấy! Vợ lão chết đến bảy tám năm nay rồi, con gái lão chửa hoang bỏ lão đi, lão chỉ có một mình, không còn vợ con nào mè nheo cả, lão muốn uống đến bao giờ thì uống. Cứ uống! Cứ uống, cứ uống đi ông bạn lạc đường ở cung trăng xuống ạ! Uống thật tợn, uống đến đái ra rượu thì mới thích. Nhịn uống để làm gì? Có giàu có sang, có làm nên ông cả bà lớn nữa, chết cũng thành cái mả! Chỉ có cái mả, cái mả đất. Ai chết cũng thành cái mả, say sưa chết cũng thành cái mả, lo gì? Cứ say.

1 Nó xệch xạc về bên trái, thu gọn vào rồi lại dài loang ra：它投影到左边，收缩回来，又伸展开来。

2 Nó cứ quần quật dưới chân Chí Phèo：它一直在志飘脚下晃动。

3 nửa mùa：（指水平差）半瓶醋；半吊子。

4 làm nghề hoạn lợn：干骟猪这一行。

5 tu：狂饮。

Chưa bao giờ Chí Phèo được thỏa thê đến thế! Hắn lấy làm lạ sao mãi đến hôm nay mới ngồi uống rượu với lão Tự này. Chúng uống với nhau rất là nhiều. Và rất là nhiều. Người ta tưởng như cả làng Vũ Đại phải nhịn uống để đủ rượu cho chúng uống.

Đến lúc hết cả hai chai thì tự Lãng đã bò ra sân. Lão bò như cua và hỏi Chí Phèo rằng: người ta đứng lên bằng cái gì? Chí Phèo vần ngửa lão ra[1], vuốt cái râu lờ phờ của lão mấy cái, rồi để mặc lão thế, hắn lảo đảo ra về. Hắn vừa đi vừa phanh ngực ra mà gãi. Hắn gãi ngực rồi gãi cổ, gãi mang tai và gãi lên cả đầu. Có lúc hắn phải đứng lại giữa đường mà gãi, hắn bứt rứt quá, ngứa ngáy quá, và chợt nghĩ đến cái bờ sông gần nhà. Bởi vì cái vườn của hắn ở gần một con sông con, nước lặng và trong, khắp bãi trồng toàn dâu, gió đưa đẩy những thân mềm oặt ẹo, cuộn theo nhau thành làn[2]. Duy có vườn nhà hắn trồng toàn chuối, ở một góc vườn có túp lều con. Những đêm trăng như đêm nay, cái vườn phẳng ngổn ngang những bóng chuối đen đen như những cái áo nhuộm vắt tung trên bãi.

Chí Phèo vừa tò mò nhìn những tàu chuối vừa đi xuống vườn. Nhưng hắn không vào cái túp lều úp xúp mà ra thẳng bờ sông. Hắn định sẽ nhảy xuống tắm cho khỏi ngứa rồi lăn ngay ra vườn mà ngủ. Tội gì chui vào lều, bức đến không còn mà thở được. Một thằng như hắn, đập đầu không chết, huống hồ là gió sương... Đến bờ sông hắn dừng lại, vì hình như có người. Có người thật, và hắn ngây ra nhìn.

Hắn nhìn giữa hai lọ nước và tựa lưng vào gốc chuối, một người đàn bà ngồi tênh hênh[3]. Chính là người đàn bà, hắn biết vậy là nhờ mái tóc dài buông xõa xuống. Hai tay trần của mụ buông xuôi, cái mồm mụ há hốc lên trăng mà ngủ hay là chết. Đôi chân thì duỗi thẳng ra trước mặt, cái váy đen xộc xệch... Tất cả những cái ấy phơi ra trăng, làm trắng những cái đó có lẽ ban ngày không trắng; trăng làm đẹp lên.

Người đàn bà ấy là thị Nở, một người ngẩn ngơ như những người đần trong cổ tích và xấu ma chê quỷ hờn[4]. Người ta tránh thị như tránh con vật nào rất tởm. Ngoài ba mươi tuổi, thị vẫn chưa có chồng. Ở cái làng Vũ Đại này người ta kết bạn từ khi lên tám, và có khi có con từ lúc mười lăm; không ai đợi đến năm hai

---

1 vần ngửa lão ra：把老家伙翻过来；使他仰面朝天。

2 gió đưa đẩy những thân mềm oặt ẹo, cuộn theo nhau thành làn：风把柔软的桑枝吹得摇曳不停，掀起一阵阵的桑叶波浪。

3 ngồi tênh hênh：（本文指）衣冠不整地坐着。

4 xấu ma chê quỷ hờn：丑得连魔鬼都嫌弃。

mươi đẻ đứa con thứ nhất. Cứ nhìn tình hình ấy thì ta nói quách: thị Nở không có chồng. Mà thị cũng không còn ai thân thích, trừ một người cô, và đã không chồng như thị. Số trời định thế, để không ai phải trơ trọi trên đời này. Người cô làm thuê cho người đàn bà buôn chuối và trầu. Còn thị sống bằng những nghề lặt vặt ở làng. Hai cô cháu ở trong một cái nhà tre cách vườn của Chí Phèo bởi một con đê; hắn ở ngoài bãi, hai người ở trong xóm.

Có lẽ chính vì thế mà thị Nở không sợ cái thằng mà cả làng sợ hắn. Gần gũi lâu cũng sinh quen, mà quen thì ít khi còn sợ. Vả lại có lý nào để thị sợ hắn đâu? Người ta không ai sợ kẻ khác phạm đến cái xấu, cái nghèo, cái ngẩn ngơ của mình, mà thị lại chỉ có ba cái ấy... Một phần nữa cũng bởi Chí Phèo ít khi ở nhà, mà hắn ở nhà lại hiền lành, ai có thể ác trong khi ngủ? Hắn chỉ về nhà để ngủ.

Ngày nào thị Nở cũng phải qua vườn nhà hắn hai ba lần, là vì qua vườn nhà hắn có một lối đi nhỏ ra sông; trước kia, cả xóm vẫn dùng cái ngõ ấy để ra sông tắm, giặt hay kín nước. Nhưng từ khi hắn đến người ta thôi dần, tìm một lối khác đi xa hơn. Trừ thị Nở, thì đã bảo thị là người dở hơi, thị không thích làm như kẻ khác.

Chiều hôm ấy thị Nở cũng ra sông kín nước như mọi chiều. Nhưng chiều hôm ấy, trăng lại sáng hơn mọi chiều, trăng tỏa trên sông và sông gợn biết bao nhiêu gợn vàng[1]. Những vàng ấy rung rinh mới trông thì đẹp, nhưng trông lâu mỏi mắt. Gió lại mát như quạt hầu, thị Nở thấy muốn ngáp mà mí mắt thì nặng dần, toan díp lại. Thị vốn có một cái tật không sao chữa được, có lúc đột nhiên muốn ngủ, bất cứ ở đâu hay đang làm gì. Bà cô thị bảo thị là một người vô tâm[2]. Ngáp một cái, thị nghĩ bụng: hãy khoan kín nước, hãy để lọ xuống ngồi nghỉ đây. Bởi vì thị đã đập đất từ trưa tới giờ. Mà mấy khi được một nơi mát thế, mát rợn da rợn thịt[3], sung sướng quá!

Thị Nở bỗng nhiên bật cười. Thị Nở vừa rủa vừa đập tay lên lưng hắn. Nhưng cái đó là cái đập yêu, bởi vì đập xong, cái tay ấy lại giúi lưng hắn xuống.... Và chúng cười với nhau...

Trăng vẫn thức vẫn trong trẻo... Trăng rắc bụi trên sông, và sông gợi biết bao nhiêu vàng. Nhưng gần đến sáng, bỗng nhiên Chí Phèo chống một tay xuống đất, ngồi lên một nửa. Hắn thấy nôn nao, chân tay bủn rủn, như đến ba ngày nhịn đói. Thế mà bụng lại phinh phính đầy, hình như bụng hơi đau. Còn hình như gì nữa,

1 sông gợn biết bao nhiêu gợn vàng：河面泛起层层涟漪。
2 vô tâm：无心；没脑子。
3 mát rợn da rợn thịt：凉透皮肉；皮肤感到凉爽。

thôi đúng đau bụng rồi. Đau thật, đau mỗi lúc một dữ! Nó cứ cuồn cuộn lên. À mà trời lành lạnh. Hắn muốn đứng lên. Sao đầu nặng quá mà chân thì đứng không vững. Mắt hắn hoa lên. Bụng quặn lại, đau gò người[1] Hắn oẹ. Hắn oẹ ba bốn cái. Oẹ mãi. Giá mửa ra được thì dễ chịu. Hắn cho một ngón tay vào móc họng. Hắn oẹ ra một cái to hơn, ruột hình như lộn lên. Nhưng cũng chỉ nhổ ra toàn nước dãi. Hắn nghỉ một tí rồi lại cho tay vào mồm. Lần này thì mửa được. Trời ơi! Mửa thốc, mửa tháo, mửa ồng ộc, mửa đến cả ruột. Thị ngồi nhỏm dậy và ngơ ngác nhìn. Thị Nở lại đặt một tay lên ngực hắn. Thị hỏi hắn:

-- Vừa thổ hả?

Mắt hắn đảo lên nhìn thị, nhìn một loáng rồi lại đờ ra ngay.

-- Đi vào nhà nhé?

Hắn làm như gật đầu. Nhưng cái đầu không động đậy, chỉ có cái mí mắt là nhích thôi.

-- Thì đứng lên.

Nhưng hắn đứng lên sao được. Thị quàng tay vào nách hắn, đỡ cho hắn gượng ngồi. Rồi thị kéo hắn đứng lên. Hai người lảo đảo rồi đi về lều.

Không có giường, chỉ có một cái chõng tre[2]. Thị để hắn nằm lên và đi nhặt nhạnh tất cả những manh chiếu rách đắp lên cho hắn. Hắn hết rên. Hình như hắn ngủ. Thị cũng lim dim chực ngủ. Nhưng trong nhà nhiều muỗi quá. Muỗi nhắc cho thị cái áo quên ngoài vườn. Thị ra vườn. Đôi lọ nhắc cho thị việc đi kín nước, thị mải mốt mặc áo, kín nước, rồi xách đôi lọ nước đi về nhà.

Trăng chưa lặn, không chừng trời còn khuya. Thị lên giường định ngủ. Nhưng lại nhớ việc lạ lùng tối qua. Thị cười. Thị thấy không buồn ngủ, và thị cứ lăn ra lăn vào.

Khi Chí Phèo mở mắt thì trời đã sáng lâu. Mặt trời đã cao, và nắng bên ngoài chắc là rực rỡ. Cứ nghe chim ríu rít bên ngoài đủ biết. Nhưng trong cái lều ẩm thấp vẫn chỉ hơi tờ mờ. Bây giờ thì hắn tỉnh. Hắn bâng khuâng như tỉnh dậy, hắn thấy miệng hắn đắng, lòng mơ hồ buồn[3]. Người thì bủn rủn, chân tay không buồn nhấc, hay là đói rượu, hắn hơi rùng mình. Ruột gan lại nôn nao lên một tý. Hắn sợ rượu cũng như người ốm thường sợ cơm.

Tiếng chim hót ngoài kia vui vẻ quá! Có tiếng nói của những người đi chợ. Những tiếng quen thuộc ấy hôm nào chả có. Nhưng hôm nay hắn mới nghe thấy...

---

1 đau gò người：疼得弯下了身子。
2 chõng tre：竹榻。
3 lòng mơ hồ buồn：心中涌出无名的惆怅。

Chao ôi là buồn!

Hắn nao nao buồn, là vì mẩu chuyện ấy nhắc cho hắn một cái gì rất xa xôi. Hình như có một thời hắn đã ao ước có một gia đình nho nhỏ. Chồng làm ruộng, vợ dệt vải, chúng nuôi một con lợn để làm vốn liếng. Khá giả thì mua dăm ba sào ruộng làm.

Tỉnh dậy hắn thấy già mà còn cô độc. Buồn thay cho đời! Có lý nào như thế được? Hắn đã già rồi hay sao? Ngoài bốn mươi tuổi đầu... Dẫu sao, đó không phải tuổi mà người ta mới bắt đầu sửa soạn.[1] Hắn đã tới cái dốc bên kia của đời[2]. Ở những người như hắn, chịu đựng biết bao nhiêu là chất độc, đầy đọa cực nhọc mà chưa bao giờ ốm, một trận ốm có thể gọi là dấu hiệu báo rằng cơ thể đã hư hỏng nhiều; nó là một cơn mưa gió cuối thu cho biết trời gió rét, nay mùa đông đã đến. Chí Phèo hình như đã trông trước thấy tuổi già của hắn, đói rét ốm đau, và cô độc, cái này còn đáng sợ hơn đói rét và ốm đau.

Cũng may thị Nở vào. Nếu thị không vào, cứ để hắn vẩn vơ suy nghĩ mãi, thì đến khóc được mất. Thị vào cắp một cái rổ, trong có một nồi gì đậy vung. Đó là một nồi cháo hành còn nóng nguyên. Là vì lúc còn đêm, thị trằn trọc một lát, thị bỗng nhiên nghĩ rằng: cái thằng liều lĩnh ấy kể ra thì đáng thương, còn gì đáng thương bằng đau ốm mà nằm còng queo một mình[3]. Giá thử đêm qua không có thị thì hắn chết. Thị kiêu ngạo vì đã cứu sống một người. Phải cho hắn ăn tí gì mới được. Đang ốm thế thì chỉ ăn cháo hành. Ra được mồ hôi thì là nhẹ nhõm người ngay đó mà... Thế là vừa sáng thì đã chạy đi tìm gạo. Hành thì nhà thị may lại còn. Thị nấu bỏ vào cái rổ, mang ra cho Chí Phèo.

Thằng này rất ngạc nhiên. Hết ngạc nhiên thì hắn thấy mắt mình ươn ướt. Bởi vì lần này là lần thứ nhất hắn được một người đàn bà cho. Xưa nay, nào hắn có thấy ai tự nhiên cho cái gì. Hắn vẫn phải doạ nạt hay là giật cướp. Hắn phải làm gì cho người ta sợ. Hắn nhìn bát cháo bốc khói mà bâng khuâng. Thị Nở thì chỉ nhìn trộm hắn, rồi lại toe toét cười. Trông thị thế mà có duyên[4]. Tình yêu làm cho có duyên. Hắn thấy vừa vui vừa buồn. Và một cái gì nữa, giống như ăn năn. Cũng có thể như thế lắm. Người ta hay hối hận về tội ác khi không đủ sức mà ác nữa. Thị Nở giục hắn ăn nóng. Hắn cầm lấy bát cháo đưa lên mồm. Trời ơi cháo

---

1 Dẫu sao, đó không phải tuổi mà người ta mới bắt đầu sửa soạn：不管怎么说，那（40多岁）已经不是人们开始谋划人生的年龄了。

2 Hắn đã tới cái dốc bên kia của đời：他已经走人生的下坡路了。

3 nằm còng queo một mình：独自蜷曲着身子躺在那里。

4 có duyên：可爱。

mới thơm làm sao! Chỉ khói xông vào mũi cũng đủ làm người nhẹ nhõm. Hắn húp một húp và nhận ra rằng: những người suốt đời không ăn cháo hành không biết rằng cháo ăn rất ngon. Nhưng tại sao lại mãi đến bây giờ hắn mới nếm vị mùi cháo.

Hắn tự hỏi rồi lại tự trả lời: vì có ai nấu cháo cho ăn đâu? Mà còn ai nấu cho mà ăn nữa! Đời hắn chưa bao giờ được săn sóc bởi một tay "đàn bà". Vì thế mà bát cháo hành của thị Nở làm hắn suy nghĩ nhiều. Hắn có thể tìm bạn được, sao lại chỉ gây kẻ thù?

Bát cháo húp xong rồi, thị Nở đỡ lấy bát cháo và múc thêm bát nữa. Hắn thấy mình đẫm bao nhiêu mồ hôi. Mồ hôi chảy ra trên đầu, trên mặt, những giọt to như giọt nước. Hắn đưa tay áo quệt ngang một cái, quệt mũi, cười rồi lại ăn. Hắn càng ăn, mồ hôi lại càng nhiều.

Trời ơi! Hắn thèm lương thiện, hắn muốn làm hòa với mọi người biết bao! Thị Nở sẽ mở đường cho hắn. Thị có thể sống yên ổn với hắn thì sao người khác lại không thể được. Họ sẽ lại nhận hắn vào cái xã hội bằng phẳng, thân thiện của những người lương thiện... Hắn băn khoăn nhìn thị Nở, như thăm dò. Thị vẫn im lặng, cười tin cẩn, hắn thấy tự nhiên nhẹ người. Hắn bảo thị:

-- Giá cứ thế này mãi thì thích nhỉ?

Thị lườm hắn. Một người thật xấu khi yêu cũng lườm. Hắn thích chí khanh khách cười. Lúc tỉnh táo, hắn cười nghe thật hiền. Thị Nở lấy làm bằng lòng lắm. Bấy giờ thì mấy bát cháo ý chừng đã ngấm. Hắn thấy lòng rất vui.

Chúng sẽ làm thành một cặp rất xứng đôi. Chúng cũng nhận thấy thế, và nhất định lấy nhau.

Thị nghĩ bụng: hãy đừng yêu, để hỏi cô thị đã. Thấy thị hỏi, bà già kia bật cười. Bà tưởng cháu bà nói đùa. Nhưng chợt nhớ ra rằng cháu bà vốn dở hơi. Bà bỗng trở nên hoảng hốt. Bà gào lên như con mẹ dại. Bà xỉa xói vào mặt cái con cháu gái ba mươi tuổi. Bà bảo phắt nó:

-- Đã nhịn được đến bằng này tuổi[1] thì nhịn hẳn, ai lại đi lấy thằng Chí Phèo!

Thị tức lắm! Thị tức lắm! Thị cần đổ cái tức ấy lên một người. Thị lon ton chạy sang nhà nhân ngãi[2]. Thị thấy hắn đương uống rượu, và vừa uống vừa lầm bầm chửi thị về nhà lâu. Hắn không quen đợi; bởi phải đợi, hắn lại lôi rượu và uống cho đỡ buồn. Uống vào thì phải chửi, quen mồm rồi! Nhưng chửi thị? Ồ, thị điên lên mất! Thị giẫm chân xuống đất, rồi lại nhảy cẫng lên. Hắn thú vị quá, lắc

1 bằng này tuổi：这么大年龄。

2 nhân ngãi：情人。

lư cái đầu cười. Lại còn cười! Nó nhạo thị, trời ơi! Thị điên lên mất. Trời ơi là trời! Thị chống hai tay vào háng[1], vênh vênh cái mặt, trút vào mặt hắn tất cả lời bà cô. Hắn nghĩ ngợi một tí rồi hình như hiểu. Hắn bỗng nhiên ngẩn người. Thoáng một cái, hắn lại như hít hít thấy nồi cháo hành. Hắn cứ ngồi ngẩn mặt, không nói gì.

Hắn sửng sốt, đứng lên gọi lại. Ai mà thèm lại! Còn muốn lôi thôi gì? Hắn đuổi theo thị nắm lấy tay. Thị gạt ra, lại giúi thêm cho một cái. Hắn lăn khèo xuống sân. Đã lăn ra thì hắn phải kêu: bao giờ chả thế. Hắn nhặt một hòn gạch vỡ, toan đập đầu. Nhưng hình như hắn chưa thật say. Vì hắn nghĩ đập đầu ở đây chỉ thiệt: đập đầu ở đây để mà nằm ăn vạ ai? Hắn tự phải đến cái nhà con đĩ Nở kia. Đến để đâm chết cả nhà nó, đâm chết cái con khọm già[2] nhà nó. Nếu không đâm được, lúc ấy hãy đập đầu kêu làng. Muốn đập đầu, phải uống thật say. Không có rượu, lấy gì làm cho máu nó chảy? Phải uống thêm chai nữa. Và hắn uống. Nhưng tức quá, càng uống càng tỉnh ra. Tỉnh ra, chao ơi buồn! Hắn cứ thoang thoảng thấy hơi cháo hành. Hắn ôm mặt khóc rưng rức. Rồi lại uống. Hắn ra đi với một con dao ở thắt lưng. Hắn lảm nhảm: "Tao phải đâm chết nó!" Nhưng hắn lại cứ thẳng đường mà đi. Cái gì đã làm hắn quên rẽ vào nhà thị Nở? Những thằng điên và những thằng say rượu không bao giờ làm những cái mà lúc đi chúng định làm.

Trời nắng lắm, nên đường vắng. Hắn cứ đi, cứ chửi và dọa giết "nó", và cứ đi. Bây giờ đến ngõ nhà cụ Bá. Hắn xông xông đi vào. Cả nhà đi làm đồng vắng, chỉ có mình cụ Bá đang nằm nghỉ trưa? Nghe hắn, cụ thấy bực mình quá! Nhất là khi trông thấy một thằng chỉ đến vòi tiền uống rượu như Chí Phèo. Tuy vậy, cụ cũng móc sẵn năm hào. Thà móc sẵn để tống nó đi cho chóng. Nhưng móc rồi, cụ cũng phải quát một câu cho nhẹ người:

-- Chí Phèo đấy hở? Làm vừa vừa chứ[3] tôi không phải là cái kho.

Rồi ném bẹt năm hào xuống đất, cụ bảo hắn:

-- Cầm lấy mà cút đi cho rảnh. Rồi làm mà ăn chứ cứ báo người ta mãi à?

Hắn trợn mắt chỉ tay vào mặt cụ:

-- Tao không đến đây xin năm hào!

Thấy hắn toan làm dữ cụ đành dịu giọng:

-- Thôi cầm lấy vậy, tôi không còn hơn.

Hắn vênh cái mặt lên, rất kiêu ngạo:

1 chống hai tay vào háng：两手叉腰。háng：胯。

2 con khọm già：老家伙。khọm：驼背。

3 làm vừa vừa chứ：悠着点；别过分了。

-- Tao đã bảo không đòi tiền.

-- Giỏi! Hôm nay mới thấy anh không đòi tiền. Thế anh cần gì?

Hắn dõng dạc:

-- Tao muốn làm người lương thiện!

Bá Kiến cười ha hả:

-- Ồ tưởng gì! Tôi chỉ cần anh lương thiện cho thiên hạ nhờ.

Hắn lắc đầu:

-- Không được! Ai cho tao lương thiện? Làm thế nào cho mất được những vết mảnh chai trên mặt này? Tao không thể là người lương thiện nữa. Biết không! Chỉ có một cách... biết không! Chỉ có một cách là... cái này biết không!

Hắn rút dao ra, xông vào. Bá Kiến ngồi nhỏm dậy, Chí Phèo đã văng dao tới rồi. Bá Kiến chỉ kịp kêu một tiếng. Chí Phèo vừa chém túi bụi vừa kêu làng thật to. Hắn kêu làng, không bao giờ người ta vội đến. Bởi thế khi người ta đến thì hắn cũng đang giãy đành đạch ở giữa bao nhiêu là máu tươi. Mắt hắn trợn ngược. Mồm hắn ngáp ngáp, muốn nói nhưng không ra tiếng. Ở cổ hắn, thỉnh thoảng máu vẫn còn ứ ra.

Cả làng Vũ Đại nhao lên. Họ bàn tán rất nhiều về vụ án không ngờ ấy. Có nhiều kẻ mừng thầm, không thiếu kẻ mừng ra mặt[1]! Có người nói xa xôi[2]: "Trời có mắt đấy, anh em ạ!" Người khác thì nói toạc: "Thằng nào chứ hai thằng ấy chết thì không ai tiếc! Rõ thật bọn chúng nó giết nhau, nào có cần phải đến tay người khác đâu". Mừng nhất là bọn kỳ hào ở trong làng. Họ tuôn đến để hỏi thăm, nhưng chính là để nhìn lý Cường bằng những con mắt thỏa mãn và khiêu khích. Đội Tảo, không cần kín đáo, nói toang toang ngay ngoài chợ, trước mặt bao người: "Thằng bố chết, thằng con lớp này không khỏi người ta cho ăn bùn". Ai chả hiểu "người ta" đó là chính ông. Bọn đàn em thì bàn nhỏ: "Thằng mọt già ấy chết, anh mình nên ăn mừng". Những người biết điều thì hay ngờ vực, họ chép miệng nói: "Tre già măng mọc, thằng ấy chết, còn thằng khác, chúng mình cũng chẳng lợi tí gì đâu..."

Câu hỏi đọc hiểu（思考题）

1. 小说《志飘》中，哪些段落的心理描写展现了志飘丰富、复杂的内

---

1 mừng ra mặt：喜形于色。

2 nói xa xôi：含沙射影地说。

心活动？

2. 分析志飘的人物形象。
3. 分析百户建的人物形象。
4. 分析小说《志飘》的艺术特色。
5. 分析“皎洁的月光”在小说中的艺术审美。

Bài 9

Chiếc lược ngà（象牙梳子）

Nguyễn Quang Sáng（阮光创）

Tiểu sử tác giả（作者简介）

阮光创（Nguyễn Quang Sáng，1932—2014 年）又名阮创（Nguyễn Sáng），为越南现代著名作家。1946 年，阮光创参军成为一名联络员。1948 年，他被部队派到阮文素中学学习文化知识。1950 年，他完成学业后回到部队。1955 年，他转业到“越南之声”广播电台工作。1957 年，他在《文艺报》上发表了短篇小说《黄鸟》。1958 年，他来到越南作家协会，担任《文艺周报》的编辑、文学出版社的编辑。之后，长篇小说《留下来者的日记》《火地》等相继问世。1966 年，他以解放文艺协会创作员的身份奔赴南方战场。1972 年，他回到河内，继续在作家协会工作。南方解放后，他来到胡志明市工作，担任第一、二、三届胡志明市作家协会的秘书长，同时，阮光创还是越南作家协会第二、三届的执行委员，是第四届越南作家协会的副秘书长。1985 年，他发表了长篇小说《童年的河》。阮光创是写作短篇小说的高手，他的短篇小说视角独特、选材新颖、语言凝练，有一种巨大的震撼力。其中，《七安》和《象牙梳子》是他短篇小说中的佳作。2000 年，阮光创荣获“胡志明文学艺术奖”。

Tóm tắt tác phẩm（作品简介）

《象牙梳子》讲述的是：一位名叫阿六的越南军人，他在战火间隙为女儿阿秋雕刻了一把象牙梳子。阿六在战场上中弹，他在弥留之际，托“我”将梳子捎给了阿秋。作品热情赞颂了战争期间深厚的父女情谊。

Văn bản（作品原文）

Vào một đêm trời sáng trăng, trong một ngôi nhà nhỏ, giữa Tháp Mười mà xung quanh nước đã lên đầy, nói cho đúng đây là cái trạm của đường dây giao thông[1], nhà nhỏ nhưng người lại đông. Chưa đến chuyến đi, chúng tôi còn phải đợi. Ban ngày, chúng tôi chẳng biết đi đâu, hết nằm lại ngồi[2], có lúc thấy tù túng[3], nhưng lại có cái thú là thọc cần câu ra khỏi nhà để câu cá. Ngày câu cá đã đủ ăn rồi, đêm không ai muốn câu nữa. Trong lúc nhàn rỗi ấy, chúng tôi thường hay kể chuyện. Và tôi nghe câu chuyện này của một đồng chí già kể lại. Ông vốn là người hay kể chuyện - nhiều nhất là chuyện tiếu lâm, có cả tiếu lâm kháng chiến nữa, chuyện nào cũng làm cho chúng tôi cười lăn cười bò[4]. Trước khi kể, bao giờ ông cũng cười mỉm, mặt trở nên hóm hỉnh[5]. Nhưng hôm ấy, ông đâm ra[6] khác thường. Ông kể nhưng vẫn ngồi im, đầu hơi cúi xuống, trầm lặng, mặt ngước nhìn ra mênh mông[7]. Chắc là một chuyện cảm động, chúng tôi đoán như vậy và không đùa nữa. Bên ngoài, một cơn gió ù thổi tới. Cái trạm này - một ngôi nhà cất chen vào giữa một chòm cây giữa khu rừng, mỗi khi có một cơn gió, sóng nối nhau đập vào cây, nhà lại rung lên và lắc lư như một con thuyền đang chơi vơi giữa biển. Sóng đập đều đều vào các chòm cây. Đàn cò đứng ngủ không yên, một vài con vỗ cánh bay chấp chới. Sóng gió như nhắc nhở ông điều gì, ông nghiêng tai lắng nghe. Khi cơn gió thổi qua, mặt nước trở lại yên lặng, ông mới ngẩng lên và nói. Ông nói với chúng tôi mà như nói với cả trời nước vậy, ông không nhìn vào chúng tôi mà nhìn ra biển nước, chân trời và các vì sao.

- Chuyện xảy ra cách đây đã hơn một năm rồi, mà mỗi lần nhớ lại, tôi cứ bàng hoàng như vừa thấy một giấc mơ - Ông mở đầu với giọng trầm đục[8]: - Hôm đó, tôi đi từ trạm N. G. đến L. A. Khi chiếc xuồng[9] máy vừa xô ra bến thì chúng

---

1 cái trạm của đường dây giao thông：交通联络站。

2 hết nằm lại ngồi：躺烦了就坐起来；不是躺着就是坐着。

3 tù túng：囚禁般的。

4 cười lăn cười bò：笑得前仰后合。

5 mặt trở nên hóm hỉnh：做鬼脸。

6 đâm ra：变得；变为。

7 nhìn ra mênh mông：遥望远处。

8 giọng trầm đục：低沉的语气。

9 xuồng máy：汽艇。xuồng：小船，小艇（xuồng (tiếng Bắc) hay là ghe (tiếng Nam) là một loại thuyền nhỏ và hẹp, thường được chèo bằng sức người, đôi khi được lắp thêm động cơ (lúc đó gọi là xuồng máy hoặc ca-nô 汽艇）。

tôi ai cũng muốn biết người lái ấy là ai. Không phải tò mò mà cần phải biết. Bởi vì trước khi đi, người trạm trưởng có báo cáo với chúng tôi đó là một đoạn đường dài, một đoạn đi xuồng máy, một đoạn đi bộ, đi xuồng dễ gặp trực thăng soi[1], anh em phải bình tĩnh, không được nhốn nháo, không được tự động mà phải tuyệt đối tuân theo sự điều khiển của người lái. Nói như vậy có nghĩa là sinh mạng mình phải hoàn toàn phó thác cho người cầm lái ấy, có phải không các bạn? Cho nên, tôi cần nhìn, cần biết rõ người đang cầm giữ sinh mạng mình. Nhưng trời đã tối rồi, tôi chỉ thấy đó là một cô gái người mảnh khảnh, vai mang cây "cạc-bin" bá xếp của Mỹ[2], đầu chít khăn, dáng điệu gọn gàng.

Trước đó, tôi có được nghe tiếng đồn trạm này có một cô giao liên[3] rất thông minh. Một hôm, cô dẫn một đoàn khách sắp sửa qua sông, cô để khách dừng lại ngoài ruộng xa. Cô và một anh giao liên[4] nữa tiến trước dọn đường. Đến vườn cây bờ sông, cô thấy mình đã lọt vào ổ phục kích của địch[5]. Nhưng cô không bối rối. Cô vừa gọi người bạn của mình vừa nói, cô cố ý nói lớn cho bọn địch nghe: "Tình hình yên, không có gì, anh trở lại dẫn khách đi, còn tôi sang sông lắc xuồng đem qua". Trong câu nói ấy có ám hiệu. Anh giao liên liền quay lại, êm ái đưa khách đi qua ngả khác, vượt sông cách đó độ một vài cây số. Còn cô ta, trước khi qua sông cô còn gài lại hai trái lựu đạn. Cô qua sông, thế là thoát. Còn đám biệt kích[6] kia, bọn nó tưởng thật, định hốt cả một đoàn khách, nên chẳng dám rục rịch, mà cứ chờ. Chờ mãi, bọn nó biết, nó chửi rủa nhau, trong lúc lục tục kéo về thế nào lại vấp cả hai quả lựu đạn gài, rụng hết mấy mạng. Qua chuyện đó, người ta thêm thắt rằng cô giao liên ấy có cái mũi rất thính, cô dùng mũi để nghe mùi địch và có thể phân biệt được thằng nào là Mỹ, thằng nào là Ngụy nữa.

Tôi nghĩ, nếu người nữ giao liên ấy là cô đang lái chiếc xuồng máy này thì mình không đến nỗi lo lắm. Tôi muốn hỏi nhưng thấy không tiện nên đành phải nói khéo:

- Ở trạm này có mấy cháu nữ vậy hở chú?

- Dạ một chị là chị nuôi với cháu nữa là hai.

Vậy là cô nữ giao liên này rồi, tôi cảm thấy mừng. Nghe giọng cô nói, tôi đoán cô bé độ mười tám hai mươi là cùng. Tôi cảm thấy mến, muốn hỏi thêm

1 dễ gặp trực thăng soi：容易遇到（美军的）直飞机的探照灯照射。
2 cây "cạc-bin" bá xếp của Mỹ：美军的枪托折叠型卡宾枪。bá：枪托。xếp：折叠。
3 cô giao liên：女交通员。
4 anh giao liên：男交通员。
5 lọt vào ổ phục kích của địch：落入敌人的伏击圈。
6 đám biệt kích：（敌人的）别动队。

nhưng thấy cô đang quay lại nói với xuồng sau:

- Tôi đi trước nhé!

Mấy anh giao liên xuồng sau nhao lên:

- Thôi chị Hai đi trước đi.

- Chị út đi mạnh giỏi nhá! Người gọi chị Hai, người gọi chị út, chẳng biết cô thật thứ mấy.

Cô đáp lại mấy câu láu lỉnh, gọi mấy chú giao liên là em rồi quay lại chúng tôi, hạ giọng hết sức lễ phép:

- Các bác, các chú, các anh có gì quan trọng nên để trong túi áo, hoặc để trong một cái gói riêng. Lỡ gặp trực thăng bắn hoặc gặp biệt kích thì đồ qúy không bị mất, bị cháy.

Cô báo cho chúng tôi những điều không may có thể xảy ra nhưng giọng nói lại dịu dàng - dễ thương nữa - khác hẳn với giọng nói căng thẳng của ông trạm trưởng, nên tôi thấy không lo lắm. Nói xong, cô khom lưng, giật máy. Xuồng rung lên theo tiếng máy nổ giòn, từ từ tách ra khỏi vòm cây rậm, rồi rào rào lướt tới. Gió thổi mát cả người, mát đến từng chân tóc.

Nghe cô dặn, tôi, tôi có cái gì qúy ngoài giấy tờ, tiền ăn đường đã để sẵn trong túi? Tôi chợt nhớ đến cây lược nhỏ. Tôi liền mò lấy cây lược, cho vào túi đựng giấy tờ, bỏ vào túi ngực, rồi cài lại thật cẩn thận.

Các bạn! Mỗi lần nhìn thấy cây lược ngà nhỏ ấy là mỗi lần tôi băn khoăn và ngậm ngùi. Trong cuộc đời kháng chiến của tôi, tôi chứng kiến không biết bao nhiêu cuộc chia tay, nhưng chưa bao giờ, tôi bị xúc động như lần ấy. Trong những ngày hoà bình vừa lập lại, tôi cùng về thăm quê với một người bạn. Nhà chúng tôi ở cạnh nhau. Chúng tôi cùng thoát ly đi kháng chiến. Lúc đi, đứa con gái đầu lòng của anh - và cũng là đứa con duy nhất của anh, chưa đầy một tuổi. Anh thứ sáu và cũng tên Sáu. Suốt mấy năm kháng chiến, chị Sáu có đến thăm anh mấy lần. Lần nào anh cũng bảo chị đưa con đến. Nhưng cái cảnh đi thăm chồng ở chiến trường miền Đông không đơn giản. Chị không dám đưa con qua rừng. Nghe chị nói có lý anh không trách được. Anh chỉ thấy con qua tấm ảnh nhỏ thôi. Đến lúc được về, cái tình người cha cứ nôn nao trong người anh[1]. Xuồng vào bến, thấy một đứa bé độ tám tuổi tóc cắt ngang vai, mặc quần đen, áo bông đỏ đang chơi nhà chòi dưới bóng cây xoài trước sân nhà, đoán biết là con, không thể chờ xuồng cặp lại bến,

---

1 tình người cha cứ nôn nao trong người anh：作为一个父亲，急于见女儿的热流涌遍全身。

anh nhún chân nhảy thót lên[1], xô chiếc xuồng tạt ra, khiến tôi bị chới với. Anh bước vội vàng với những bước dài, rồi dừng lại kêu to:

- Thu! Con.

Vừa lúc ấy, tôi đã đến gần anh. Với lòng mong nhớ của anh, chắc anh nghĩ rằng, con anh sẽ chạy xô vào lòng anh, sẽ ôm chặt lấy cổ anh. Anh vừa bước, vừa khom người đưa tay đón chờ cô. Nghe gọi, con bé giật mình, tròn mắt nhìn. Nó ngơ ngác, lạ lùng. Còn anh, anh không ghìm nổi xúc động. Mỗi lần bị xúc động, vết thẹo dài bên má phải lại đỏ ửng lên, giần giật. Với vẻ xúc động ấy và hai tay vẫn đưa về phía trước, anh chầm chậm bước tới, giọng lặp bặp run run:

- Ba đây con!

- Ba đây con!

Con bé thấy lạ quá, nó chớp mắt nhìn tôi như muốn hỏi đó là ai, mặt nó bỗng tái đi, rồi vụt chạy và kêu thét lên: "Má! Má". Còn anh, anh đứng sững lại đó, nhìn theo con, rồi đau đớn khiến mặt anh sầm lại trông thật đáng thương, và hai tay buông xuống như bị gãy.

Vì đường xa, chúng tôi ở nhà được có ba ngày. Trong ba ngày ngắn ngủi đó, con bé không kịp nhận ra anh là cha. Đêm nó không cho anh ngủ với chị. Con bé tính khí thật không vừa, nó tuột xuống giường, đứng dưới đất chồm lên, nắm tay anh kéo ra. Kéo không được, nó kê miệng cắn. Cho đến ngày đi, tay anh vẫn còn hằn sâu những dấu răng của con. Suốt ngày anh chẳng đi đâu xa, lúc nào cũng vỗ về con. Nhưng càng vỗ về, con bé càng đẩy ra. Anh mong được nghe một tiếng "ba" của con bé, nhưng con bé chẳng bao giờ chịu gọi. Nghe mẹ nó bảo gọi ba vào ăn cơm thì nó bảo lại:

- Thì má cứ kêu đi.

Mẹ nó đâm nổi giận, quơ đũa bếp dọa đánh, nó phải gọi nhưng lại nói:

- Vô ăn cơm!

Anh Sáu vẫn ngồi im, giả vờ không nghe, chờ nó gọi "ba vô ăn cơm". Con bé cứ đứng trong bếp nói vọng ra:

- Cơm chín rồi! - Anh cũng không quay lại. Con bé bực quá, quay lại mẹ và bảo:

- Con kêu rồi mà người ta không nghe.

Anh quay lại nhìn con vừa khe khẽ lắc đầu vừa cười. Bữa sau, đang nấu cơm thì mẹ nó chạy đi mua thức ăn. Mẹ nó dặn, ở nhà có gì cần thì gọi ba giúp cho. Nó

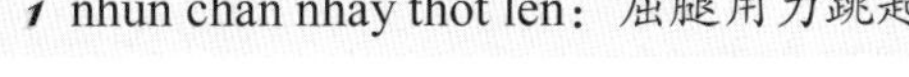
1 nhún chân nhảy thót lên：屈腿用力跳起。

không nói không rằng, cứ lui cui[1] dưới bếp. Nghe nồi cơm sôi, nó không giở nắp để chắt nước[2] được, đến lúc đó nó mới nhìn lên anh Sáu. Tôi nghĩ thầm, con bé đang bị dồn vào thế bí, chắc nó phải gọi ba thôi. Nó nhìn một lúc rồi kêu lên:

- Cơm sôi rồi, chắt nước giùm cái!

Tôi lên tiếng mở đường cho nó:

- Cháu phải gọi: "Ba chắt nước giùm con", phải nói như vậy.

Nó như không để ý đến câu nói của tôi, nó lại kêu lên:

- Cơm sôi rồi, nhão bây giờ!

Anh Sáu cứ vẫn ngồi im. Tôi dọa nó:

- Cơm mà nhão, má cháu về thế nào cháu cũng bị đòn. Sao cháu không gọi ba cháu. Cháu nói một tiếng "ba" không được sao?

Lúc đó nồi cơm sôi lên sùng sục. Nó hơi sợ, nó nhìn xuống, vẻ nghĩ ngợi, nhắc không nổi, nó lại nhìn lên. Tiếng cơm sôi như thúc giục nó. Nó nhăn nhó muốn khóc. Nó nhìn nồi cơm, rồi lại nhìn lên chúng tôi. Thấy nó luýnh quýnh tôi vừa tội nghiệp vừa buồn cười, nghĩ chắc thế nào cũng chịu thua. Nó loay hoay rồi nhón gót[3] múc ra từng bát nước, miệng lầm bầm điều gì không rõ - Con bé đáo để[4] thật.

Trong bữa cơm đó, anh Sáu gắp một miếng trứng cá to vàng để vào cái chén nó. Nó liền lấy đũa hất cái trứng ra, cơm văng tung tóe cả mâm. Giận quá và không kịp suy nghĩ, anh vung tay đánh vào mông nó và hét lên:

- Sao mày cứng đầu quá vậy, hả?

Tôi tưởng con bé lăn ra khóc, sẽ giẫy, sẽ đạp đổ cả mâm cơm, hoặc sẽ chạy vụt đi. Nhưng không. Nó ngồi im, đầu cúi gằm xuống. Nghĩ thế nào nó cầm đũa, gắp lại cái trứng cá để vào chén, rồi lặng lẽ đứng dậy, bước ra khỏi mâm. Xuống bến, nó nhảy xuống xuồng, rồi lấy dầm bơi qua sông. Nó sang qua nhà ngoại[5], mách với ngoại và khóc ở bên ấy - Chiều đó, mẹ nó sang dỗ dành mấy nó cũng không về. Ngày mai anh Sáu phải đi, đó là đêm cuối cùng của hai anh chị, chị cũng không muốn bắt nó về.

Sáng hôm sau, bà con bên nội, bên ngoại đến rất đông. Cả con bé cũng theo ngoại nó về. Anh Sáu phải lo tiếp khách, anh như không chú ý đến con nữa. Còn

1 lui cui：忙碌。
2 chắt nước：滗干水。
3 nhón gót：垫高脚跟。
4 đáo để：厉害。
5 nhà ngoại：（本文指）外婆家。

chị Sáu thì lo chuẩn bị đồ đạc cho chồng, chị lo xếp từng chiếc áo, gói ghém đồ đạc vụn vặt vào cái túi nhỏ, chị cứ lúi húi bên chiếc ba lô. Con bé như bị bỏ rơi, lúc đứng vào góc nhà, lúc đứng tựa cửa và cứ nhìn mọi người đang vây quanh ba nó. Vẻ mặt của nó có cái gì hơi khác, nó không bướng bỉnh hay nhăn mày cau có nữa, vẻ mặt nó sầm lại buồn rầu, cái vẻ buồn trên gương mặt ngây thơ của con bé trông rất dễ thương. Với đôi mi dài uốn cong, và như không bao giờ chớp, đôi mắt nó như to hơn, cái nhìn của nó không ngơ ngác, không lạ lùng, nó nhìn với vẻ nghĩ ngợi sâu xa.

Đến lúc chia tay, mang ba lô[1] trên vai, sau khi bắt tay hết mọi người, anh Sáu mới đưa mắt nhìn con, thấy nó đứng trong góc nhà.

Chắc anh cũng muốn ôm con, hôn con, nhưng hình như cũng lại sợ nó giẫy lên lại bỏ chạy, nên anh chỉ đứng nhìn nó. Anh nhìn với đôi mắt trìu mến lẫn buồn rầu.

- Thôi! Ba đi nghe con! - Anh Sáu khe khẽ nói.

Chúng tôi, mọi người - kể cả anh, đều tưởng con bé sẽ đứng yên đó thôi. Nhưng thật lạ lùng, đến lúc ấy, tình cha con như bỗng nổi dậy trong người nó, trong lúc không ai ngờ đến thì nó bỗng kêu thét lên:

- Ba... a... a... ba!

Tiếng kêu của nó như tiếng xé, xé sự im lặng và xé cả ruột gan của mọi người, nghe thật xót xa.[2] Đó là tiếng "Ba" mà nó cố đè nén trong bao nhiêu năm nay, tiếng "Ba" như vỡ tung ra từ lòng nó, nó vừa kêu vừa chạy xô tới, nhanh như một con sóc, nó chạy thót lên và dang hai tay ôm chặt lấy cổ ba nó.

Nó vừa ôm chặt lấy cổ ba nó vừa nói trong tiếng khóc:

- Ba! Không cho ba đi nữa! Ba ở nhà với con!

Trong lúc đó, ngoại nó cho tôi biết, đêm qua, bà đã tìm hiểu được vì sao nó không chịu nhận ba nó. Bà hỏi:

- Ba con, sao con không nhận?

- Không phải - Đang nằm mà nó cũng giẫy lên.

- Sao con biết là không phải? Ba con đi lâu, con quên rồi chứ gì!

- Ba không giống cái hình ba chụp với má.

- Sao không giống, đi lâu, ba con già hơn trước thôi.

- Cũng không phải già, mặt ba con không có cái thẹo trên mặt như vậy.

---

1 ba lô：背包。

2 Tiếng kêu của nó như tiếng xé, xé sự im lặng và xé cả ruột gan của mọi người, nghe thật xót xa：她的呼喊声划过长空，打破了沉寂，震撼着众人的心扉，令人落泪。

À ra vậy, bây giờ bà mới biết. Té ra nó không nhận ba nó vì là cái vết thẹo, và bà nó cho biết, ba nó đi đánh Tây bị Tây bắn bị thương - bà nhắc lại tội ác mấy thằng Tây ở đồn đầu vàm[1] cho nó nhớ. Nghe bà kể nó nằm im, lăn lộn và thỉnh thoảng lại thở dài như người lớn. Sáng hôm sau, nó lại bảo ngoại đưa nó về. Nó vừa nhận ra thì ba nó đã đến lúc phải đi rồi.

Trong lúc đó, nó vẫn ôm chặt lấy ba nó. Không ghìm được xúc động và không muốn cho con thấy mình khóc, anh Sáu một tay ôm con, một tay rút khăn lau nước mắt, rồi hôn lên mái tóc con:

- Ba đi rồi ba về với con.

- Không! - Con bé hét lên, hai tay nó siết chặt lấy cổ, chắc nó nghĩ hai tay không thể giữ được ba nó, nó dang cả hai chân rồi câu chặt lấy ba nó[2], và đôi vai nhỏ bé của nó run run.

Nhìn cảnh ấy, bà con xung quanh có người không cầm được nước mắt, còn tôi bỗng thấy khó thở như có bàn tay ai nắm lấy trái tim tôi. Tôi bỗng nảy ra ý nghĩ, muốn bảo anh ở lại vài hôm. Nhưng thật khó, chúng tôi chưa biết mình sẽ đi tập kết hay ở lại. Chúng tôi cần về đúng ngày, nhận lệnh để kịp chuẩn bị. Thế là đã đến lúc phải đi rồi, mọi người phải xúm lại vỗ về nó, mẹ nó bảo:

- Thu! Để ba con đi. Thống nhất rồi ba con về.

Bà ngoại nó vừa vuốt tóc nó vừa dỗ:

- Cháu của ngoại giỏi lắm mà! Cháu để ba cháu đi rồi ba sẽ mua về cho cháu một cây lược.

Con bé lại ôm chầm ba nó một lần nữa và mếu máo:

- Ba về! Ba mua cho con một cây lược nghe ba! - Nó nói trong tiếng nấc, vừa nói vừa từ từ tuột xuống.

Sau đó hai chúng tôi trở lại miền Đông[3]. Chúng tôi là cán bộ đoàn thể, chúng tôi không đi tập kết. Từ năm năm mươi tư đến năm mươi tám, năm mươi chín và những năm khó khăn, các bạn đã biết rồi. Về công việc và đời sống ở rừng, tôi có thể kể cho đến sáng, có đêm bị biệt kích vây bắt, nhưng thôi, đó là chuyện khác. Tôi xin trở lại mối tình cha con của bạn tôi. Những đêm rừng, nằm trên võng, mắt chỉ thấy tấm ny lông, lúc nhớ con, anh cứ ân hận sao mình lại đánh con. Nỗi khổ

---

1 vàm：河口；溪口。

2 nó dang cả hai chân rồi câu chặt lấy ba nó：她用双脚紧紧夹住她爸爸的身体。

3 miền Đông：南部东区（miền Đông Nam Bộ）。（Miền Đông Nam bộ còn được gọi ngắn là miền Đông. Hiện nay miền Đông gồm 6 tỉnh bao gồm: TP Hồ Chí Minh, Đồng Nai, Bình Dương, Bà Rịa - Vũng Tàu, Tây Ninh, Bình Phước.）

tâm đó cứ giày vò anh - một hôm hai đứa đang rì rầm kể, anh bỗng ngồi bật dậy:

- Phải rồi! Ở rừng này, người ta thỉnh thoảng có bắn voi, mình phải làm một cây lược bằng ngà cho con bé mới được.

Và anh ao ước có một khúc ngà, một khúc ngà voi. Thật may mắn, sau đó không lâu, vì thiếu thức ăn, anh em nghĩ đến chuyện đi săn, đi săn bằng tên thuốc chớ không phải bằng súng. Lúc đó rừng hãy còn phải giữ im lặng. Thật ra thì anh em không đi săn voi, nhưng tình cờ lại gặp nó. Anh em định thả nó, nhưng anh Sáu quyết định bắn.

Tôi hãy còn nhớ buổi chiều hôm đó - buổi chiều sau một ngày mưa rừng, giọt mưa còn đọng trên lá rừng sáng lấp lánh. Đang ngồi làm việc dưới tấm ny lông, tôi bỗng nghe tiếng kêu. Từ con đường mòn chạy lẫn trong rừng sâu, anh hớt hải chạy về, tay cầm khúc ngà đưa lên khoe với tôi. Mặt anh hớn hở như một đứa trẻ được quà.

Sau đó anh lấy vỏ đạn hai mươi ly của Mỹ, đập mỏng làm thành một cây cưa nhỏ, cưa khúc ngà thành từng chiếc răng lược, thận trọng, tỉ mỉ và cố công[1] như người thợ bạc. Chẳng hiểu sao tôi thích ngồi nhìn anh làm và cảm thấy vui vui khi thấy bụi ngà rơi mỗi lúc một nhiều. Một ngày, anh cưa được một vài răng. Không bao lâu sau, cây lược được hoàn thành. Cây lược dài độ hơn một tấc, bề ngang độ ba phân rưỡi, cây lược cho con gái, cây lược dùng để chải mái tóc dài, cây lược chỉ có một hàng răng thưa. Trên lược có khắc một hàng chữ nhỏ mà anh đã gò lưng, tẩn mẩn khắc từng nét: "Yêu nhớ tặng Thu, con của ba". Cây lược ngà ấy chưa chải được mái tóc của con, nhưng nó như gỡ rối được phần nào tâm trạng của anh[2]. Những đêm nhớ con, anh ít nhớ đến nỗi hận đánh con, nhớ con, anh lấy cây lược ra ngắm nghía rồi cài lên tóc cho cây lược thêm bóng, thêm mượt. Có cây lược, anh càng mong gặp lại con. Nhưng rồi một chuyện không may xảy ra. Một ngày cuối năm năm mươi tám, trong một trận càn lớn của quân Mỹ - ngụy, anh Sáu bị hy sinh. Anh bị viên đạn của máy bay Mỹ bắn vào ngực. Trong giờ phút cuối cùng, không còn đủ sức trăng trối lại điều gì[3], hình như chỉ có tình cha con là không thể chết được, anh đưa tay vào túi, móc cây lược, đưa cho tôi và nhìn tôi một hồi lâu. Tôi không đủ lời lẽ để tả lại cái nhìn ấy, chỉ biết rằng, cho đến bây giờ, thỉnh thoảng tôi cứ nhớ lại đôi mắt của anh.

- Tôi sẽ mang về trao tận tay cho cháu.

1 cố công：尽力，费力。

2 gỡ rối được phần nào tâm trạng của anh：某种程度抚慰了他的心灵。

3 trăng trối lại điều gì：嘱托什么。

Tôi cúi xuống gần anh và khẽ nói. Đến lúc ấy, anh mới nhắm mắt đi xuôi.

Các bạn ạ! Trong những ngày đen tối ấy, người sống phải sống bí mật thì cũng đã đành một lẽ, còn người chết cũng phải chết bí mật nữa. Mộ của anh không thể đắp cao lên được, - tìm thấy mồ mả, chúng sẽ đào lên và tìm ra dấu vết, - cho nên ngôi mộ của anh là ngôi mộ bằng, bằng phẳng như mặt rừng vậy. Tôi lấy dao khắc vào một gốc cây rừng cạnh chỗ anh nằm làm dấu cho dễ nhớ.

Sống như thế và chết như thế, hỏi vậy làm sao mà chịu được? Chúng ta buộc phải cầm súng.

Sau khi có căn cứ khá an toàn, người nhà tôi có đến thăm. Tôi định gởi cây lược ngà về cho cháu Thu. Nhưng chị Sáu và cháu Thu không còn ở làng nữa. Qua những lần tố cộng, những trận càn, những trận đốt làng dồn dân của bọn Mỹ, không có mấy năm mà làng nước tan tác đi nhiều lắm. Mỗi người đi mỗi nơi chẳng ai được tin ai. Người nhà tôi bảo có lúc nghe chị Sáu chạy lên Sài Gòn, có lúc lại nghe chị Sáu lại quay về Đồng Tháp, vì thế mà tôi giữ mãi cây lược của cháu.

Tôi cầm cây lược nhìn ngắm, lòng thấy bùi ngùi.

Trong lúc đó tiếng máy vẫn nổ giòn, và tôi lại muốn nhìn rõ cô giao liên - người đang giữ sinh mạng của mình. Đêm không tối, cũng không sáng, nền trời tràn qua nhiều lớp mây mỏng, rải rác một vài chòm sao. Trời sáng mập mờ - Tôi chỉ nhìn thấy được dáng người của cô giao liên, gương mặt như hơi tròn và một đôi mắt, đôi mắt của người con gái thật khó tả. Chẳng hiểu cớ sao, từ ánh mắt ấy, tôi dần dần thấy một người quen, quen lắm. Tôi cố nhớ, nhớ không ra, tôi thấy mình lẩn thẩn.

Bỗng có tiếng kêu thất thanh:

- Máy bay!

- Máy bay!

Xuồng liền chòng chành[1], như có người định lao xuống, người nhốn nháo và nhiều tiếng lao nhao lên. Trong lúc mọi người đang lo, có người hốt hoảng, có người định nhảy thì giọng của cô bình tĩnh như vậy đó. Có người chưa thật tin, nhưng trước thái độ thản nhiên của cô, mọi người lại ngồi yên. "Sao trên trời đó mà", giọng nói nhỏ nhẹ và ngọt ngào. Và cô lại cho máy nổ to.

Sau mấy ngày đi bộ, được ngồi trên chiếc xuồng máy thật là thích thú. Nhưng nghĩ đến máy bay, tôi lại thấy phiền. Tiếng máy đuôi tôm nổ to quá như át cả tiếng máy bay. May mà gặp cô giao liên bình tĩnh, cô mà rối chắc có người đã

1 chòng chành：摇晃，颠簸。

nhảy rồi, xuồng chắc cũng chìm mất. Tôi cố không nghĩ gì khác, tập trung lắng nghe tiếng máy bay.

Xuồng bắt đầu vào một quãng kinh[1] trống, hai bên bờ không có một ngôi nhà, xa xa một chòm tre, một lùm cây, hai bên là cánh đồng hoang. Tôi sốt ruột muốn cho xuồng lao nhanh hơn. Hình như hiểu tâm trạng tôi, cô cho máy nổ to. Sóng trước mũi xuồng trào lên kéo thành những đợt sóng dài, làm run rẩy đám cỏ hai bên bờ.

Trong lúc mọi người đang yên tâm, đang thích thú ngồi trên chiếc xuồng lao nhanh thì cô giao liên tắt máy báo tin:

- Máy bay!

Cô vừa nói vừa tấp[2] sát lại bụi tre. Chiếc xuồng sau cũng tấp lại. Rõ ràng là có tiếng máy bay, tiếng cánh quạt "lạch bạch" của đám trực thăng Mỹ. Tôi chẳng biết cái lỗ mũi của cô thính đến cỡ nào, còn cái tai của cô rõ là thính thật, tiếng máy bay lẫn trong tiếng máy đuôi tôm, thật khó nghe.

Xuồng chòng chành, có người chới với muốn té[3]:

- Nó còn xa lắm! - Cô trấn tĩnh chúng tôi - Các bác, các chú bước lên phân tán mỏng, tìm núp vào chỗ kín. Nếu nó có soi tới các bác, các chú nhớ đừng động đậy - Trong lúc cô nói, anh em khách đã vọt lên bờ hết rồi. Tôi là người cuối cùng.

Tôi vừa bước lên thì cô bảo:

- Bác cứ ở đây đi. Xuồng ít người không sao!

Nếu một người nào khác bảo như vậy, tôi chắc không nghe. Trước thái độ của cô, ngồi cùng một chiếc xuồng với cô, tôi thấy vững tin hơn ngồi trong công sự.

Đám trực thăng Mỹ từ đầu kinh soi lần lần tới, tiếng động cơ của nó rầm rộ như hàng chục chiếc tàu thủy đang chạy. Ánh sáng ngọn đèn soi của nó một lúc một gần. Bọn Mỹ, bọn ngụy đó thường đi ba chiếc, một chiếc tìm người, tìm mục tiêu, còn hai chiếc soi đèn thì bắn.

- Lấy lá cây che kín, đừng động đậy nhé! - Cô lại nhắc tôi.

Đó là lần đầu tiên tôi bị trực thăng soi, khi ngọn đèn của nó soi qua - cái thứ ánh sáng chói chang và tiếng cánh quạt đập trên đầu, tôi thấy xuồng mình rõ qúa, tôi thấy những lỗ trống của ba lô dưới lớp lá ngụy trang, thấy cỏ quặn lên như

1 kinh：运河，水渠（kênh）。
2 tấp：靠近；躲起来。
3 chới với muốn té：摇晃欲摔。

trong một cơn lốc, tôi nghĩ: "Thôi chết rồi!" Tôi rút vai, thu mình cho nhỏ lại. Như đoán được tâm trạng của tôi, cô lại nhắc:

- Nó không thấy rõ mình như mình thấy mình đâu!

Lần này, lời cô nói với tôi không hiệu quả nữa. Phút chốc tôi lại muốn lao xuống nước. Nhưng tôi kịp trấn tĩnh.

Rồi cái ánh sáng ma quỷ ấy qua với tiếng động cơ rầm rộ mỗi lúc một xa. Đêm lại mờ dần đi. Tôi vẫn ngồi im vì còn lo nó quay trở lại. Cô giao liên nói như an ủi tôi:

- Nó làm coi dữ vậy, nhưng nó chẳng thấy cái gì đâu. Miễn là mình bình tĩnh, đừng động đậy - Đoạn cô nhìn ra cánh đồng, gọi anh em khách. Anh em có người ướt nhem, vừa thay quần áo, vừa chửi rủa. Xuồng lại nổ máy. Quá nửa đêm, đoàn chuyền lên đi bộ - Chúng tôi đi men theo bờ kinh, băng qua cánh đồng, bờ kinh chỗ bùn lầy, chỗ lồi lõm, chỗ nhầy nhụa, chúng tôi đi sát vào nhau và hầu như thay phiên nhau trượt té vậy - Người này đang lom khom ngồi dậy, người khác lại đánh "ạch" ngã xuống ruộng, chúng tôi, dép cầm tay, mò mẫm đi từng bước, cứ thế mà đi.

Hai trinh sát đi khoảng hai mươi phút thì đụng biệt kích. Lần này bọn nó không nằm phục trong đám vườn dọc bờ kinh, nó chồm ra ngoài ruộng. Súng nổ tới tấp. Đạn rít veo véo qua đầu chúng tôi.

- Nằm xuống? - Cô giao liên ra lệnh - Anh Tư dẫn khách đi, tôi ở lại.

Chẳng hiểu sao, lúc ấy tôi muốn kéo cô cùng đi. Qua giọng phân công của cô, tôi đoán cô là nhóm trưởng. Vừa nghe tiếng cô, nhìn lại cô đã vụt chạy đâu rồi. Đạn đan thành lưới rít qua đầu chúng tôi, rơi "chéo chéo" trên mặt ruộng, khiến chúng tôi phải nằm dán người vào bờ kinh không sao ngóc đầu lên được.

Trong lúc đó, phía bên trái bỗng có nhiều tiếng "cacbin" nổ. Lập tức đường đạn bay về hướng đó. Tôi đoán biết, cô giao liên đang dẫn đường đạn bay về mình.

- Chạy! - Anh Tư, người giao liên ra lệnh. Đoàn khách chúng tôi liền vọt lên. Đoàn khách chúng tôi - không hàng ngũ, chạy bừa qua ruộng lúa, đâm thẳng ra ven cây, rồi vượt qua sông.

Tiếng súng mỗi lúc một dữ dội. Tôi cố gắng lắng nghe tiếng "cacbin" của cô, nhưng không tài nào nghe được, lòng cứ xốn xang.

Nhờ có tiếng súng biệt kích mà chúng tôi đến rặng cây làng rất sớm. Anh em bên kia trạm - trạm L.A, cũng vừa đến, không phải chờ lâu.

Đoàn tập hợp lại trong một đám dừa bị chất độc hóa học, tàu lá lơ thơ, trống trải. Đoàn khách còn đủ mặt, có một vài người bị mất dép, có người qua sông bị trôi ba lô. Còn tôi, già mà hãy còn cứng, tôi chả mất một món gì.

Ai cũng mệt mỏi, anh em giao liên cho chúng tôi nằm nghỉ đến sáng. Có người không cần phải mắc võng, cũng chẳng trải nilông, nằm vật xuống đất, ngáy pho pho. Còn tôi, vì nhiều nỗi, nên cứ lơ mơ[1].

Nghe đâu đây có tiếng chân đi, tiếng người nói, tiếng cười đùa. Tôi chợt tỉnh dậy. Tôi thấy một nhóm người, chẳng nghe nói họ nói gì, nhưng biết là họ đang kể lại những chuyện sôi nổi. Và tôi nhìn thấy cô giao liên, quần áo cô bùn đất bê bết và đẫm ướt[2]. Thế là họ về kịp rồi.

Tôi vừa đến họ cũng vừa chia tay ra. Bây giờ tôi mới nhìn rõ cô. Cô vừa chặn địch, vừa bước ra khỏi chỗ nguy hiểm mà mặt cứ phơi phới. Mặc dù nước da cô bị rám nắng, tôi trông cô không quá hai mươi tuổi. Con gái hai mươi tuổi không thể có cặp mắt trong sáng như thế, và cô mới ngây thơ làm sao, cô đi dần về phía tôi, tôi bỗng muốn tỏ lòng mến phục của tôi đối với cô, cả lòng cám ơn nữa. Nhưng chẳng lẽ lại nói như vậy, tôi mỉm cười chào cô và làm quen:

- Này cháu. Bác lo cho cháu quá! Cháu thứ mấy?

- Dạ, cháu thứ hai.

- Sao bác lại nghe có người kêu cháu là chị út? Chắc là cháu đã có...

- Dạ không! - Cô giao liên chặn câu nói của tôi lại- Cháu vừa thứ hai vừa thứ út vì cháu là con một mà!

- Cháu là người ở làng nào mà sao bác thấy quen quen.

- Dạ cháu ở Cù Lao Giêng!

Nghe đến tên làng, tôi bỗng giật mình. Nhìn đôi mắt cô bé, ngực tôi bỗng phập phồng, và như có linh tính, tôi liền hỏi lại, hỏi dồn dập:

- Có phải Cù Lao Giêng, quận Chợ Mới, tỉnh Long Châu Sa không vậy cháu?

- Dạ phải.

- Cháu tên gì?

- Cháu tên Thu.

- Thu à? - Tôi lặp lại và kinh ngạc.

Tôi hỏi tiếp:

- Có phải ba cháu là Sáu, má cháu là Bình phải không?

Cô bé kinh ngạc đến nỗi không nói được nữa, nó mở tròn mắt nhìn khắp người tôi. Trong lúc đó, anh em giao liên trạm L.A. kêu khách chuẩn bị lên đường. Nhưng rồi chẳng để ý cũng chẳng muốn nghe, tôi quay lại và bảo:

---

1 lơ mơ：半睡半醒；迷迷糊糊。

2 quần áo cô bùn đất bê bết và đẫm ướt：她的衣服沾满了泥水。

- Chờ tôi một chút.

Tôi quay lại cô bé. Cả hai người vẫn còn ngạc nhiên. Cô bé vẫn tròn mắt nhìn tôi, đúng, đúng, đúng là đôi mắt của con cháu. Tôi thầm nghĩ, và bảo:

- Có phải không cháu?

- Dạ... Sao bác biết?

Tôi cố nén xúc động nhưng cũng lặp bặp nhắc lại:

- Bác là bác Ba đây này. Cháu có còn nhớ lúc ba cháu đi, ba cháu có hứa mua cho cháu cây lược không?

Cô cháu khe khẽ gật đầu: "Dạ nhớ, dạ nhớ".

Các bạn ạ! Trong kháng chiến có những cuộc gặp gỡ thật tình cờ! Tôi vừa nhìn cháu, vừa móc túi lấy ra cây lược.

- Ba cháu gởi cho cháu cây lược ngà này đây. Cây lược này do ba cháu làm.

Đôi mắt của cháu lại to tròn hơn, mặt xúc động đến thẫn thờ. Cháu đưa tay nhận lấy cây lược. Cây lược như đánh thức kỷ niệm ngày chia tay, ngực cháu phập phồng. Thấy cháu nhìn ngắm cây lược, tim tôi bỗng nhói đau. Tôi biết cháu đang bàng hoàng trước hạnh phúc bất ngờ, tôi không muốn làm gì xao động đến hạnh phúc của cháu, tôi thấy cần phải nói dối:

- Ba cháu vẫn khoẻ, ba cháu không về được, nên gởi cho bác.

Cháu Thu liền chớp mắt nhìn tôi, môi mấp máy run run:

- Chắc là bác lầm, cây lược này không phải của ba cháu.

Tôi đâm ra thất vọng, hoang mang nữa, tôi hỏi lại:

- Ba cháu tên Sáu, má cháu tên Bình phải không?

- Dạ phải - Hình như cháu muốn khóc, mắt cháu đỏ hoe nhưng cố nén và nói:

- Nếu cháu không lầm thì chắc bác sợ cháu buồn nên bác nói giấu cháu. Cháu biết ba cháu đã chết rồi.- Cháu chớp mắt, hai giọt lệ ứa ra, vỡ tràn qua đôi mắt - Cháu chịu đựng được, bác đừng ngại, cháu nghe tin ba cháu chết đã hai năm rồi, sau đó thì cháu xin má cháu đi giao liên...

Cháu còn muốn nói gì nữa, nhưng giọng bị tắt nghẹn, đầu cúi nhìn xuống, mái tóc khẽ run run. Còn tôi, tôi lỡ nói dối, nên chẳng biết nói thế nào nữa, đành im lặng.

Trong khi đó, anh em trong đoàn táo tác[1] gọi tôi, giục tôi đi. Không thể nán được nữa, tôi đành phải vội vàng hỏi xin cháu địa chỉ, hỏi thăm qua mẹ cháu và bà con. Nhìn cháu tôi bỗng buột miệng nói:

- Thôi, ba đi nghe con!

1 táo tác：乱哄哄。

Tôi không nghe cháu đáp lại, chỉ thấy đôi môi tái nhợt của cháu mấp máy.

Đi một quãng xa nhìn lại, tôi thấy cháu cố đi theo tôi một đoạn đường. Cháu dừng lại trên bờ kinh, những đợt sóng lúa xanh nhỏ nối nhau rập rờn như chạy đến vỗ về cháu. Sau lưng cháu là đám dừa bị chất độc hóa học mà tàu lá chỉ còn những cọng khô như những chiếc xương cá khổng lồ treo lủng lẳng, xa trông như một rừng gươm.

Lúc chia tay, tôi không nghe cháu gọi tôi là ba. Nhưng những lúc nằm một mình, nhớ lại thì tôi nghe tiếng gọi "ba" của cháu, và tiếng "ba" như vang lên từ trong tâm tôi.

Câu hỏi đọc hiểu（思考题）

1. 试析阿秋的人物形象。
2. 小说《象牙梳子》是如何反映越南革命战士的战争生活的？
3. 在小说《象牙梳子》中，“我”是一个什么样的角色？

Bài 10

Mùa lạc（花生季节）

Nguyễn Khải（阮凯）

Tiểu sử tác giả（作者简介）

阮凯（Nguyễn Khải，1930—2008 年），原名阮孟凯（Nguyễn Mạnh Khải），为越南 20 世纪著名作家。阮凯 16 岁那年，参军成为一名护士，后来担任第三军区《战士报》编辑部的秘书。1951 年，他出版了长篇小说《建设》，并获得 1951—1952 年“越南文艺奖”。1955 年，阮凯被调到越南人民军政治总局英雄创作营从事写作。《军队文艺》杂志创办，阮凯成为第一批编辑。阮凯真正得到文坛关注，是因为他 1959 年发表的长篇小说《冲突》。《冲突》讲述了农村进行合作社过程中革命力量与敌对势力之间的冲突和斗争的故事。1960 年，他出版了短篇小说集《花生季节》。在抗美战争期间，他陆续写了不少关于战争题材的报告文学、短篇和长篇小说。

越南统一后，阮凯出版了一些反映越南战后社会现实生活的长篇小说，如《圣父与圣子及……》《岁末的会晤》等。1985 年，他出版了长篇小说《人的时间》。1988 年，他从部队转业到越南作家协会工作。1996 年，他出版了《阮凯短篇小说集》。2003 年，他出版了长篇小说《上帝微笑》。2006 年，他出版了随笔《寻找遗失的自我》。

阮凯的文学创作带有浓厚的理性思考、思辨特色。他善于通过人物的语言、对话，挖掘人物的内心世界，塑造人物的形象，他塑造的人物思想丰富而行动较少。阮凯辛勤耕耘，收获丰硕，取得了骄人的成就。2000 年，他获得东南亚文学奖，同年他又获得胡志明文学艺术奖。

Tóm tắt tác phẩm（作品简介）

《花生季节》通过讲述女主人公阿桃的爱情生活，展现了越南奠边地区劳动人民的生活以及当地的风土人情。

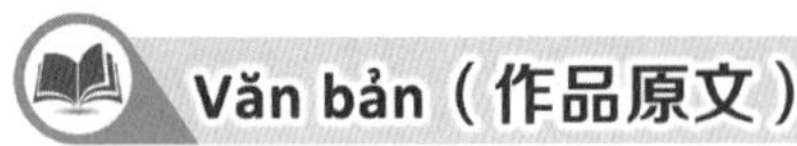

Văn bản（作品原文）

Sáng, mây bốc mù chân núi[1] vây quanh lấy cánh đồng Điện Biên[2], nhưng trên đỉnh chóp lại hết sức trong trẻo đến nỗi trông thấy rõ những thân cây đứng trơ trụi, và thấp thoáng một vật trắng của mái nhà người Mèo.

Bãi trồng lạc ở cánh đồng phía Tây Hồng Cúm trải ra từ chân khu nhà ở của đội sản xuất số 2 mênh mông cho mãi tới giáp rừng. Điểm sinh động nhất[3] của toàn bãi là: tiếng chân đạp lên bàn gỗ rình rịch, tiếng vòng trục quay ù ù của ba cái máy tuốt lạc[4], mùi hăng của thân lạc tươi mới nhổ xếp lớp lớp và mùi ẩm ướt nồng nồng của những cây lạc đã tuốt đánh đống phơi mưa suốt đêm qua. Mồ hôi đã thấm hết lần áo ngoài những người đạp máy, hằn rõ những mảng thịt ở ngực, ở bả vai và vế đùi[5]. Chiếc máy giữa và chiếc máy phía tay trái do sáu người đạp, còn chiếc máy bên phải chỉ có Huân tổ viên tổ 1 và Đào tổ viên tổ 4 đứng. Đào thuộc loại người gặp một lần có thể nhớ mãi, rất dễ phân biệt với những chị em khác. Hai con mắt hẹp và dài đưa đi đưa lại rất nhanh, gò má cao đầy tàn hương[6], và hàm răng trên đen hơi nhô ra ngoài môi. Chị bịt đầu bằng chiếc khăn vải kẻ ô vuông[7]. Đứng cạnh Đào là Huân, một đoàn viên thanh niên chưa tròn hăm nhăm tuổi, rất khoẻ và đẹp trai. Anh đưa cặp mắt màu nâu nhạt ẩn dưới đôi lông mày đen và mịn như nét vẽ sang phía Đào. Mồ hôi đã thấm ướt vành khăn, chảy từng giọt dài xuống kẽ mắt, sống mũi. Huân vứt những thân cây đã tuốt hết củ sang một bên, nói khẽ:

- Xem ra mệt lắm rồi nhỉ?

Đôi mắt dài lóng lánh của Đào liếc sang Huân:

- Hỏi mình ấy. Ý chừng muốn nghỉ chứ gì!

Huân cười rất to, hai hàm răng đều trắng loá.

- Trông đây này!

1 mây bốc mù chân núi：山脚下云雾笼罩。
2 Điện Biên：奠边。
3 điểm sinh động nhất：最生动的地方；（本文指）最吸引人眼球的地方。
4 máy tuốt lạc：花生脱粒机。
5 hằn rõ những mảng thịt ở ngực, ở bả vai và vế đùi：胸、肩膀和大腿突显出肌肉。
6 gò má cao đầy tàn hương：颧骨高，长满雀斑。
7 Chị bịt đầu bằng chiếc khăn vải kẻ ô vuông：她用方格巾缠头。

Anh dún[1] mạnh chân trái xuống lập tức nhịp đạp nhanh hẳn lên, vòng trục xiết vào rễ cây xin xít, củ lạc bắn rào rào xuống đống lạc ở khoảnh giữa. Cả người Đào cùng nẩy bật lên theo, thớ thịt trên bả vai khẽ rung rung, hai bàn tay xoay đi xoay lại càng vội vã. Chị đã quá mệt nhưng hai con mắt nhỏ tí vẫn ánh lên thách thức[2]. Vừa lúc đến giờ nghỉ mười lăm phút, Huân đã bước ra. Đào vẫn còn dún thêm mấy đạp, rồi hai tay chống vào cạnh sườn[3] chị nhìn mọi người:

- Nghỉ hử, tại sao hôm nay lại rức đầu[4] đến thế, chân tay cứ bủn nhủn ra!

Chị quay sang nhìn mái tóc xanh mỡ của Huân cười mỉm:

- Chịu thua thanh niên thôi!

Lâm tổ trưởng tổ một nháy con mắt, nói ướm:

- Chị... À quên, cô cũng còn đang lứa tuổi thanh niên chứ đã già gì... Tương lai chán[5]!

Đấy là câu nói đùa cửa miệng[6] của nhiều người đối với Đào, nhưng lần nào nghe thấy câu ấy chị cũng buồn tủi như được biết lần đầu về mình, người mất hết đà, quay cuồng, và chỉ trong chốc lát nét mặt chị thay đổi khác hẳn. Chị nhìn Lâm hờn dỗi, rồi ngồi tựa lưng vào đống thân lạc, giọng cay chua:

- Mình không còn gì là xuân nữa, hử các anh?

Lâm liếc nhìn Huân cười tinh quái:

- Thế mà vẫn cón nhiều người yêu say đắm đấy!

Huân vuốt tóc ra phía sau, cặp mắt hơi nâu rất đẹp của anh lim dim nhìn Đào trìu mến. Đôi gò má cao của chị ửng đỏ, đôi môi định mím lại nhưng không chặt, vừa vui sướng vừa như cưỡng lại sự vui sướng ấy. Chị thở rất mạnh, với lấy một cây lạc bứt từng củ một:

- Các anh đã biết đời em rồi đấy. Mỗi năm một tuổi, cái tuổi nó đuổi xuân đi.

Đào còn định nói thêm vài câu nữa, nhưng khi Huân ngẩng lên, nhe hàm răng trắng bóng ra cười[7] thì chị lại muốn quên hết, lại ao ước mình được trẻ lại, như không bao giờ có cuộc đời đã qua, mà chỉ có lúc này, một nữ công nhân trên nông trường Điện Biên Phủ, một người có quyền được hưởng hạnh phúc như mọi người

---

1 Dún（方言）：同 nhún，屈腿踩；屈腿踏；屈腿蹬。

2 ánh lên thách thức：充满不服输的目光。

3 hai tay chống vào cạnh sườn：双手叉腰。

4 rức đầu：头疼（nhức đầu）。

5 Tương lai chán：前途光明。chán：（口语）指程度高、数量多（Đạt đến mức độ, số lượng mà người nói cho là nhiều）。

6 câu nói đùa cửa miệng：嘴边的玩笑话；随意说的玩笑话。

7 nhe hàm răng trắng bóng ra cười：龇着白牙笑。

con gái may mắn khác.

Đào lên nông trường Điện Biên vào dịp đầu năm, với tâm lý con chim bay mãi cũng mỏi cánh, con ngựa chạy mãi cũng chồn chân, muốn tìm một nơi hẻo lánh nào đó, thật xa những nơi quen thuộc để quên đi cuộc đời đã qua, còn những ngày sắp tới ra sao chị cũng không cần rõ, đại khái là cũng chẳng hơn gì trước mấy, có thể còn gặp nhiều đau buồn hơn. Quân tử gian nan, hồng nhan vất vả, số kiếp đã định thế, trước sau vẫn chỉ một con đường ấy, không thể nào tránh được.

Chị quê ở Hưng Yên, nhà không có ruộng, vẫn làm nghề đậu phụ, thời địch tạm chiếm lại xoay sang nấu rượu. Lấy chồng từ năm mười bảy tuổi, nhưng chồng cờ bạc, nợ nần nhiều bỏ đi Nam, đến đầu năm 1950 mới trở về quê. Ăn ở lại với nhau được đứa con trai lên hai thì chồng chết. Cách mấy tháng sau đứa con lên sài bỏ đi[1] để chị ở một mình. Từ ngày ấy chị không có gia đình nữa, đòn gánh trên vai, tối đâu là nhà, ngã đâu là giường[2], mùa hè vài cái áo cánh nâu vá vai, mùa đông một chiếc áo bông ngắn đã bạc, ngày mưa, ngày nắng, bàn chân đã từng đi khắp mọi nơi không dừng lại một buổi nào. Cũng có ngày đau ốm, nằm nhờ người nhà quen, bưng bát cơm nóng, nhìn ngọn đèn dầu lại sực nhớ trước đây mình cũng có một gia đình, có một đứa con, sớm lo việc sớm, tối lo việc tối. Còn bây giờ bốn bể là nhà, chỉ lo cho thân mình sao được cơm ngày hai bữa. Mái tóc óng mượt ngày xưa qua năm tháng đã khô lại, đỏ đi, như chết, hàm răng phai không buồn nhuộm[3], soi gương thấy gò má càng cao, tàn hương nổi càng nhiều[4]. Muốn về sống lại ở quê, nhưng quê hương nào còn có ai. Thôi đành cứ đi mãi, ngày khoẻ đã vậy, ngày ốm chưa biết ra sao, muốn chết nhưng đời còn dài nên phải sống. Chị sống táo bạo và liều lĩnh, ghen tị với mọi người, và hờn giận cho thân mình. Chị về đội sản xuất số 3 chưa đầy một tháng đã quen khắp mặt, duy chỉ thân có Huân, vì tuy anh chưa từng trải[5] bằng chị, nhưng lại tỏ ra rất thông cảm với cuộc đời của chị. Lần đầu tiên hai người quen nhau vào một buổi sáng chị đi qua nhà ban chỉ huy đội, thấy Huân đang hý hoáy pha màu vẽ cho tờ báo tường. Chị đứng lại, ngắm nghía khen: "Anh vẽ khéo tay nhỉ!" Huân nhìn chị cười: "Chị có bài thơ nào đưa lên báo không?" Câu hỏi ấy vừa nói cho vui, vừa hơi châm biếm. Chị gật đầu nhận lời ngay: "Được thôi, thế bao giờ đưa nộp." Huân thầm nghĩ: "Cô này

1 đứa con lên sài bỏ đi：孩子患病离世。sài：（小儿所患）慢性病（Tên gọi chung các bệnh nội khoa lâu khỏi của trẻ em）。

2 tối đâu là nhà, ngã đâu là giường：天黑了走到哪里就是家，躺到哪里就是床。

3 hàm răng phai không buồn nhuộm：牙齿（原来染的黑颜色）褪色了不想再染色。

4 tàn hương nổi càng nhiều：雀斑越来越多。

5 từng trải：历练。

biết đùa đây", nhưng cứ dặn thêm: "Phải là thơ hay đấy!" Chị trả lời ngang ngược: "À, chắc không đến nỗi dở." Chị vốn được học chữ từ ngày nhỏ, lại thuộc lòng nhiều truyện thơ cổ, nên chỉ có một buổi trưa chị đã làm xong bài thơ "Đường lên nông trường Điện Biên". Ai ngờ bài thơ lại hay, đưa lên báo có vài buổi đã nhiều người ngâm nga đọc thuộc. Anh em thấy một đôi bạn trái ngược nhau cả về hình thức lẫn tính nết liền đem họ ra gán ghép[1]. Song chẳng qua là câu chuyện đặt cho vui để trêu chọc chị thôi. Vì kể về tuổi thì năm nay chị đã hai mươi tám, còn nhìn ngoài mà so sánh thì tưởng chị phải hơn Huân ít ra gần chục tuổi. Hơn nữa Huân đã có người yêu và cặp ấy rất xứng đôi, còn chị là gái goá chồng không hy vọng gì được yêu một người con trai chưa từng có vợ. Những buổi đi làm cùng nhổ lạc, cùng đứng tuốt ở một máy ngắm nhìn hai cánh tay cuồn cuộn những thớ thịt[2] của Huân chị lại bừng bừng thèm muốn một cảnh gia đình hạnh phúc, lại hy vọng cuộc đời của mình chưa phải đã tắt hẳn, một cái gì chưa rõ nét lắm nhưng đầm ấm hơn, tươi sáng hơn những ngày đã qua cứ lấp lánh ở phía trước. Có thể đấy là cuộc đời còn lại của chị chăng?

Mặt trời đã lặn từ lâu. Trời trong xanh như ngọc thạch, những vệt mây màu khói, màu hồng nhạt, màu tím nhạt cứ ưng ửng lên ở bốn phía, đan vào nhau, tô điểm cho nhau rồi lại nhạt dần đi, trong mãi, thành một màu xanh mờ mờ cao tít.

Khu nhà nữ công nhân rộn rịp người ra vào[3], nhộn nhạo những tiếng cười, tiếng mời chào, cả tiếng la hét[4]. Đào không đi chơi đâu. Một lá thư mới nhận làm chị bàng hoàng. Ông trung đội trưởng già phụ trách lò gạch của nông trường mới gặp chị có vài bận[5] mà đã dám ngỏ lời táo bạo. Mới đọc được mươi dòng chị giận dữ tưởng như có thể xé vụn từng mảnh được, người ta coi thường chị đến thế kia ư. Nhưng khi gập lá thư lại thì một cảm giác êm đềm cứ lan nhanh ra, như mạch nước ngọt rỉ thấm vào những thớ đất khô cằn vì nắng hạn, một nỗi vui sướng kỳ lạ rào rạt không thể nén lại nổi, khiến chị ngây ngất, muốn cười to một tiếng nhưng trong mí mắt lại như đã mọng đầy nước mắt chỉ định trào ra. Từ ngày goá bụa đến nay chưa ai nói được với chị một câu nào yêu thương, một lần gắn bó, chưa ai khao khát đến chị, coi chị là nguồn hạnh phúc của họ, là niềm an ủi cho họ. Những dòng, những chữ trong bức thư xa lạ ngân vang mãi trong lòng chị, vang

1 gán ghép：拼凑。（本文指）配对；拉郎配。

2 cuồn cuộn những thớ thịt：肌肉发达。

3 rộn rịp người ra vào：人们进进出出，好不热闹。rộn rịp：nhộn nhịp。

4 nhộn nhạo những tiếng cười, tiếng mời chào, cả tiếng la hét：笑声、问候声和呼喊声不绝于耳。

5 bận：（方言）次。

dội đến tận những kẽ ngách sâu kín nhất, thức tỉnh nỗi khao khát yêu đương, khao khát hạnh phúc mà chị cố vùi nén một cách bất lực từ ngót chục năm nay. Cho đến lúc này chị vẫn chưa có ý định gì rõ ràng với ông trung đội trưởng mới quen biết, nhưng trong cái dòng nghĩ miên man[1] thế nào chị lại hình dung ra cách đối đãi của một người rồi đây sẽ gọi là chồng. Nó sẽ yêu quý chị hay thù ghét chị? Chị sẽ để nó ở dưới xuôi hay đem lên trên này? Và khi những hình ảnh ấy rõ nét quá chị vội nhỏm dậy, thầm chê trách mình: "Rõ hay chưa, đã ra thế nào mà cứ nghĩ vớ vẩn."

Giường nằm của Đào kê sát giường của Duệ, cách nhau có một cái bàn đóng bằng tre. Duệ, một cô gái ở ngoại thành Hà Nội cũng mới lên nông trường Điện Biên vào dịp đầu năm, đang ghé mặt vào sát giường vuốt ve một bên mái tóc, rồi quay lại nhìn Đào cười ngượng nghịu:

- Chị không đi chơi à?

Đào nhìn đôi mắt tròn to của Duệ có những sợi lông mi rất thưa và hai cái bím tóc thưa nhỏ có buộc chỉ đỏ ở đầu, khẽ nói:

- Anh ấy sắp xuống chơi đấy.

Duệ đưa mắt nhìn xuống hai bàn tay nhỏ nhắn lặng im một lát:

- Mặc người ta chị ạ, em không thích nói chuyện ấy đâu.

Hai bên mép Duệ khẽ nhếch lên, đầu lắc lư rồi Duệ quay đi nhìn phía khác. Từ cánh cửa bên Huân đã bước vào, tay cầm ống tiêu[2] dài, chào mọi người rồi ngồi xuống giường của Đào, nhìn Duệ hỏi gượng gạo:

- Duệ tập nốt bài "Tình ca Tây Bắc" hôm này còn hát chứ!

Hai cái đuôi bím buộc chỉ đỏ vẫn đưa đi đưa lại trên ngực. Huân nhắc lại:

- Thế nào?

Duệ đáp lí nhí:

- Em không tập đâu.

- Chịu khó một chút.

- Em không biết hát.

- Thì cứ hát như hôm nọ là được, chỉ cần luyện thêm một chút nữa thôi.

Duệ thở dài:

- Nhưng em không thích hát nữa.

Huân đưa tay lên vuốt mái tóc óng mượt, anh định cười thật tự nhiên, nhưng môi đã đờ ra và hàm răng lạnh buốt.

---

1 dòng nghĩ miên man：连绵不绝的思绪。

2 ống tiêu：箫。

- Cô giận tôi đấy ư?

- Anh có gì mà em giận.

Huân thở dài rất nhỏ, nhìn Đào, đùa gượng một câu:

- Chị không đi chơi đâu một lúc cho đỡ buồn.

- À, khi buồn non nước cũng buồn. Khi vui gánh đá lên nguồn vẫn vui.

Lúc chị nhìn Huân định hỏi thì anh đã chạy ra đến ngoài rồi.

Tình yêu giữa anh và Duệ mới nhóm lên đã nguội tắt rồi sao? Ngay buổi nói chuyện đầu với cô gái mảnh khảnh, rụt rè, Huân đã có cảm giác rằng cô ta sống không thể thiếu anh được. Cách sống ào ạt, sôi nổi của anh sẽ bù đắp cho cách sống rút rát lo âu và cô độc của Duệ. Cái khoẻ mạnh về tinh thần và về thể chất của anh sẽ là chỗ dựa tin cậy cho cái vóc mảnh dẻ của một người mới bước vào đời. Anh muốn đem lại nhiều hạnh phúc cho người yêu mà không hề đòi hỏi được trả lại. Nhưng chính cái trách nhiệm với người mình yêu đã đem lại cho anh sự say sưa làm việc chưa từng có, sự sung sướng được đưa tay ra nâng một người khác lên ngang tầm với mình, và lòng tự hào về cái tình yêu rất trong sáng đó.

Chợt có tiếng chân giẫm sào sạc lên đống vỏ lạc ở phía sau, Huân giật mình ngừng thổi quay lại. Từ mé trái của đầu nhà kho nhô ra một bóng người thấp lùn. Ai nhỉ? Đào! Anh bối rối tự hỏi: "Chị này ra đây làm gì nhỉ? Định gặp mình hay sao?" Đào đã đứng trước mặt anh, hỏi nhỏ:

- Anh thổi tiêu[1] đấy ư, em thích nghe lắm đấy nhé!

- Chắc vì tiếng tiêu chị mới biết ra đến đây, hỏi gì ỡm ờ thế, lại xưng em, cô này bắt đầu thiếu đứng đắn rồi. Đào đứng tựa người vào cột bương, cả thân người trên bị mái gianh che tối, tiếng nói dịu đi như một hơi thở:

- Anh Huân ạ, em muốn tâm sự với anh một câu chuyện.

Huân hầu như không nghe thấy gì, anh luống cuống vì nỗi lo: "Có người ta bắt gặp thì chết. Liệu mà về thôi." Nhưng anh vẫn ngồi im. Giọng của Đào thật mềm, thật nhỏ:

- Anh biết anh Dịu chứ?

- Ông thiếu uý lò gạch ấy à? Có biết! Sao?

- Anh ấy viết thư cho em, định xây dựng gia đình với em, em khó nghĩ quá... Anh thấy anh Dịu là người thế nào?

À, ra là một chuyện khác. Anh là người đầu tiên được Đào thổ lộ cái tin vui ấy. Anh phải có trách nhiệm với sự tin cẩn của người bạn gái mà anh vốn mến. Nhưng biết trả lời thế nào?

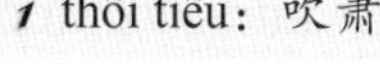
1 thổi tiêu：吹箫。

Đào đứng nhích thêm về phía Huân, hơi thở dồn dập dưới cái áo cánh trắng còn thoảng mùi khét của xà phòng.

- Em xem ra anh ấy cũng là người thành thật còn thằng con của anh ấy mình quý nó tất nó phải quý mình... Chẳng ai ở vậy được suốt một đời, chẳng ai muốn đi vất vưởng mãi, ai cũng muốn có một quê hương. Em nghĩ mãi rồi anh ạ, em định không về dưới xuôi nữa, em ở mãi đây với các anh. Anh nghĩ xem có được không?

Quê hương thứ nhất của chị ở đất Hưng Yên, quê hương thứ hai của chị ở nông trường Hồng Cúm. Sự sống nảy sinh từ trong cái chết, hạnh phúc hiện hình từ trong những hy sinh, gian khổ, ở đời này không có con đường cùng, chỉ có những ranh giới, điều cốt yếu là phải có sức mạnh để bước qua những ranh giới ấy...

Đầu thu với những hơi gió mát dịu bay lướt lên những khóm lá xanh, những nụ hoa trắng, và những bông hoa đỏ thắm. Mùa thu hoạch lạc đã vào chặng cuối. Những vệt đường mờ ngổn ngang những bụi cỏ bị nhổ đã héo rễ kéo về khu máy tuốt. Cái đầu bịt chiếc khăn kẻ ô vuông nhọn hoắt của chị thấp thoáng sau những đống lạc chất cao. Hai bàn tay to và đen choàng lấy từng ôm chuyển lên cáng. Mồ hôi chảy từng giọt dài lên gò má nham nhở vết đất, những thớ thịt như căng ra xé rách mảng áo nâu mỏng mặc ngoài. Lúc nào chị cũng có cái dáng vừa thoăn thoắt vừa lững thững.

Gió vẫn thổi rào rạt khắp cánh bãi. Huân nói to:

- Gió mát quá nhỉ. Thế là năm nay ở đất Điện Biên không có gió Lào!

Cái đầu nhọn hoắt của Đào vẫn đưa sang phải, sang trái, chị đắng hắng rồi hát véo von ở phía sau:

...
Tháng giêng phay phảy gió may
Tháng hai gió bấc, tháng ba gió nồm
Tháng tư là gió dâng lên
...

Giờ nghỉ sáng nay có thêm một rá lạc luộc. Cả mấy tổ cùng kéo lại ăn chung, trò chuyện cho vui. Lâm ngồi dạng chân, tay tách lạc, mắt nhìn Đào:

- Thế nào cô em, bao giờ cô em về dưới xuôi đấy.

Đào vênh hẳn một bên mặt, môi chúm lại, mắt đưa đẩy:

- Một trăm năm nữa mới về quê.

Lâm nói đầy ngụ ý:

- Thay đổi thái độ rồi phải không, cũng mau nhỉ! Huân ơi làm một tiết mục văn nghệ mừng bà chị, mày...

Huân bước ra, lật cái mũ bịt đầu khâu bằng vải trắng như của thầy thuốc, cúi xuống rất thấp chào mọi người.

Đào liếc nhìn Huân tủm tỉm:

- Lại sắp, lại sắp...

Duệ cùng với hai cô nữa cắp giành[1] đi mót[2] lạc cũng vừa đến. Chị đặt chiếc giành trắng xoá những mầm lạc tươi vào một góc, khẽ lách người đứng cạnh chiếc máy tuốt. Hai con mắt có những sợi lông mi thưa cứ chớp lia lịa. Lúc bình thường Huân hay có tính thẹn, nhất là trước mặt người mình yêu, nhưng khi đã bước ra một khoảng trống, hàng trăm con mắt dồn vào, anh trở nên bạo dạn, hoạt bát. Tất cả những người đứng trước mặt chỉ là những khán giả ham chuộng tài nghệ của anh. Thấy Duệ nhìn mình Huân khẽ nhún đầu gối xuống, một mảng tóc đen nhánh xoà xuống trước trán. Tất cả vỗ tay coi đó là tiết mục mở màn…

Duệ yêu Huân cũng bắt đầu từ những cuộc biểu diễn văn nghệ trong giờ nghỉ. Cô mê say anh bởi cặp mắt dịu dàng, quyến rũ, cái miệng rất có duyên, một thân hình khoẻ mạnh, cân đối. Đôi khi cô cũng thích tâm sự với anh vì anh rất hiểu tâm tình của người khác, biết an ủi và khuyến khích đúng lúc. Nhưng ngoài những nét đáng yêu của Huân mà bất cứ ai mới gặp anh lần đầu đều nhận thấy ngay, Duệ còn nhìn thấy những gì khác? Cô chẳng hiểu thêm được chút nào nữa, vì một người mới bước vào đời như cô chưa thể hiểu được, và cũng chưa thể đánh giá được cái phần cao quý trong tâm hồn một chiến sĩ cách mạng. Tình yêu của Duệ đối với Huân bồng bột[3] và bề ngoài, dễ thay đổi. Có lúc cô thấy yêu Huân tha thiết, có lúc lại lưỡng lự vì câu hỏi: anh ấy có thể đảm bảo cho đời mình được sung sướng không? Mình còn có thể gặp được một người nào hơn thế nữa? Duệ thèm khát hạnh phúc, muốn phó thác tương lai của mình cho người khác. Cùng trung đội Huân, Duệ còn có cảm tình với Hào, trẻ hơn Huân vài tuổi, là giáo viên văn hoá của đội, lại sắp được về Hà Nội thi vào đại học Nông lâm.

Hiện nay anh ấy chỉ là một chiến sĩ bình thường nhưng ba năm nữa anh ấy đã trở thành một cán bộ kỹ thuật, một kỹ sư biết đâu. Hai người cùng đi nhổ lạc với nhau nhiều buổi, đã trò chuyện với nhau mấy tối ở mé nhà kho. Nhưng Duệ vẫn lo lắng vì Hào tỏ ra quá khôn ngoan trong tình yêu, anh ta dè dặt trong cả câu nói ngay những lúc tình cảm sôi nổi nhất. Anh khuyên Duệ đừng vội đưa vấn đề này

1 giành：竹筐。
2 mót：拣拾。
3 bồng bột：（本课指爱情的）火热。

ra công khai, chỉ nên coi anh như người bạn trai thôi, sau này anh tốt nghiệp rồi, có công tác rõ ràng lúc ấy hai người sẽ bàn đến chuyện xây dựng cùng nhau cũng vẫn vừa[1]. Nhưng đến cái ngày xa xôi và mỏng manh ấy liệu anh có còn nhớ đến lời hứa năm trước không? Ba năm nữa anh ấy sẽ quen thêm bao nhiêu cô bạn mới, xinh đẹp hơn Duệ nhiều, học cao hơn Duệ nhiều.

Huân vừa đi quanh theo một đường tròn vừa nói, nhưng nét mặt vẫn nghiêm nghị, thật là một tay hề đại tài[2]. Các cô cứ ôm lấy nhau cười rũ ra, nước mắt giàn giụa, còn các người khác thì vỗ tay làm nhịp cho câu nói:

... Nay lần mai lữa

Cô giống tính ai...

Lâm hất đầu về phía Đào gào to: "Giống tính cô Đào." Phải như mọi khi Đào đã bật dậy, tìm một câu thật cay chua để đón lại[3], nhưng hôm nay chị sẵn sàng tha thứ cho mọi câu đùa tinh nghịch khác. Tất cả đều là những người đáng yêu, tất cả đều vun xới cho hạnh phúc của chị, đấy là anh em, là người làng, là họ nhà gái cả. Vui vẻ nữa đi rồi lại bắt tay vào công việc. Cái mảnh đất này, cái khoảng trời này đối với chị quen thuộc và thân yêu biết bao. Hai người sẽ có con, những đứa con ấy sẽ lớn lên ở nông trường. Chúng có thể đi học ở Hà Nội, ở những nơi xa xôi khác, nhưng những ngày nghỉ chúng lại trở về đây với bố mẹ già, với quê hương, với các chú các thím, và biết bao nhiêu anh chị em cùng tuổi với nó mà hiện nay chưa có mặt. Chúng nó sẽ làm việc ở đây, dựng vợ gả chồng[4] ở đây, sinh con đẻ cái, cứ thế mà tiếp nối mãi đời này qua đời khác.

Duệ chẳng chú ý gì đến lời hát, cứ mỗi lần Huân bước chéo sang phía khác, chị lại đưa mắt nhìn anh, nhưng khi Huân quay mặt về phía chị thì chị lại cúi xuống lúng túng và có cảm giác hai tai mình đỏ chín. Cái giọng cố làm ra ẽo ợt của Huân cứ loang loáng bên tai.

Tối thứ bảy. Gian nhà của vợ chồng Lâm ở khu gia đình chậtních người. Một ngọn đèn dầu khêu to ngọn hắt sáng lên mấy đĩa kẹo lạc, kẹo vừng, bánh khảo. Nước chè nóng. Người ngồi vây quanh cái bàn nhỏ và trên chiếc giường tre. Huân ngồi ở một góc trịnh trọng uống từng hớp rượu nhỏ. Ngồi cạnh anh là Lộ, tay lái máy cày của nông trường, vừa đến đội sản xuất số 2 sáng nay để cày bãi

1 hai người sẽ bàn đến chuyện xây dựng cùng nhau cũng vẫn vừa：两人再谈婚论嫁也不迟。chuyện xây dựng：成家（chuyện xây dựng gia đình）。

2 tay hề đại tài：有才气的滑稽演员。

3 tìm một câu thật cay chua để đón lại：找一句极其尖酸的话来回击对方。

4 dựng vợ gả chồng：成家。

lạc, chuẩn bị cho vụ gieo trồng. Nét mặt mọi người mờ đi sau màn khói thuốc lá. Có người đề nghị chị chủ nhà hát tặng anh em một khẩu chèo, vì chị ấy trước đã ở trong đội chèo của xã. Cô em chồng lôi tay chị dâu năn nỉ:

- Kìa, chị Lựu hát đi một bài cho chúng em nghe nào!

Hai con mắt Lựu sáng rực lên lóng lánh, chị co rúm người lại, cười ngặt nghẽo:

- Các anh ơi, em không biết hát đâu!

Lộ nói:

- Cứ hát như câu vừa rồi là được, cũng còn hay hơn giọng chúng tôi nhiều.

Lựu đằng hắng, mím chặt môi để khỏi cười, nhưng các bắp thịt trên mặt chị vẫn động đậy.

- Vậy thì em xin hát hiến dâng các anh một bài.

Chị vừa hát được hai câu cải lương cô em chồng đã chạy vào một góc nhà bưng miệng cười rúc rích. Lựu không hát nữa, gục đầu vào vai người ngồi cạnh, rồi nằm lăn ra giường, hai tay bưng lấy mặt rên rỉ. Cô em chạy lại phát vào mông chị:

- Chị Lựu, chị làm trò hề đấy ư!

Lựu vẫn nức nở trong cơn cười bị nén lại.

- Ối giời ôi, em ơi, sao em lại nỡ bảo chị thế!

Vừa lúc ấy Đào và Duệ đứng lấp ló ở ngoài nhìn vào. Lâm đang pha nước vội đặt ấm xuống chạy ra, mồm mời liến thoắng, hai tay kéo hai người. Lựu ngồi phắt dậy, vấn[1] lại tóc.

- Chị Đào ơi, chị vào nhà em chơi, nay mai vợ chồng em lại đến nhà chị.

Đào ghé ngồi xuống cái ghế kê sát vách, mắt nhìn thấy Huân liền bước vội vào ngồi một mé giường quay lại phía bàn nói chuyện với Lựu. Nhưng hai người nói với nhau những gì Duệ chỉ còn nhớ mấy câu đầu.

Duệ cảm thấy rất rõ một ánh mắt đang ve vuốt[2] hai cái bím tóc của mình. Bên tai Duệ chỉ còn lại một tiếng thì thào rất quen thuộc: "Em ơi, em phải tin vào em, em phải tin vào anh, hạnh phúc ở trong tay chúng ta kia mà. Em hãy vui lên đi". Và trong lòng Duệ cũng muốn thủ thỉ: "Em không thể xa anh được, anh đừng để em sống một mình. Đời em bị đầy ải nhiều rồi[3]. Em sợ phải khổ lắm anh ơi!..." Lựu nhìn nét mặt Duệ biến đổi rất lạ lùng, chị mỉm cười tinh quái:

1 vấn:（动词）卷。
2 ve vuốt：同 vuốt ve，抚摸。
3 Đời em bị đầy ải nhiều rồi：我一生颠沛流离。đầy ải：颠沛流离。

- Cô Duệ người khó chịu phải không?

Tự nhiên nước mắt Duệ chảy giàn giụa cô gục đầu vào cánh tay mình:

- Em về đây, người em làm sao thế này.

Lâm dúi vào tay Duệ mấy cái kẹo:

- Cô lại sợ chúng tôi bắt cô hát chứ gì?

Huân cũng ngước đôi mắt ánh nâu nhìn Duệ, nói dịu dàng:

- Hãy còn sớm Duệ ạ, ngồi chơi một lát đã.

Chỉ một cái nhìn trìu mến ấy, một lời nói thương yêu ấy Duệ đã thấy chân tay mình rời rã. Huân vẫn yêu cô, và cô càng thấy đời mình từ nay gắn bó với anh, cô muốn kêu lên: "Em đến chơi với anh từ lúc nãy sao anh không nói với em một câu nào? Anh giận em hay sao?" Nhưng cô không thể làm theo được ý mình, chỉ đưa mắt nhìn xuống rồi trả lời lúng túng:

- Xin phép các anh, em phải về.

Tuy không ai nói nhưng mọi người đều rõ câu chuyện của hai người. Trông đẹp đôi thế ai ngờ cũng có những trắc trở. Gian nhà đang ồn ào bỗng lắng hẳn đi. Lộ nhìn Đào cất tiếng hỏi trước:

- Chị Đào vẫn giữ lời thề ngày trước đấy chứ?

Đào nghiêm mặt nhìn phía người hỏi, mắt chị lóng lánh:

- Thề gì nào?

Tất cả cười phá lên, Lộ vẫn nói thủng thỉnh:

- Thề ở vậy suốt đời ấy mà?

Lựu hễ có dịp trêu chọc ai lại trở nên hoạt bát hẳn:

- Anh Lộ mà hỏi lần nữa thì chị ấy đã có cháu rồi.

Đào cũng múm mím cười, gò má đỏ ửng. Lộ uống một hớp nước nói tiếp:

- Chuyện ấy bọn tôi đã rõ cả rồi. Thế mới phải. Anh ấy bàn với tôi là định sau mùa lạc đấy. Chị nghĩ thế nào?

Sau mùa lạc thì vội vã quá. Đào mới gặp đồng chí thiếu uý lò gạch lần đầu hai bên nói chuyện với nhau cũng dửng dưng[1]. Hôm nay bắt tay vào vụ gieo ngô, số phận hai người đã gắn bó làm một. Đoạn đời từ hôm qua trở về trước đã lùi về quá khứ, cái tia hy vọng mỏng manh như không thể có thực sẽ là những ngày sống hiện nay. Chị nhìn mọi người với ánh mắt biết ơn, vì mặc dù họ đùa bỡn họ chế giễu nhưng tất cả đều hoan hỉ vun đắp hạnh phúc[2] cho hai người. Chị nhìn Huân đang ngồi hút thúc lá ở một góc, thầm nghĩ: "Anh Huân ơi, Duệ nó có hạnh phúc

1 dửng dưng：（本课指爱情）没感觉；麻木。

2 vun đắp hạnh phúc：培育幸福。

hơn tôi nhiều vì nó có được một người chồng như anh. Tôi hiểu lòng anh hơn nó, nhưng tôi không ghen với nó đâu[1]. Nó có quyền được hưởng cái hạnh phúc tốt đẹp ấy. Nó yêu anh lắm, anh hãy bạo dạn lên đi...".

Câu hỏi đọc hiểu（思考题）

1. 小说《花生季节》中的女主人公阿桃是一个什么样的典型人物？
2. 小说《花生季节》中的男主人公阿勋是一个什么样的典型人物？
3. 小说《花生季节》展现了越南奠边地区怎样的风土人情？

1 tôi không ghen với nó đâu：我不嫉妒她。

Bài 11

Mảnh trăng cuối rừng（森林边的月光）

Nguyễn Minh Châu（阮明洲）

Tiểu sử tác giả（作者简介）

阮明洲（Nguyễn Minh Châu，1930—1989 年）是越南 20 世纪著名的作家，他的主要作品有长篇小说《士兵的足迹》《燃烧的土地》《从森林中走出的人们》《挚爱的土地》和《河口》，短篇小说集《急行轮船上的妇女》和《故乡的码头》等，以及中篇小说《芦苇》等。其中，《芦苇》获得 1988—1989 年越南作家协会的小说奖。

阮明洲是越南战后描写战争题材独具特色的作家。阮明洲在反映轰轰烈烈的抗美战争、歌颂伟大崇高的军人方面取得了卓越的成就，他荣获国防部颁发的 1984—1989 年文学奖。该文学奖是对他所有描写战争和军人题材小说给予的肯定。

阮明洲的短、中篇小说颇受越南评论界的好评，是他文学创作的精华所在。《战争之路边》就像一首古典情诗，描述了一个女子 30 年默默等待着一个毫无音讯的战士的故事。这个女子在路边建起了一间小房子，期望着有一天，他的兵哥哥会不期而至。与《战争之路边》所体现的思想截然不同的是，《急行轮船上的妇女》力图探索、挖掘妇女内心世界，突出她们对个人价值的重视和个人幸福的追求。

阮明洲的不少作品是在战争题材之外的新拓展，就是向历史新时期的现实生活迈进。如：《盗贼》等开始涉及人们日常生活中的道德衰退等不良现象。《图画》展示了一个画家自我意识的挖掘、自我灵魂的暴露。《来自故乡的客人》成功塑造了一个名叫孔的越南农民典型形象。孔一辈子面朝红土，背朝天，勤劳能干。但他带着浓厚的封建思想，他自私和狭隘，把自己的老婆当成了生孩子的机器和自己的生产工具。他胆小怕事，思想保守陈旧。孔的思想、行为与社会主义建设时代的新道德、新思想发生了强烈的碰撞。《远行的船》体现了作者对艺术与生活的思考。《风暴》批判了在战争到社会主义建设的历史转折时期人们面对困难而动摇，甚至背叛人民的行为。《与绿树共存》则表达了作者对未来美好前途的展望。

在阮明洲的短篇小说中，作者满怀一颗对妇女的关爱和同情之心，塑造了一批形象各异、个性鲜明，甚至有棱有角的妇女形象，颂扬了越南妇女的传统美德和新时代优秀品质，展现了越南妇女勇敢、聪明和能干的人格特征，同时也批评了她们中存在的自私和个人主义等缺点。

阮明洲的短篇小说走过了一条从讴歌到批判、从表层到揭示人性深层的过程。他所走过的文学创作之路，标识了 20 世纪 70、80 年代越南文学的发展里程。他因文学成就卓越而获得“胡志明文学艺术奖”。

Tóm tắt tác phẩm（作品简介）

《森林边的月光》讲述了抗美救国战争期间一位汽车兵与修路姑娘颇费周折的爱情故事，讴歌了他们如月光般的纯洁爱情，颂扬了他们为祖国解放勇敢战斗、不怕牺牲的崇高精神。

Văn bản（作品原文）

I

Ngọn bấc cháy đã gần lụi chợt bùng lên nổ lép bép trong chiếc ống bơ sữa bò đựng dầu cặn.[1] Ngoài rừng sâu tĩnh mịch vọng lại tiếng suối chảy và tiếng kêu khắc khoải[2], tha thiết của đôi chim trống mái. Đã khuya rồi mà hơn mười anh em lái xe vẫn còn kẻ nằm người ngồi ngổn ngang trong chiếc lán nứa[3] xiêu vẹo của tổ xăng dầu, chưa ai chịu đi ngủ. Sau tấm bìa che bớt ánh sáng, ngọn đèn dầu cặn toả một cụm khói lớn, soi tỏ hơn chục khuôn mặt dầu dãi[4] và chiếu hắt ra ngoài đoạn đường mấp mô những hố bom và vết bánh xe tải sâu ngập gối[5]. Đêm nay mưa dầm, trung đội lái xe được dịp trở về gần đông đủ. Cái lán nứa rất ồn ào, thỉnh thoảng một dịp cười vang lên chuyển cả rừng. Không biết ở trên đời còn có cảnh

1 Ngọn bấc cháy đã gần lụi chợt bùng lên nổ lép bép trong chiếc ống bơ sữa bò đựng dầu cặn：牛奶罐中只剩下一点油渣，灯芯快要熄灭，不时发出噼里啪啦的响声。

2 khắc khoải：（本课指鸟啼鸣声）悠长。

3 lán nứa：竹棚。

4 khuôn mặt dầu dãi：饱经风霜的脸庞。

5 đoạn đường mấp mô những hố bom và vết bánh xe tải sâu ngập gối：布满弹坑和没过膝盖的车辙的道路。

gì vui và náo nhiệt hơn những đêm như đêm nay, những chiến sĩ lái xe sau nhiều chuyến rong ruổi trên các ngả đường nay trở về gặp mặt nhau. Sau hàng chục đêm thức chong bên tay lái, tưởng như họ cứ nằm xuống là con mắt sẽ díp lại, vậy mà chẳng ai buồn ngủ cả.

- Xong chưa nào, đến lượt tớ kể nhé?

- Người này chưa nói hết, người khác đã dặn trước như thế bằng giọng hết sức háo hức. Hình như trong đầu từng người đang xôn xao vô vàn hình ảnh trên dọc đường[1], và chính lúc này, những hình ảnh ấy đang chen lấn nhau đòi sống lại.

- Xong chưa nào, đến lượt tôi kể nhé!

- Một anh nằm trong góc tối nói.

- ...Một đêm, đầu tháng ba năm nay, chuyến xe chở hàng của tôi xuất phát từ kho K3. Lần ấy đồng chí lái phụ của tôi đánh xe đi nhận hàng thay tôi, vì tôi đang bận dự cuộc họp các lái xe lâu năm ở tiểu đoàn bộ[2]. Ở tiểu đoàn ra, tôi sẽ đón xe của mình dọc đường và đi hàng luôn. Hãy nói về cậu lái phụ của tôi một chút. Đấy là một đồng chí tân binh vui, trẻ, làm việc xốc vác nhưng tính tình hơi lắng lơ một tý. Câu chuyện tôi kể đây xảy ra hồi tôi chạy mấy chuyến đột xuất[3] bên đường miền Tây[4]. Con đường miền Tây dạo ấy đang mùa mưa lũ, nhưng địch cũng đánh rát lắm; những quãng qua khe qua ngầm[5] nhất là quãng cầu Đá Xanh, anh chị em giao thông đang vật nhau với địch để quyết giữ con đường lên biên giới. Hôm đó trời vừa tối, mưa lác đác, tôi ở tiểu đoàn bộ ra đường đứng đợi xe bên đầu dốc bản Vang cháy. Một mảnh ni lông gói chiếc võng dù cắp bên nách, chiếc đèn pin khoác lủng lẳng trước ngực, tôi đứng hút thuốc lá phì phèo với các vẻ ung dung, thư thái. Phải nói, làm anh lính lái xe suốt mùa khô sang mùa mưa, con người như đã gắn vào buồng lái được một phút nhàn rỗi như thế thật hiếm và quý hoá. Tôi thở khói thuốc vòng tròn và ngắm vầng trăng khuyết mỏng manh bằng con mắt mơ mộng. Nhưng rồi chẳng được lâu. Tôi bắt đầu sốt ruột thấy xe cộ cứ lao qua vun vút trước mặt như ngựa đua, thế mà chẳng thấy đồng chí lái phụ đánh xe lên. Trời tối càng lâu, nỗi sốt ruột của tôi càng tăng. Tôi hết sức lắng tai vẫn chẳng nghe tiếng "Hát" quen thuộc. Tôi bực quá đỗi!

Chuyến này, tôi đã dự định sẽ chạy sớm, giao hàng sớm để kịp quay về giấu

---

1 xôn xao vô vàn hình ảnh trên dọc đường：（脑海中）涌现着路途中遇到的各种景象。

2 tiểu đoàn bộ：营部。tiểu đoàn：（越南军队的建制）营。

3 đột xuất：紧急的；临时的。

4 miền Tây：南部西区（miền Tây Nam Bộ ）。

5 ngầm：（战争期间在河流等水下修建的）道路。

xe ở rừng. Giấu xe ở đó thật chắc chắn, lại gần nơi người chị ruột của tôi công tác. Tôi đã xin phép cấp trên, trong chuyến đi hàng này sẽ ghé thăm chị tôi. Chị tôi biên thư cứ phàn nàn: "Đã hơn ba năm chưa được gặp cậu Lãm đấy!" Nhưng dầu sao đó cũng chỉ là một việc riêng. Tôi đang bực và lo xe không lấy được hàng hay gặp trở ngại gì, thì đồng chí lái phụ đánh xe lên, từ dưới chân dốc, đã bóp còi inh ỏi như xe chữa cháy. Mặc tôi gắt, đồng chí lẳng lặng trao phiếu hàng cho tôi, vui vẻ đặt vào trong cốp[1] gói xôi và một bi đông nước đường. - "Chúc anh đi may mắn nhé!" Anh chàng vui tính nháy mắt ranh mãnh, rồi phát mạnh vào vai tôi một cái đau điếng[2]. Xong, anh chàng co chân nhảy xuống đường. Chuyến này, theo phân công của trung đội[3], chỉ mình tôi đi. Đồng chí lái phụ làm việc ở nhà. Từ biệt tôi xong, đồng chí phụ lái vừa đi qua mấy bước đã quay lại nắm tay nện vào cánh cửa xe sầm sầm:

- Anh Lãm này, theo phiếu giao hàng, tôi kiểm lại thấy thiếu một chiếc lốp. Tôi đã bắt anh kho ký nhận vào trong phía rồi đấy nhé!

- Được.

- Tôi trả lời và rất bằng lòng về công việc ấy.

- Còn một cái nữa, cái này có nhưng mà không ghi trong phiếu...

- Còn gì nữa?

- Phía sau, có một người ngồi nhờ lên cầu Đá Xanh đấy. Tôi ngạc nhiên hết sức, hỏi vặn:

- Sao cậu tự động vô nguyên tắc thế hử? - Nguyên do thế này, anh ạ... Thế này... Mặc dù những lý do cho đi nhờ xe đồng chí lái phụ trình bày đều hợp lý, tôi vẫn giận đồng chí ấy. Tôi đoán ngay con người đang ngồi sau kia nhất định là một cô gái. Và, trước mặt tôi liền hiện ra cảnh tượng hết sức quen mắt: một bên là cái vẻ nũng nịu của một cô nàng ôm chiếc nón trắng đứng sát cửa xe, một bên là những câu hỏi ỡm ờ[4] của "anh tài phụ" của tôi đang ngồi trong buồng lái, một nụ cười và một đốm[5] thuốc lá ló ra ngoài.

Thế là đủ tai hại cho tôi rồi[6]! Đồng chí lái xe phụ đã quay về phía sau từ lúc nào. Tôi vẫn còn ngồi phân vân mấy giây. Xe chạy qua bao nhiêu chặng nguy hiểm mà trong xe lại có người đi nhờ? Nhưng chẳng lẽ bây giờ bảo người ta

1 cốp：（口语）车厢（hòm xe）。
2 phát mạnh vào vai tôi một cái đau điếng：使劲拍了一下我的肩膀。
3 trung đội：（越南军队建制）排。
4 câu hỏi ỡm ờ：半真半假的问题；明知故问。
5 đốm：（本课指点着的香烟）头。
6 Thế là đủ tai hại cho tôi rồi：这可真给我带来了足够多的麻烦；这可真害苦了我。

xuống đi bộ? Thôi được! Tôi quyết định đi. Trước lúc mở máy. Tôi quay lại nhìn qua tấm lưới sắt gắn sau lưng, chỉ thấy tối mò mò và mùi cao su mới xông sang. Chẳng hiểu người khách đi nhờ ngồi ở góc nào.

- Ai ngồi trong đó?

- Tôi lên tiếng, giọng hỏi chẳng lấy gì làm ôn tồn lắm.

Không có tiếng đáp. Chỉ thấy động lịch kịch giữa các chồng lốp ôtô ở phía sau. Rồi lại nghe tiếng kêu lục cục khẽ như gà con cựa trong ổ. Tôi đoán câu chuyện trao đổi giữa tôi và đồng chí lái phụ, "người khách" đã nghe rõ hết, và bây giờ thấy tôi lên tiếng hỏi, người ấy sợ. Chắc người ấy đang phấp phỏng[1] sợ tôi không cho đi nhờ. Nhưng người đó là ai?

- Có ai ngồi sau đó? - Tôi nhắc lại câu hỏi, lần này giọng đỡ gay gắt hơn.

- Tôi đây.. Tôi nhờ đồng chí lên cầu Đá Xanh. Quả tôi đoán chẳng sai. Rõ ràng tiếng trả lời của một người đàn bà, một cô gái, tiếng nói trong lắm và rất bình tĩnh, cứng cỏi. Mặc, tôi vẫn hỏi gặng:

- Đàn ông, hay đàn bà?

- Đàn ông!

- Thôi đi cô, đáng lý tôi đã mời cô xuống, đây là xe chở hàng quân sự! Cô lên cầu Đá Xanh có việc gì?

- Em là công nhân giao thông. Anh gì ban nãy đã xem chứng minh thư rồi. Em về trên đơn vị có chút việc.

Tôi hỏi bừa một câu cho vui:

- Việc gì? Hay là cô đi thăm chồng hay người yêu.

- Em đi thăm người yêu đấy.

Tôi vội nổ máy và trong bụng cũng phát hoảng lên[2] vì cái cách con gái ăn nói đối đáp bạo dạn nhường ấy[3]. Nhưng nghe giọng nói, chẳng phải giọng một câu nói đùa. Biết đâu đấy, biết đâu cô ta nói thật?

- Các cậu ơi, hãy chịu khó đợi một chút! - Đồng chí lái xe đang kể chuyện nằm khuất trong bóng tối[4] lên tiếng kêu gọi. Mọi người đang nóng lòng muốn biết lý lịch cô gái đi nhờ xe. Họ cứ làm ồn ào thúc giục đòi kể tiếp. Ngoài rừng vọng tiếng suối chảy tràn trên đá và tiếng đôi chim kêu ở hai góc rừng. Căn lán phút chốc chìm trong bóng tối đầy tiếng động kỳ lạ của đêm rừng. Câu chuyện lại được

1 phấp phỏng：提心吊胆；惴惴不安。

2 phát hoảng lên：开始担心起来。

3 nhường ấy：如此；那么。

4 nằm khuất trong bóng tối：躺在黑影中。

kể tiếp.

- Các đồng chí đừng sốt ruột vì cô gái. Hãy để cô ta ngồi đấy giữa hàng chồng lốp ôtô... Bây giờ, tôi kể xen vào một câu chuyện nhỏ, chuyện riêng của tôi. Tôi có một người chị ruột làm cán bộ ở một hạt[1] giao thông quãng cầu Đá Xanh. Cách đây bốn, năm năm, trong chúng ta có đồng chí nào hay chạy con đường miền Tây, chắc còn nhớ cảnh tấp nập, đông vui của công trường xây dựng cầu Đá Xanh. Từ ngày đầu mới mở công trường, chị Tính, chị tôi, đã có mặt. Chị tôi ở tổ đá. Những người con gái làm đá đông lắm, có hàng trăm cô. Trong tổ đá của chị tôi có một cô tên là Nguyệt. Phải, Nguyệt là trăng. Cái tên khá đẹp! Đấy là một cô học sinh mới rời ghế nhà trường đi kiến thiết miền Tây. Chị tôi coi Nguyệt như một cô em gái, rất yêu mến Nguyệt, bởi lẽ cô ta rất ngoan ngoãn và tích cực. Bức thư nào gửi về cho tôi, chị Tính cũng nhắc đến tên người con gái ấy, kể lể đủ các đức tính tốt đẹp. Rồi trong một bức thư, chị tôi bảo: "Chị đã tính toán, đã nhằm cô Nguyệt trên này cho cậu[2]. Trên đời khó tìm được một người con gái như thế!" Bức thư sau, chị tôi giục tôi lên "xem mặt", và nói: "Chị cũng đã nói thẳng ý định của chị với cô ấy. Nó chỉ đỏ bừng mặt lên không nói gì. Nhưng khi nào chị nói chuyện về cậu, về cái chuyện cậu trốn nhà đi tuyển bộ đội, cô ta ngồi nghe rất chăm chú. Cậu tranh thủ[3] lên ngay nhé. Nguyệt nó cũng đang muốn gặp cậu. Chỉ cần hai người gặp nhau một lần là xong thôi!" Hồi đó, sau khi đi bộ đội, tôi làm chiến sĩ lái xe phụ thường chạy các tuyến đường ngoài Bắc. Tôi cũng đi vài chuyến miền Tây, có ghé vào công trường thăm chị Tính và cô Nguyệt, nhưng không gặp cả hai người. Trong những bức thư gửi cho chị tôi, tôi thường viết thêm đôi câu hỏi thăm Nguyệt và ngụ ý hứa hẹn gặp Nguyệt. Chắc chắn Nguyệt sẽ được xem tất cả những lá thư của tôi gửi cho chị Tính nên đã hiểu biết về tôi ít nhiều. Giữa chốn rừng núi heo hút, một bức thư đến đều xem như của chung của mọi người. Bẵng đi mấy năm, chị tôi về Hà Nội học. Rồi xảy ra cuộc kháng chiến chống Mỹ; tôi xuất ngũ rồi tái ngũ[4]. Bao nhiêu đường sá miền Tây và miền Trung[5], địch bắn phá dữ dội[6]! Tôi chưa kịp lấy vợ nhưng câu chuyện cô Nguyệt và những bức thư của chị Tính tôi đã quên từ lâu. Chị Tính đi học gần hai năm lại

1 hạt：辖区；管理区。

2 nhằm cô Nguyệt trên này cho cậu：为你相好了这里的月姑娘。

3 tranh thủ：抓紧时间。

4 xuất ngũ rồi tái ngũ：退伍又再次入伍。

5 Miền Trung：中部（Miền Trung còn gọi là Trung Bộ, nằm ở phần giữa lãnh thổ và là một trong ba vùng chính (gồm Bắc Bộ, Trung Bộ và Nam Bộ) của Việt Nam）。

6 bắn phá dữ dội：狂轰滥炸。

quay về tuyến đường miền Tây. Từ nơi rừng núi quen thuộc, chị lại biên thư cho tôi, lần này kể chuyện địch bắn phá cầu Đá Xanh, chuyện các đơn vị giao thông quyết bảo vệ đường cho xe chạy. Những chuyện ấy với tôi chẳng có gì lạ. Nhưng lạ lùng hết sức, chị tôi nói quả quyết Nguyệt vẫn nhớ và chờ tôi. Qua mấy năm, có bao nhiêu người hỏi, nhưng cô ta đều trả lời đã trót hẹn với một người rồi. Chị tôi cho biết Nguyệt đang làm ở ngầm, một nơi rất ác liệt, vẫn ở gần chị. Cô ta giờ đã lớn, càng ngoan ngoãn, dũng cảm và lại xinh đẹp hơn trước nữa kia.

II

Thú thật, lần này cầm lá thư của chị Tính, tôi rất sung sướng và cảm động. Và cũng thật kỳ lạ! Qua bấy nhiêu năm sống giữa bom đạn và tàn phá, mà một người con gái vẫn giữ bên lòng hình ảnh một người con trai chưa hề gặp và chưa hứa hẹn một điều gì ư? Hạnh phúc người con gái ấy đem đến cho tôi quá nhiều. Cho nên tôi cảm thấy mình như một kẻ chịu ơn. Tôi phải gặp Nguyệt! Tôi quyết định biên thư cho chị tôi, hẹn ngày gặp Nguyệt! Đấy là cái ngày mà tôi đã được đại đội[1] cho phép nghỉ. Sau chuyến xe chở lốp lên kho tiền tiêu, tôi sẽ quay về rừng giấu xe, rồi ghé vào chỗ chị Tính làm việc. Ở đó, chị Tính sẽ dẫn tôi xuống đội của Nguyệt. Tôi sẽ ở lại chơi một hôm, với tư cách là... khách qua đường của đội nữ công nhân giao thông bến ngầm. Chiếc xe lăn bánh rất êm trên đường. Đêm rừng thật vắng vẻ và yên tĩnh. Tôi đặt nhẹ mấy ngón tay trên vòng lái, mắt nhìn phóng về phía trước, và hình dung trước lúc tôi đến giữa đám các cô gái nghịch như quỷ sứ[2]. Gặp tôi, Nguyệt sẽ nói rất ít, còn các cô bạn thì sẽ làm loạn lên. Nhưng chẳng hề gì, họ đều là những người bạn của anh em lái xe, đều là những người con dũng cảm, chân thực và mến khách. Tôi đi được mươi cây số thì gặp một đoàn xe xích kéo pháo kềnh càng xuôi xuống, đành phải đỗ xe bên đường để tránh. Tôi tranh thủ chui xuống gầm xe, soi đèn pin xem lại chiếc bóng đèn. Trong ánh đèn gầm hắt xuống mặt đường hiện ra ngay trước mũi xe một đôi gót chân bóng hồng, sạch sẽ, đôi dép cao su cũng sạch sẽ. "Ra vẻ cô này không phải người lao động rồi - Tôi nghĩ - Hay là người ta đi thăm chồng hay đi thăm người yêu thực?

Tôi chui từ gầm xe, đưa hai tay dụi mắt:

- Chào cô, lần sau nếu xe dừng, cô đừng nhảy xuống như thế này nhé!

- Nhưng mà ngồi trong ấy mùi cao su khét quá, anh cho em đứng ngoài này

1 đại đội：（越南军队建制单位）连。

2 quỷ sứ：（口语）捣蛋鬼。

thở một tý. Qua làn ánh đèn tù mù[1] của đoàn xe xích lao đi ầm ầm bên cạnh, tôi kịp nhận thấy vẻ xinh đẹp của cô gái, một vẻ đẹp giản dị và mát mẻ, lời nói và tấm thân mảnh dẻ, khác hẳn với nhiều cô gái công trường thường cô nào cũng thấp và đẫy đà. Cô ta mặc áo xanh chít hông vừa khít, mái tóc dày tết thành hai dải. Chiếc nón mới trắng loá khoác ở cánh tay một cách nhẹ nhàng.

Tôi hỏi:

- Cô làm ở ngầm Đá Xanh hay chỉ về đấy thăm ai? Trên khuôn mặt sáng sủa thoáng một nét e thẹn: - Em làm ở ngầm...

- À, quên, tôi chưa kịp hỏi tên cô đấy nhé.

- Em là... Nguyệt!

- ...À thế...!

Tôi vờ như không, vội đưa mắt ngắm cô gái một lần nữa thật kỹ lưỡng. Rồi, tay mở rộng cánh cửa buồng lái, tôi vồn vã mời:

- Sau ấy mùi cao su khét lắm[2] đấy. Mời cô lên... Bên cạnh còn chỗ ngồi...

Trái tim tôi cũng muốn nảy lên trong lồng ngực. Cô gái cố ý ngồi sát mé cửa, chiếc làn cói ôm gọn trong lòng, giữa hai chúng tôi để một quãng cách rộng. Thú thật, trong đời lái xe của tôi, chưa bao giờ tôi mời một cô gái lên ngồi trong buồng lái. Đây là một trường hợp đặc biệt. Tôi với tay bật ngọn đèn nhỏ trong buồng lái. Cô gái ngắm "cái nhà" cỏn con của tôi bằng cặp mắt tò mò và hơi rụt rè. Tôi bắt đầu hỏi dò khéo léo:

- Ở đội ngầm của cô, có nhiều cô tên là Nguyệt lắm thì phải?[3]

- Sao anh biết?... Đội em có ba Nguyệt. Nhưng một người đã hy sinh, chỉ còn em và một chị nữa là hai thôi.

- Cô Nguyệt hy sinh bao giờ? - Tôi vội hỏi, rõ ràng nghe tiếng nói của mình mà như của người khác.

- Cách đây đã ba, bốn tháng, trong trận địch ném bom đánh sập hẳn cầu Đá Xanh. Chị ấy chiến đấu dũng cảm lắm, mà ngày thường lại hiền lành, ai cũng tiếc.

- Cô ấy có chồng chưa?

- Chưa. Hình như mới có người yêu. Tôi nắm vòng lái thật chặt. Mặt đất dưới bánh xe, như đang nghiêng ngả, đảo lộn. Tôi cho xe đi chầm chậm và lại hỏi:

- Còn cô Nguyệt thứ hai?

- Chị ấy đã bốn con rồi! Chúng em thường gọi đùa là chị Nguyệt "lão". Sao

1 tù mù：（光线）暗弱（lù mù）。
2 mùi cao su khét lắm：橡胶味非常刺鼻。
3 có nhiều cô tên là Nguyệt lắm thì phải?：有很多姑娘名字叫月，是吧？

anh hỏi tỉ mỉ vậy?

Tôi thở phào và nói đùa một câu nhạt thếch[1]. Lòng tôi rối như tơ vò. Chẳng lẽ lại đi hỏi thăm cô ta có biết chị Tính hay không? Chỉ cần hỏi thế, mọi sự sẽ vỡ ngay, nhưng tôi vẫn không muốn hoặc không dám hỏi. Tôi không muốn đi sâu vào câu chuyện riêng giữa chuyến công tác. Thế nhưng rồi tôi vẫn cứ phải phân vân: trong hai người con gái, một trẻ và xinh đẹp ngồi bên cạnh, và một người đã chết anh dũng, ai là người đã từng mang canh cánh trong trái tim tuổi trẻ mối tình đầu đối với tôi suốt mấy năm, mà tôi lại tỏ ra hờ hững? Một trong hai người, ai là người tôi sắp tìm đến, ai? Người tôi sắp tìm đến là ai? Câu hỏi ấy cứ xoay trong óc tôi. Qua tấm kính trước mặt, hiện ra một ngọn đèn pháo sáng xanh lét run rẩy soi loè nhoè, ở trên đầu.

- Không nghe tiếng máy bay sao lại có pháo sáng hử! - Tôi nghe ngóng và thốt lên. Từ đầu, cô gái ngồi chống khuỷu tay lên thành cửa[2] nhìn ra ngoài. Cô quay vào, nói:

- Không phải đâu. Trăng đó anh ạ.

Trăng thật. Hôm nay đầu tháng. Từ đầu hôm, tôi vẫn đi giữa đêm trăng mà không biết. Cô gái vẫn bình thản ngồi nhìn ra ngoài trời. Già đời trong nghề lái xe[3], bom đạn nguy hiểm gặp đã nhiều, tôi vốn không phải anh nhút nhát, vậy mà không hiểu sao đêm nay nhìn trăng ra pháo sáng! Khoảng gần khuya, trên các chỏm rừng, gió tây nam cuốn mây xám về một góc rồi thổi giạt đi. Gió thổi vào cành lá nguỵ trang trên nóc xe ràn rạt. Trên đầu chúng tôi, khoảng trời đêm trên cao trở nên trong vắt, cao lồng lộng, trong khoảng sâu thẳm nổi lên một tiếng chim mơ hồ. Nhưng ở lưng các cánh rừng, sương trắng không biết từ đâu cứ đùn ra mãi. Dòng sông bên trái đường phút chốc biến mất, chỉ còn là sương trắng phủ kín, thảng hoặc[4] mới thấy một chỏm rừng, một ngọn núi đá bên kia sông nhô lên, đen đủi và cô độc giữa một mầu trắng xoá.

Xe tôi chạy trên lớp sương bềnh bồng. Mảnh trăng khuyết đứng yên ở cuối trời, sáng trong như một mảnh bạc. Khung cửa xe phía cô gái ngồi lồng đầy bóng trăng. Không hiểu sao, lúc ấy, như có một niềm tin vô cớ mà chắc chắn từ trong không gian ùa tới tràn ngập cả lòng tôi. Tôi tin chắc chắn người con gái đang ngồi cạnh mình là Nguyệt, chính người mà chị tôi thường nhắc đến. Chốc chốc, tôi lại

1 nhạt thếch：乏味；冷淡。
2 chống khuỷu tay lên thành cửa：胳膊肘靠在车门上。
3 già đời trong nghề lái xe：作为老驾驶员。
4 thảng hoặc：偶尔。

đưa mắt liếc về phía Nguyệt, thấy từng sợi tóc của Nguyệt, đều sáng lên. Mái tóc thơm ngát, dày và trẻ trung làm sao! Bất ngờ, Nguyệt quay về phía tôi và hỏi một câu gì đó. Tôi không kịp nghe rõ vì đôi mắt tôi đã choáng ngợp như vừa trông vào ảo ảnh. Trăng sáng soi thẳng vào khuôn mặt Nguyệt làm cho khuôn mặt tươi mát ngời lên và đẹp lạ thường! Tôi vội nhìn thẳng vào đoạn đường đầy ổ gà[1], không dám nhìn Nguyệt lâu. Từng khúc đường trước mặt cũng thếp từng mảnh ánh trăng...

- Anh nhỉ? Có phải không nhỉ...

- Cô hỏi gì?

- Em hỏi có phải các anh lái xe đi nhiều nơi, chắc hẳn quen biết nhiều người lắm?

- Đời lái xe chúng tôi như vạc[2] ấy, cô ạ! Nay rừng này, mai qua suối kia, nhưng tháng này sang tháng khác vẫn làm bạn với đường, với trăng thôi.

Quá nửa đêm, chúng tôi đến gần cầu Đá Xanh thì trăng lặn. Chúng tôi không nói chuyện nữa. Mảnh trăng đã khuất hẳn xuống khu rừng ở sau lưng. Tôi bật chiếc bóng đèn cho sáng hơn và bảo Nguyệt: "Cô chú ý nghe hộ, từ đây đường thường có máy bay." Nguyệt vẫn thản nhiên ngồi nhìn ra ngoài:

- Anh cứ yên tâm, đoạn này, em quen lắm!

Tôi dán mắt qua mặt kính, thận trọng lái hai bánh trước tránh hai vệt bánh xe như hai cái rãnh thoát nước ở giữa đường. Có đoạn, bánh trước sục xuống rãnh sâu quá, Nguyệt phải xuống "xi-nhan[3]" cho tôi kéo lên.

Có đoạn không nhích lên được. Tôi phải tăng ga[4] mãi. Không khí trong buồng lái nóng sực. Lốp xe quay tròn, xiết trên đá khét lẹt.

Nguyệt nhìn đoạn đường khó đi, nói như thanh minh:

- Chúng nó ném bom luôn, chúng em đã rải bao nhiêu đá mà đường sá còn ra thế!

Tôi vò chiếc mũ vải trong bàn tay, lau mồ hôi rồi tính đến lúc sắp phải từ biệt Nguyệt:

- Cô sắp xuống rồi chứ? Bao giờ xuống, cô bảo tôi để tôi dừng xe.

Đáng lẽ Nguyệt đã xuống ngang quãng trạm gác bến ngầm ở ngã ba, nhưng cô muốn đưa tôi đi tiếp sang bên kia sông. Cô cười, nói đùa:

1 đoạn đường đầy ổ gà：满是坑坑洼洼的道路。
2 vạc：鹭鸶。
3 xi-nhan：（法语借词）打信号。
4 tăng ga：加大油门。

- Anh đã cho em đi nhờ xe, lúc khó khăn lại bỏ anh ư!

Tôi nói rất nghiêm trang:

- Thế nào chúng ta cũng còn gặp nhau! Mà dù cô xuống từ dưới kia, tôi cũng không bao giờ nghĩ cô là một người khi khó khăn thì bỏ người khác.

- Sao vậy, anh?

- Trông cô, tôi biết...

III

Một làn nước hiện ra trước mặt. Đoạn ngầm Đá Xanh ngắn thôi, nhưng mấy hôm trước mưa lũ, nước dâng cao trên mặt đá đến hơn một mét. Vừa đánh xe xuống, đã nghe nước tràn vào ống sả hơi ùng ục. Chiếc xe lắc điên đảo, lúc ngoi lên lúc hụp xuống như một con trâu nước dữ tợn. Ánh đèn chiếu sáng mặt nước loang loáng. Ra đến quá nửa ngầm thì nước sâu quá, xe không đi được nữa.

Nguyệt đứng bám bên cánh cửa hướng dẫn cho tôi đi đúng giữa hai hàng cọc tiêu[1]. Cô vội nhảy ùm xuống nước, bảo tôi tắt đèn.

- Có máy bay à?

- Để em nghe kỹ xem đã. Anh cứ tắt đèn đi. Loáng đèn dưới nước trông xa lắm đấy!

Đèn tắt. Chưa bao giờ trời tối đến thế, chỉ nghe tiếng nước vỗ ì oạp vào tai xe. Tôi cố tiến, lùi nhưng xe chỉ lắc lư, vòng lái nặng như cối đá. Chúng tôi đang mò mẫm thì máy bay đến. Từ sau rặng núi đá dựng đứng bên trái, bọn chúng ập đến như tiếng sét. Tiếng máy bay ầm ầm. Đất, đá và cành cây bé cành cây lớn rơi ầm ầm, rào rào. Tôi vừa kịp nhận ra mình đang đứng giữa một cái khe chỉ vừa một người hai bên là hai gốc cây to. Nguyệt đang nấp ở mé ngoài. Hai thằng địch khác lại sắp lao xuống, lại sắp một đợt khác! Tôi nắm tay kéo Nguyệt vào khe, nhưng Nguyệt nhất định không chịu. Nguyệt thét lên: "Anh bị thương thì xe cũng mất, anh cứ nấp đó!" Không ngần ngại, tôi bế xốc Nguyệt đặt giữa cái khe giữa hai gốc cây rồi chạy về phía xe đỗ. Xe tôi vẫn đứng đó, lửa đã bén vào lốp. Tôi dập lửa, trèo lên xe, nổ máy. Nguyệt cũng vừa chạy đến bên cánh cửa.

- Cho xe chạy đi anh, nó còn tiếp tục đánh ngầm đấy!

- Chạy chứ!

Một loạt bom rất gần, hơi bom xô Nguyệt ngã dúi. Tôi kéo Nguyệt vào trong đóng cửa buồng lái rồi chẳng đèn đóm gì hết, cứ theo lời Nguyệt chỉ đường, tôi cho xe phóng. Tôi cứ chạy, và Nguyệt cứ nói rành rọt bên cạnh:

---

1 cọc tiêu：路标桩。

- Anh ngoặt sang trái... Trước mặt có hố bom đấy... Chuẩn bị, sắp lên một cái dốc... Qua một quãng khó đi và tối quá, Nguyệt nhảy xuống đi dò trước. Tôi cứ nhằm cái bóng trắng nhờ nhờ của Nguyệt trước mặt mà lái theo. Lên quá độ hai kilômét, tôi dừng xe nép vào bên một "ta luy"[1] cao có cây rậm. Tôi bật đèn buồng lái. Cái tôi trông thấy đầu tiên là có vết máu bên vai Nguyệt, vết máu chảy xuống đỏ cả cánh tay áo xanh. Chết thật, cô ta bị thương rồi! Không biết Nguyệt bị thương loạt bom đầu tiên, lúc tôi nấp dưới khe, hay khi cô vùng chạy theo tôi trở về xe? Thú thực, lúc ấy trong lòng tôi dấy lên một tình yêu Nguyệt gần như mê muội lẫn cảm phục.

Nguyệt nhìn vết thương, cười. Khuôn mặt hơi tái nhưng vẫn tươi tỉnh và xinh đẹp. Từ đầu đến chân, cô ta ướt như một con công vừa tắm. Tôi rút chiếc mùi xoa đầy vết dầu mỡ trong túi, buộc ngoài lần áo xanh để cầm máu. Tôi đề nghị đưa Nguyệt sang bên kia ngầm về đơn vị, nhưng Nguyệt gạt đi:

- Đây là giang sơn[2] của em rồi. Anh đi đi, không trời sáng mất!

- Rồi Nguyệt lại cười: - "Anh cứ yên tâm, vết thương chỉ sướt da thôi. Từ giờ đến sáng, em có thể đi lên đến tận trời được!" Gà rừng đã eo óc gáy thưa thớt. Tôi không thể bỏ xe được. Tôi đành từ biệt Nguyệt, nắm bàn tay thấm ướt máu rất lâu, và tôi nói một lời hứa đinh ninh: "Ngày mai, tôi quay về, nhất định tôi vào... thăm Nguyệt!"

Tôi lên xe, phóng như bay về phía tiền tiêu, với một tâm trạng vui sướng và rộn ràng rất lạ, và lại rất lo lắng cho Nguyệt, lúc nào cũng thấy trước mắt bóng một người con gái mặc áo xanh, một bên cánh tay buộc chiếc mùi xoa của tôi, với chiếc làn và chiếc nón trắng mới, cô ta đang đi trở lại về phía ngầm. Có lúc, tôi lại thấy cô quay lạ, khuôn mặt đẹp lộng lẫy đầy ánh trăng...

- Thế nào, kể tiếp đi! Ngày hôm sau sống chết cậu cũng phải mò tới cái đội nữ công nhân ấy chứ? - Những người nghe chuyện vẫn tỉnh táo. Có lẽ đã hai ba giờ sáng. Gà rừng gáy eo óc, thưa thớt. Nghe tiếng đôi chim trống mái gọi nhau đã gần hơn.

- Đêm ấy tôi chạy nhanh đến như vậy, nhưng lên đến tiền tiêu giao hàng cho kho xong, thì trời đã gần sáng. Thế là không kịp quay về rừng giấu xe nữa, đành đánh xe đi giấu ngay ở đấy. Và lại hí húi đi kiếm lá nguỵ trang, tháo xăng, nấu cơm ăn. Thật chán hết sức! Thế là bay đi một ngày phép! Đại đội trưởng lại bố trí cho tôi đi một chuyến nữa lên tiền tiêu vào ngay đêm sau. Lần này, tôi kịp ghét

1 ta luy：（法语借词）边坡。
2 giang sơn：江山，（本文指）地盘。

thăm chỗ hạt giao thông của chị tôi, cũng đóng không xa đội nữ công nhân phụ trách ngầm. Lán đội nữ công nhân giữa khu rừng rất đẹp. Con gái bao giờ họ cũng chu đáo và chăm chỉ. Lán họ ở sạch sẽ, ngăn nắp, có nhà ăn, nhà câu lạc bộ... Thấy tôi đến, chẳng phải chị Tính, mà các chị em khác đều niềm nở, toàn là những tay ăn nói khiếp cả. Nhưng còn tôi lòng dạ nào mà đối đáp với họ! Việc đầu tiên là tôi quan sát thần sắc của chị Tính; hai ngày qua tôi đã tin chắc chắn không thể nào sai được rằng người con gái mình đang tìm gặp thì đã gặp, nhưng đến đây, tôi lại nghĩ Nguyệt có thể là người con gái đã anh dũng hy sinh từ cách đây ba, bốn tháng. Chị Tính dẫn tôi vào nhà, và trách:

- Hôm kia, sao cậu không về? Nguyệt nó chỉ tranh thủ lên được có một hôm, đợi cậu suốt ngày không thấy, cô ấy lại phải về rồi! Thế là trống ngực tôi không đánh nữa.

Hai chị em chúng tôi đang dở chuyện thì một chị to béo, trạc gần bốn mươi xồng xộc đi vào và hỏi:

- Đâu, cậu Lãm, em trai chị Tính tới mà sao không đến trình diện với tôi hử? Mặt mũi sáng sủa đấy chứ, lái xe à? Tôi hỏi thế này nhé, anh đã biết tội của anh chưa? Chị Tính cứ ôm miệng cười. Còn tôi thì chẳng hiểu gì cả. Lát sau, mới biết chị làm tổ trưởng nấu ăn của đội, đấy chính là chị Nguyệt "lão", một người bạn thân thiết của chị tôi từ lâu. Chị Nguyệt "lão" vui vẻ "mắng" tôi một hồi nữa, đầy những "cớ sao", "cớ sao" mấy năm trời để cho "cái Nguyệt" nó đợi đỏ mắt, có muốn "tìm hiểu" người ta hay không thì cũng phải bảo một câu chứ! Rồi chị kể: Hôm nọ, "nó" trở lên đây, đi nhờ xe vận tải của một anh bộ đội, xe bị bom dọc đường, may mà chỉ bị thương rất nhẹ thôi. Chị hỏi: "Anh vẫn chưa biết mặt nó, hử?" Rồi kéo tuột tôi đến trước một hàng ảnh nhỏ xít dán chi chít trên tờ giấy bao xi măng giữa nhà câu lạc bộ. Chị Nguyệt "lão" chưa kịp trỏ, tôi đã nhận ra tấm ảnh của Nguyệt. Cách đây mấy năm, trông cô như một con chim non đang tập bay. Nguyệt đang đứng cheo leo giữa lưng núi, trên vai vác một chiếc máy khoan, đôi mắt đen láy ngây thơ nhìn ra xa. Nhìn bức ảnh ấy, tôi không khỏi nhớ những ngày rộn ràng xây dựng những chiếc cầu. Ngọn núi Nguyệt đang đứng chính là một ngọn trong dãy núi đá xanh cao sừng sững nằm bên trái bến ngầm. Ngày khởi công xây dựng chiếc cầu ở đây, đội đá của công trường có hàng trăm cô. Tháng này sang tháng khác, với một sợi dây da bảo hiểm buộc ngang lưng, họ dũng cảm trèo lên những tầng đá cao, chọn những vỉa đá xanh đẹp nhất về xây cầu. Chiếc cầu làm trong gần hai năm mới xong, xanh biếc và đẹp như một giấc mộng, nhưng vừa khánh thành được mấy tháng thì máy bay Mỹ đã đem bom tới phá sập.

Buổi chiều hôm đó, chị Tính và chị Nguyệt "lão" tiễn tôi ra đến bờ sông. Chị

Nguyệt "lão" giơ nắm tay to lớn ra trước mặt tôi: "Khối anh cán bộ khá hẳn hoi muốn yêu nó. Nó chỉ chờ gặp anh đó thôi! Coi chừng cứ phóng xe chạy biến đi, tôi không có dây tơ hồng nhưng đã có dây trói lợn trói anh lại!" Tôi vội vàng nhét vào trong chiếc túi cấp dưỡng của chị một chiếc phong bì rất cẩn thận. Suốt buổi trưa, tôi đã mượn giấy bút biên cho Nguyệt lá thư đầu tiên. Ra đến rừng, tôi chưa về chỗ giấu xe vội, mà men bờ sông ra ngoài cầu. Con sông miền Tây in đầy bóng núi xanh thẳm, hai bên bờ cỏ lau chen với hố bom. Tôi đứng bên bờ sông giữa cảnh một chiếc cầu đổ và lại tự hỏi: qua bấy nhiêu năm tháng sống giữa cảnh bom đạn và tàn phá những cái quý giá đó chính bàn tay mình xây dựng nên, vậy mà Nguyệt vẫn không quên tôi sao? Trong tâm hồn người con gái nhỏ bé, tình yêu và niềm tin mãnh liệt vào cuộc sống, cái sợi chỉ xanh óng ánh ấy, bao nhiêu bom đạn giội xuống cũng không hề đứt, không thể nào tàn phá nổi ư?

...Người kể chuyện tự nhiên ngừng bặt như đang lắng nghe tiếng trả lời đâu từ trong lòng mình. Những người bạn cũng không hỏi, không đòi kể tiếp và nói chuyện ồn ào như những lần trước.

Hẳn đã gần sáng. Ngoài rừng sâu, đôi chim gọi nhau suốt đêm đã im tiếng, có lẽ chúng đã tìm thấy nhau. Chân trời phía rừng bỗng ửng sáng. Từng chiếc lá cây trên nóc lán loé sáng như những mảnh bạc. Ánh trăng khuya lặng lẽ soi đầy trên mái và đoạn đường đầy vết xe trước cửa. Người kể chuyện ngẩng lên ngắm mảnh trăng vừa lên rồi nằm xuống giữa những người bạn lái xe. Anh giục:

- Ngủ thôi các cậu! Mai còn chạy...

Câu hỏi đọc hiểu（思考题）

1. 你如何评价《森林边的月光》中汽车兵与修路姑娘阿月的爱情?
2. 小说《森林边的月光》是如何描写激烈的战争场面的?
3. 阮明洲在《森林边的月光》中塑造了修路姑娘阿月怎样的典型形象?

Bài 12

Con bạc（赌徒）

Ma Văn Kháng（麻文抗）

Tiểu sử tác giả（作者简介）

麻文抗（Ma Văn Kháng，1936— ），原名丁重团（Đinh Trọng Đoàn），是越南 20 世纪下半叶蜚声文坛的著名作家，是 2012 年"胡志明文学艺术奖"获得者。1960 年，麻文抗进入河内师范大学学习，毕业后到老街省的一所中学教书，后担任该校校长。后来，他被调任省委书记的秘书，之后又当了一名记者。全国统一后，他来到河内工作，担任劳动出版社的总编辑和副社长。1995 年以后，他担任越南作家协会执行委员会委员和该会主办的《国外文学》杂志的总编辑。麻文抗辛勤创作，收获颇丰。长篇小说有《白花花的银圆》《夏季的雨》《边关》《新月》《园中叶落的季节》《没有结婚证的婚礼》等。其中，长篇小说《园中叶落的季节》赢得 1986 年越南作家协会颁发的小说奖。

Tóm tắt tác phẩm（作品简介）

《赌徒》中的"赌徒"是带引号的"赌徒"，其实并非真正讲赌徒的事情，而是讲述作为杂志社的主编文璋借打牌来排遣心中的郁闷。不巧的是，在一次打牌时，文璋被当作一名真正的赌徒给抓起来了。男主人公文璋经历颇为复杂，人生颇为坎坷。他年轻时参军，前方传来他牺牲的消息，他的妻子改嫁。他牺牲的消息原来是误传，他回来后，孤身一人。原来的妻子又来关心他，引起外界议论。小说故事情节颇有戏剧性，阅读性很强。

Văn bản（作品原文）

Lỏng khỏng những lóng xương khô[1], đứng thì trông như cái cây rủ lá, đi thì đầu đổ đằng trước, tay vẩy phía sau, nhưng công bằng mà nói, thủ trưởng Văn Chửng của tôi hao hao giống như một nhân vật công chức trong các truyện ngắn của Sêkhốp[2], nghĩa là có cái vẻ bí ẩn và sang trọng tỉnh lẻ[3], nếu thêm cái áo bành tô[4], cái nơ đen gài cổ[5]. Nhìn ông hôm nay với cái khuôn mặt lưỡi cày[6] có cái mũi quặp như mỏ diều hâu[7], chẳng ai có thể nghĩ, ông đã có thời gian hơn bảy năm tham gia bộ đội, mà là bộ đội tên lửa, tức binh chủng hiện đại bậc nhất trong chiến tranh kia. Tất nhiên lúc ấy, từ chức danh giáo viên ngoại ngữ, ông chỉ là sĩ quan phiên dịch thôi. Năm mươi tuổi tròn, nhưng ông Văn Chửng như một kẻ chủ trương sống cuộc đời độc thân, hoàn toàn khép kín. Suốt một ngày dài, giam mình trong căn buồng trên cửa gắn biển chức danh phó chủ nhiệm[8], ông đọc sách, tìm nguồn tư liệu, soạn bài, duyệt bản thảo cho tờ chuyên san của chúng tôi - một chuyên san xã hội học, bàn toàn những vấn đề triết lý cao siêu, thuộc một lĩnh vực hẹp, ít người đọc, mỗi quý phát hành có một lần.

Công việc của hơn chục nhân mạng già trẻ[9] trong cơ quan vì vậy khá nhàn nhã. Nhàn nhã, nên nhịp điệu cuộc sống ở đây là rảnh rang đủng đỉnh. Nhàn nhã

---

1 Lỏng khỏng những lóng xương khô：瘦得皮包骨头。lỏng khỏng：高瘦貌。lóng：骨节。

2 Sêkhốp：Antôn Paplôvich Sêkhốp，安东·巴甫洛维奇·契诃夫（俄语：Антон Павлович Чехов，1860—1904 年）是俄国的世界级短篇小说巨匠和俄国 19 世纪末期最后一位批判现实主义艺术大师，与莫泊桑和欧·亨利并称为“世界三大短篇小说家”，是一个有强烈幽默感的作家，他的小说紧凑精练，言简意赅，给读者以独立思考的余地。其剧作对 20 世纪戏剧产生了很大的影响。他坚持现实主义传统，注重描写俄国人民的日常生活，塑造具有典型性格的小人物，借此真实反映出当时俄国社会的状况。他的作品的三大特征是对丑恶现象的嘲笑与对贫苦人民的深切的同情，并且其作品无情地揭露了沙皇统治下的不合理的社会制度和社会的丑恶现象。他被认为是 19 世纪末俄国现实主义文学的杰出代表。

3 tỉnh lẻ：偏远的省；偏远的地区；小地方。

4 áo bành tô：（呢子）短大衣。

5 cái nơ đen gài cổ：系在脖子上的黑色领结。

6 khuôn mặt lưỡi cày：形似犁刀的脸；长形脸。

7 mũi quặp như mỏ diều hâu：鹰钩鼻。quặp：弯曲。

8 gắn biển chức danh phó chủ nhiệm：挂着副主任牌子。

9 hơn chục nhân mạng già trẻ：老少十余口人（含有戏谑之感）。指单位有 10 余个人。

nên cái tật nhòm ngó đời tư kẻ khác có cơ hội tha hồ khai triển[1]. Công bằng mà nói, với công việc, ông Văn Chửng là một cán bộ mẫn cán. Hai năm nay, ông thay thế ông chủ nhiệm đã về hưu, nghĩa là đứng mũi chịu sào[2] toàn bộ công việc của một cơ quan, nhưng vẫn chỉ được mang danh quyền chủ nhiệm, vậy mà ông vẫn chăm chỉ hết lòng với công việc và chẳng một lời thắc mắc, than vãn. Bấy giờ được một cán bộ như thế là tốt quá rồi. Lúc này, hống hách cửa quyền[3], thụt két[4] là căn bệnh phổ biến của một số vị đứng đầu các cơ quan nhà nước. Lúc này, đồng tiền đi trước, công việc theo sau, khối anh tiếng là[5] lãnh đạo mà bỏ bê công việc chỉ vì vài cái thiệt thòi vật chất nhỏ mọn thôi. Ông Văn Chửng không có những tính xấu đáng trách như thế. Còn như ông khác người ở sự độc thân, ở thái độ có vẻ như âm thầm tiết chế[6], cũng như ông có cái quan hệ rất lạ lùng với cô Bình, vợ một người đàn ông chột[7] làm nghề cắt tóc ở cạnh cơ quan, thì cũng chỉ là đầu đề của những câu chuyện phiếm[8], vô hại, chẳng có quan hệ gì đến lợi ích cộng đồng mà trách cứ!

Ông Văn Chửng chẳng giao tiếp với ai, ngoài cô Bình ba mươi sáu tuổi. Cô Bình đã có hai con, nhưng còn sắc nước lắm[9]. Cô Bình xinh xẻo, hai mắt lúc nào cũng lúng la lúng liếng[10], cứ như đang còn gái tơ vậy. Cô Bình quen biết ông Văn Chửng từ lúc nào? Chả ai biết! Chỉ biết rằng đã cả chục năm nay cô Bình giữ độc quyền ra vào cái căn buồng thủ trưởng của chúng tôi[11]. Một mình cô thôi. Một mình cô, ngày nào cũng như ngày nào, cứ quãng mười một giờ là tay xách cặp lồng cơm[12], cô đi qua dãy phòng làm việc của chúng tôi, vào buồng ông Văn Chửng. Cô Bình đem cơm cho ông Văn Chửng ăn. Rồi cửa đóng lại, cô Bình ở đó đến hai giờ chiều mới đi ra. Có người nói họ quan hệ với nhau như vợ chồng thật.

---

1 Nhàn nhã nên cái tật nhòm ngó đời tư kẻ khác có cơ hội tha hồ khai triển：闲散使得窥探别人隐私的坏风气大行其道。cái tật nhòm ngó đời tư kẻ khác：窥探别人隐私的毛病。

2 đứng mũi chịu sào：首当其冲；承担重担；全盘负责。

3 hống hách cửa quyền：以权作威；滥用职权。

4 thụt két：中饱私囊；贪污。

5 khối anh tiếng là：不少人名义上是。

6 tiết chế：节制；压抑；抑制。

7 chột：独眼。

8 phiếm：捕风捉影。

9 còn sắc nước lắm：还颇具姿色。

10 lúng la lúng liếng：（眼睛）滴溜溜转。

11 giữ độc quyền ra vào cái căn buồng thủ trưởng của chúng tôi：把持着我们首长办公室进出的大权。giữ độc quyền：垄断；把持大权。

12 cặp lồng cơm：饭盒。

Nhưng, mấy ông đứng tuổi ở cơ quan tôi thì lắc đầu quầy quậy: Làm gì có chuyện ấy.

Ấy thế, quanh cô Bình, ông Văn Chửng và quan hệ của họ luôn luôn có ý kiến trái ngược nhau. Kẻ bảo cô Bình là con đàn bà chuyên nghề đào mỏ[1], thấy anh chàng Văn Chửng độc thân là sán lăn vào lợi dụng. Người ta nói: Văn Chửng vừa đáng mặt đàn ông vừa có duyên thầm. Cái cô Bình thiếu là thiếu cái tình, cái tình lãng mạn mà chồng cô không có. Liệu có thể tin được miệng lưỡi thiên hạ không? Chịu. Vì ngay như chuyện cô Bình giàu hay cô Bình nghèo, ý kiến cũng còn khác nhau lắm. Nhất trí với nhau, cũng chỉ là nhận xét về mặt tính tình cô Bình thôi. Cô Bình đúng là tính khí[2] hơi thất thường thật. Lắm khi cô lên cơn ghen trắng trợn. Cứ như cô là vợ chính thức của ông Văn Chửng vậy. "Lại đi ăn bánh bao của con bỏ mẹ nào rồi, hả? Không ăn thì đổ cho chó nó ăn!" Ấy là hôm cô đem cặp lồng cơm vào buồng, thấy ông Văn Chửng ôm bụng kêu no, không ăn được nữa. Một lát sau lại thấy anh chị cười rúc rích, vô tình ngó vào còn thấy chị đè anh ra bón cho anh ăn nữa kia. Ông Văn Chửng được săn sóc từ miếng ăn đến manh áo mặc. Ông là kẻ vô lo. Vì từ việc lĩnh lương đến cái việc lĩnh nhuận bút[3] ở các tờ báo, tạp chí mà ông cộng tác dịch thuật hay biên soạn, cô Bình lo hết. Đã cầm đến đồng tiền của nhau, tức quan hệ đến mức già nhân ngãi non vợ chồng[4] rồi. Quan hệ đến mức như vậy xét về nhiều mặt là rất chướng[5]. Tuy vậy, phải nói ngay là cô Bình chẳng tỏ ra kín đáo ngại ngùng hay giấu giếm, che đậy gì hết. Đôi khi cô còn như là công khai đóng vai người vợ quyền uy, đáo để, lấn át cả ông nữa kia.

Lạ cái là anh chồng cô Bình, một gã đàn ông chột dựng gương đặt ghế cắt tóc ở vỉa hè trước cơ quan chúng tôi, trông dữ tướng ra phết[6], lại chẳng bao giờ có ý kiến về quan hệ này. Ngay trước mắt anh ta, ngày nào mà cô Bình chẳng một lần đi vào cổng cơ quan, leo lên gác, chui vào buồng ông Văn Chửng. Chưa kể nhiều hôm, cô Bình tay ôm cái làn đựng đầy hương hoa, đồ cúng, tay ôm eo ông Văn Chửng, ngồi trên chiếc Wave phóng như bay[7], thấy chồng chẳng hề lúng túng,

1 chuyên nghề đào mỏ：挖别人家的墙角；（第三者）插足。

2 tính khí：性情。

3 nhuận bút：稿费。

4 già nhân ngãi non vợ chồng：（指男女两人关系）已经超过情人的程度，未达到夫妻的程度。

5 chướng：别扭；不正常。

6 trông dữ tướng ra phết：看起来面目凶得很。

7 phóng như bay：风驰电掣。

ngượng ngập lại còn giơ tay vẫy vẫy, nói với lại: "Đi chùa Trấn Quốc đây. Không ăn cơm nhà đâu đấy!"

Cái gì lạ lùng mà lặp đi lặp lại mãi cũng trở nên vừa tai, vừa mắt[1]. Chả ai bình luận về họ nữa! Cuộc sống cứ tiếp tục đi theo lối quen. Ông Văn Chửng ngày ngày tới cơ quan, đóng cửa làm việc, đến trưa thì cô Bình mang cặp lồng cơm tới, rồi đầu giờ tầm chiều[2] thì cô đi ra. Có lúc cô nổi giận đùng đùng. Có hôm tiếng cô cười vang rộn cả mấy gian buồng. Có buổi, cô xách cả một túi lớn giò chả và bia lon tới, xộc vào buồng chúng tôi, toang toang: "Này, ăn mừng hộ lão Văn Chửng đi! Lão Chửng chơi 500 nghìn theo luật một ăn bảy mươi, xơi 35 triệu ngon ơ!" Ấy thế, cô chơi xổ số[3] hộ cả ông quyền chủ nhiệm của chúng tôi. Và như vậy, muốn hay không thì quan hệ giữa chúng tôi và cô Bình đã trở nên thân tình[4]. Thân tình đến mức, khi chúng tôi trách cô sao cứ níu giữ, không cho ông Văn Chửng đi lấy vợ, thì cặp mắt một mí của cô long lên sòng sọc[5]: "Đấy, cho tự do đấy! Có đứa nào nó rước hộ thì tôi đốt pháo ăn mừng." Thân tình nên đã có lúc cô hỏi thẳng chúng tôi: "Sao các cậu không đề nghị cấp trên cắt Q[6] cho lão ấy, cho lão ấy nhận chức chủ nhiệm chính thức đi, lão ấy có khuyết điểm gì đâu? Khổ! Sao đời lão ấy lại chịu nhiều thiệt thòi, buồn đau thế!" Nói câu sau cùng, đang vui vẻ là thế, mặt cô xịu ngay xuống[7]. Còn cặp mắt cô lăn tăn ánh cười, thoáng cái đã lại sập xuống và hoe hoe đỏ như có điều gì uẩn khúc trong lòng không nói được ra.[8]

Tuy nhiên, điều đặc biệt ai cũng nhận ra là giữa những náo động do cô Bình tạo ra, ông Văn Chửng vẫn là một hòn đảo âm u mù mịt. Ông chẳng trò chuyện gì với chúng tôi. Mặt ông chẳng biểu lộ vui buồn. Âm thầm, ông chỉ biết chúi đầu vào công việc, và chỉ giao lưu với thế giới bên ngoài, qua mỗi cánh cửa mở là cô Bình, người đàn bà thất thường, có tình cảm đặc biệt với ông, người đã dẫn dắt và uốn nắn ông[9] hàng chục năm nay.

---

1 vừa tai, vừa mắt：顺耳顺眼。

2 đầu giờ tầm chiều：（本文指）下午上班时间。

3 chơi xổ số：玩彩票。

4 thân tình：（本文指关系）密切。

5 long lên sòng sọc：（眼睛）闪亮了起来。

6 Q：Quyền，代理。

7 mặt cô xịu ngay xuống：她的脸顿时沉下来。

8 Còn cặp mắt cô lăn tăn ánh cười, thoáng cái đã lại sập xuống và hoe hoe đỏ như có điều gì uẩn khúc trong lòng không nói được ra：她那泛着微笑光芒的双眼，顿时耷拉下眼皮，眼睛红润起来，心中似有说不出的苦衷。

9 dẫn dắt và uốn nắn ông：对他进行引导和纠正。

Ông Văn Chửng vẫn lặng lẽ một bóng hình hiền lành, đơn độc khác người. Cả tuần, ông không vắng mặt một buổi ở cơ quan, trừ ngày chủ nhật, và gần đây, khi chuyển sang tuần làm việc bốn mươi giờ, thì thêm ngày thứ bảy.

Nhưng tuần ấy, vào đầu giờ chiều ngày thứ sáu, khác với thường lệ, mở cửa bước ra không phải chỉ có cô Bình. Có cả ông Văn Chửng. Ông Văn Chửng mặc áo dài da, tay cắp cặp, lần này tự đặc tả[1] theo mẫu một nhân vật công chức tỉnh lẻ thời xưa, khiêm nhường và lễ độ, chờ cho cô Bình đi khuất mới dừng lại trước phòng hành chính, khe khẽ và trịnh trọng: "Các bạn! Tôi xin phép nghỉ sớm một buổi chiều nhé." Ông báo cho chúng tôi biết, theo phép lịch sự thôi, chứ ông là ông chủ ở đây, điều đó chính ông biết rõ.

Nghỉ việc chiều thứ sáu đã là một việc chưa từng xảy ra đối với ông Văn Chửng. Vì con người này xưa nay vốn nghiêm túc về mặt thời gian lắm cơ. Tuy nhiên, điều đáng nghi ngại lại là sáng thứ hai, chúng tôi không thấy ông có mặt ở cơ quan. Ngong ngóng suốt buổi trưa[2], cho đến đầu giờ chiều thì chúng tôi lo ngại thật sự. Trước nay, ông quyền chủ nhiệm chưa bao giờ bặt vô tăm tích như thế.

Hay ông Văn Chửng ốm? Câu trả lời có ngay là không, khi hai nhân viên cơ quan chúng tôi đèo xe nhau đến tận nhà ông ở phố Ngọc Linh và trở về nói là nhà ông khóa cửa. Hay là ông quyền chủ nhiệm về quê? Vừa đặt câu hỏi đã thấy ngay là vô lý. Bao nhiêu năm nay có bao giờ thấy ông Văn Chửng nói về quê hương bản quán[3]. Ông không có quê. Nói cách khác, ở quê ông giờ chẳng còn ai thân thích, ông chẳng còn dây mơ rễ má[4] gì ở cái làng quê của ông cả. Ông sống một thân một mình. Ông tứ cố vô thân. Hay là ông thủ trưởng của chúng tôi đèo cô Bình đi lễ chùa? Vừa có người nói vậy, chúng tôi đã reo ầm ầm. Chứ còn gì. Cô Bình chăm lễ bái lắm[5]. Người đàn bà này xem ra cũng có nhiều u uẩn, khúc mắc[6]. Mà bây giờ đang là tháng bảy ta, chùa chiền đang mùa hương khói! Chùa Tây Phương, chùa Thầy, chùa Trăm Gian... Quanh Hà Nội, có đến vài chục ngôi chùa đẹp nổi tiếng, đáng tiêu phí thời gian vào đấy lắm chứ. Nhưng mà nghĩ đi nghĩ lại, lại thấy rằng, giải thích như thế thật không thỏa đáng; ông Văn Chửng của chúng tôi đâu có phải là con người không đàng hoàng[7].

1 đặc tả：（本文指）特别打扮。
2 Ngong ngóng suốt buổi trưa：翘首期盼了整整一个中午。
3 bản quán：籍贯。
4 dây mơ rễ má：（本文指）亲朋好友。
5 chăm lễ bái lắm：非常喜欢烧香拜佛。lễ bái：同 cúng bái。
6 u uẩn, khúc mắc：心中不快之事。
7 con người không đàng hoàng：（本文指）不干正经事的人；不务正业的人。

Ngày thứ ba, buồng ông quyền chủ nhiệm vẫn im ỉm khóa. Bây giờ thì đám các ông nhiễu sự sau mấy ngày ngậm tăm mới phá lên cười: "Các chú thiếu nhạy cảm quá." Hiển nhiên là các ông nghĩ rằng, để che mắt anh chồng chột, dịp này hai anh chị dại gì mà không lợi dụng cơ hội nấp bóng chùa chiền, rủ nhau đi thật xa để tình tự cho thỏa tình thương nhớ. Lúc này là thời cởi mở, nhà trọ, khách sạn sẵn như quần áo secondhand, lại thông thoáng vô cùng.

Không, ông Văn Chửng của chúng tôi quyết không phải là hạng người ấy. Chúng tôi, mấy anh em trẻ tuổi, nhất quyết phản bác lại ý kiến của đám người nọ. Và như để chứng minh rằng chúng tôi đúng, chiều ngày thứ ba ấy, từ đâu trở về, cô Bình xộc lên cơ quan chúng tôi vẻ hớt hơ hớt hải khác thường. "Lão Văn Chửng của các cậu đi đâu mất mặt từ chiều thứ sáu?" Nghe cô hỏi giật, nhìn hai con mắt bồ câu của cô ngơ ngác, chúng tôi cũng sững sờ. Cô Bình trước nay vẫn là người rất thành thật. Thành thật trong cả sự dan díu với ông Văn Chửng! Và bây giờ chính cô cũng không biết ông Văn Chửng đi đâu mấy ngày qua. Cô Bình còn không biết thì hỏi ai có thể biết ông Văn Chửng đi đâu. Chả lẽ ông Văn Chửng đã biến vào vô tăm tích?

Ông Văn Chửng không biến vào vô tăm tích.

Ông đã trở về, trở về đột ngột trong sự mong đợi của chúng tôi. Sáng bửng ngày thứ tư, chúng tôi đến cơ quan đã thấy cửa buồng ông mở và ông đang đánh răng rửa mặt ở cái vòi nước cạnh sân. Thấy chúng tôi, ông quay lại. Khác hẳn mọi khi, mặt ông tươi tỉnh, thái độ ông vui vẻ khác thường. Một linh hồn xa lạ đã nhập vào ông, đã biến cải gương mặt, giọng nói ông. Không còn nỗi niềm âm u, mờ mịt xa cách. Tất cả đều sáng láng, rõ ràng và gần gũi. Mặt ông giãn ra, trắng hồng. Giọng ông trong trẻo vang lộng và trẻ trung như của một người khác vậy.

- Này! Ở đây có cậu nào đã từng chơi tổ tôm chưa nhỉ? Chưa hả? Thế thì phải tập chơi đi thôi! Tập chơi đi!

Ông nói dồn dập, đột ngột và cũng đột ngột ông tiến vào buồng làm viêc của chúng tôi. Đang kéo ghế ngồi xung quanh bàn trà, chúng tôi cùng quay cả lại. Ngạc nhiên vì sự xuất hiện của ông một phần, lại càng kinh ngạc hơn vì bỗng dưng ông lại mở đầu câu chuyện về thú chơi tổ tôm.

- Mời anh ngồi ạ.

- Thôi, khỏi! Mình nói một tý rồi còn phải làm việc - Xua tay, nuốt nước bọt, ông Văn Chửng nhướng hai con mắt lớn, không hề biết đến sự kinh ngạc của chúng tôi, chành cái miệng rộng, tiếp - Trước hết, quan trọng nhất là phải hiểu: Chơi tổ tôm, đó không phải là đánh bạc. Đó là thú chơi tao nhã, thanh lịch và...

- Có phải xưa các cụ vẫn gọi đó là đánh chắn không ạ?

- Không phải! Chắn cạ là tổ tôm đàn bà. Tổ tôm chính ra là thế này. Cần nhắc lại ngay rằng, đây không phải là phạm trù cờ bạc. Đây là thú chơi cao cấp, lịch sự và thanh tao. Và vì nó là cao cấp, sang trọng nên không có dính dáng gì đến tiền nong. Cao cấp vì nó có nhiều nước, nước ăn nước bốc, loại nào cũng lắm nước cao. Nghĩa là mê hơn mê gái. Mê đến mức đánh từ chập tối đến năm giờ sáng mà không biết mệt là gì cả, các cậu ạ.

- Thích nhỉ.

- Ấy thế! Nhưng tôi xin nhắc lại rằng: Đó không phải là cờ bạc. Tổ tôm là thú chơi dân tộc, cao sang. Anh em cứ để ý mà xem, anh nào chơi tổ tôm, phong thái nó tao nhã, tinh tế, ý nhị khác hẳn người thường.

Lạ chưa! Chưa từng bao giờ chúng tôi được nghe ông Văn Chửng nói chuyện một cách cởi mở như thế, mà lại nói về tổ tôm với vẻ say sưa hăng hái như thế. Ông nhiệt liệt ca ngợi thú chơi tổ tôm. Ông nói, tổ tôm thuộc về dân tộc. Tổ tôm đã được xã hội hóa cao độ. Từ tổ tôm, chữ nghĩa nhảy ra ngoài đời vô khối rồi đấy. Nghe ông nói, chúng tôi mới vỡ lẽ ra rằng mỗi một con người gần gũi với ta đây là cả một vùng bí ẩn hàm chứa bao điều chưa khám phá ra. Mới ngẫm ra rằng, chẳng bao giờ ta có thể giải tỏ được toàn bộ ẩn mật của chính ta và những người xung quanh ta.

- Tôi nhắc lại, lần cuối - Ông Văn Chửng nhấn mạnh trước khi quay ra cửa buồng chúng tôi - Tổ tôm không phải là món cờ bạc. Nó là một thú chơi giải trí có tầm vóc văn hóa dân tộc. Và tôi nói điều này, anh em kiểm chứng hộ xem có đúng không nhé: Con người hơn con vật ở cái chỗ là nó biết thưởng thức cái thú vui tao nhã đó.

Kết luận một câu chắc nịch kèm một tiếng cười cụt ngủn, và giơ tay chào mọi người, ông Văn Chửng hấp tấp trở về buồng mình. Cũng đã đến giờ làm việc buổi sáng. Cũng là lúc, ở cầu thang có tiếng dép cô Bình.

Cô Bình xộc ngay vào buồng chúng tôi. Mặt hăm đỏ, mắt lóng lánh, môi mim mím, cô như đang nén cơn uất nghẹn.

- Các cậu có báo hôm nay không?

- Chị tìm báo gì?

- Báo An ninh thành phố chứ còn báo gì! Báo họ đăng tin bắt được một vụ đánh bạc, con bạc[1] toàn là cán bộ nhân viên nhà nước ở phường Ngọc Linh.

- Cơ quan không đặt mua báo An ninh thành phố, chị ạ.

Cô Bình bỏ ra cửa. Liền đó chúng tôi nghe thấy cánh cửa buồng ông Văn

1 con bạc：赌徒。

Chửng cạch mở, rồi sập đánh rầm, và từ trong khe cửa lọt ra tiếng rít chói tai của cô Bình:

- Trời ơi! Ngu đâu có ngu đến thế, hở? Lại đi toe toe khoe với thiên hạ. Bị muỗi đốt ba đêm có sướng không? Giờ thì chó nó cắt Q cho. Thật là kiếm củi ba năm thiêu một giờ[1] nhá! Thế có khổ thân tôi không!

Cô Bình khóc. Cao điểm của trạng thái tinh thần là tiếng khóc. Tiếng khóc của cô Bình ai oán và đau đớn lắm. Nghe cô khóc mới nhận ra rằng, chỉ có những người ruột thịt, những người đã trao xương gửi thịt cho nhau, là vợ là chồng của nhau mới khóc như thế! Tiếng khóc của cô Bình giải tỏa nỗi niềm sâu kín của cô! Tiếng khóc của cô Bình, may thay, đã giúp chúng tôi giải mã toàn bộ bí mật của mối quan hệ giữa cô với thủ trưởng của chúng tôi. Thì ra, cô Bình trước đây đã từng là vợ có hôn thú của ông Văn Chửng. Ông Văn Chửng lấy cô Bình khi ông là giáo viên giảng dạy tiếng Anh ở một trường trung học, còn cô là nhân viên cửa hàng lương thực. Chiến tranh, ông Văn Chửng nhập ngũ, làm sĩ quan phiên dịch trong một trung đoàn tên lửa có chuyên gia Nga. Cùng đơn vị, ông vào chiến đấu ở chiến trường Vĩnh Linh. Ông đã hy sinh tại miền đất đỏ này. Giấy báo tử báo vậy khi đơn vị ông chuyển quân sâu vào chiến trường phía nam. Cô Bình để tang chồng ba năm rồi mới lấy anh thợ cắt tóc thương binh hỏng một bên mắt.

Chuyện này do chính anh thương binh treo gương đặt ghế mở cửa hàng cắt tóc ở trước cửa cơ quan chúng tôi kể. Anh chép miệng khi đọc báo và được biết, ông Văn Chửng của chúng tôi bị Công an gọi là con bạc, bị bắt quả tang trên chiếu tổ tôm[2] và bị phạt hành chính hai triệu đồng:

- Khổ! Con bạc gì! Anh ấy hiền lắm. Đã nhiều lần, tôi bảo anh ấy, hay là anh trở về sống với cô Bình đi, nhưng anh ấy không nghe. Anh ấy là con người cao thượng. Đây chẳng qua là chơi để giải buồn thôi, tội cho anh ấy quá. Tội cho anh ấy quá.

Ôi, cái cuộc đời còn biết bao nẻo đường ngoắt ngoéo, có lắm chuyện cười dở, mếu dở, ít ai ngờ tới này!

---

1 kiếm củi ba năm thiêu một giờ：功亏一篑（Trong chốc lát làm mất sạch công lao tu dưỡng, rèn luyện, của cải gom góp）。

2 bị bắt quả tang trên chiếu tổ tôm：在打牌的现场当场被抓。tổ tôm：越南的一种纸牌。

Câu hỏi đọc hiểu（思考题）

1. 读完小说《赌徒》，你有什么感想？

2. 麻文抗通过小说《赌徒》的细节描写，展现了男主人公文璋怎样的内心世界？

3. 读完小说《赌徒》，你对麻文抗的小说写作手法有何分析？

Bài 13

Tâm hồn mẹ（母亲的灵魂）

Nguyễn Huy Thiệp（阮辉涉）

Tiểu sử tác giả（作者简介）

阮辉涉（Nguyễn Huy Thiệp，1950—）于 1986 年开始在《文艺报》上发表短篇小说。1995 年，作家协会出版社出版了《阮辉涉短篇小说选》。1996 年，他的第一部长篇小说《小龙女》正式出版。2001 年，妇女出版社出版了《阮辉涉短篇小说选集》。阮辉涉以短篇小说见长，作者采用虚幻、民间故事的叙事手法，描写农村和劳动人民现实生活，视野新颖、独特、大胆。

Tóm tắt tác phẩm（作品简介）

短篇小说《母亲的灵魂》讲述的是：一个叫阿灯的姑娘，在她两岁的时候，母亲因患出血热而突然离世，父亲另娶。她与外祖父母一起生活。但阿灯无时无刻不思念母亲，她总是把祖父母及外人对她的态度和做法跟想象中的母亲进行对比，想象中母亲的形象和灵魂经常在阿灯脑海中浮现。

Văn bản（作品原文）

Khi Đăng hai tuổi mẹ nó chết đột ngột vì sốt xuất huyết[1]. Vì thế, hình ảnh của nó về một người mẹ rất mơ hồ. Nó ở với ông bà ngoại. Bố nó đã đi lấy vợ khác, chỉ thỉnh thoảng mới đến thăm nó. Đăng hình dung mẹ theo cách nghĩ riêng

---

1 sốt xuất huyết：出血热。

của nó. Nó hay xét nét[1] sự quan tâm săn sóc của những người xung quanh nó bằng cách đặt ra câu hỏi: nếu là mẹ sẽ thế nào? Chẳng hạn, lúc tắm bà ngoại kỳ cọ[2] kỹ quá, nó nghĩ ngay rằng nếu là mẹ thì không làm thế. Mẹ chỉ gội đầu và kỳ cọ những chỗ chủ yếu, còn ở chỗ khác thì mẹ để cho nó làm lấy[3]. Ăn cơm cũng vậy, nếu là mẹ thì không làm như ông ngoại. Ông ngoại không hiểu nó không thích lạp xường[4], đáng lẽ đừng ép thì đằng này ông lại ép, nổi giận và cuối cùng ông chén luôn miếng lạp xường. Nó không tiếc miếng lạp xường, nó chỉ tủi thân vì ông không hiểu nó.

Bây giờ khi lên bảy, Đăng hiểu không ai có thể cư xử săn sóc cho nó như là mẹ được. Thường mọi người làm quá yêu cầu hoặc cư xử với nó không thật đến nơi đến chốn.[5] Cả hai cách ấy đều buồn. Nó là đứa bé nhạy cảm, nhạy cảm quá mức, điều ấy thật không tốt. Tuy thế, nó không biết khắc phục thế nào.

Đến bảy tuổi, Đăng chỉ quanh quẩn trong nhà. Nó ở với toàn người lớn. Người lớn không hiểu nó. Nó luôn cảm thấy tủi thân. Tóm lại là không thể bằng mẹ. Mẹ thì khác, dĩ nhiên rồi. Mẹ là hình ảnh tuyệt diệu, nó không hình dung là sẽ thế nào, nhưng rõ ràng nó cảm nhận được. Trong số bạn bè ít ỏi của Đăng có Thu. Thu bảy tuổi, có bố mẹ, có cả em nữa. Ở trong hoàn cảnh như thế nên ý nghĩ và tình cảm của Thu khác nó.

Thu hồn nhiên và khá tự do. Nó có thể đi chơi mà chẳng cần phải định giờ về. Nó khác Đăng. Đăng bị một loạt qui định kìm giữ. Ông bà ngoại Đăng luôn luôn căng thẳng trong trách nhiệm với đứa cháu mình. Từ việc chơi với Thu, điều này thật vô hại mà ông bà cũng đe nẹt[6], cấm đoán nó. Thu có đôi tai hồng và đôi mắt đen nháy. Không hiểu sao Đăng rất thích được ve vuất đôi tai hồng ấy và nhìn sâu vào đôi mắt đen nháy ấy. Mày nhìn như nuốt tao ấy. Mày tìm cái gì ở đấy?

Đăng bối rối. Ừ, nếu là mẹ thì chắc cũng có đôi mắt như vậy. Không thể khác được.

- Không, tao không tìm gì cả. - Nó đánh trống lảng[7]. - Này, mày có hay khóc

---

1 xét nét：（本文指）思量；琢磨。

2 kỳ cọ：（本文指）搓澡。

3 mẹ để cho nó làm lấy：母亲让她自己做。

4 lạp xường：腊肠。

5 Thường mọi người làm quá yêu cầu hoặc cư xử với nó không thật đến nơi đến chốn：大家常常对她不是要求过分就是要求不够到位；大家常常对她不是要求过分就是敷衍了事。

6 đe nẹt：吓唬（小孩子）。

7 đánh trống lảng：把话岔开了；左顾而言他。

không?

- Thỉnh thoảng. Phải có cái gì mới khóc chứ. Ai lại tự nhiên[1] đi khóc bao giờ?

Thế mà thỉnh thoảng tao lại tự nhiên khóc đấy - Đăng nói. Nó cố ngẫm nghĩ xem có lần nào nó tự nhiên khóc không?

- Đấy là hồn của mẹ mày. - Thu nghiêm trang nói. Nó đã nghe đến chuyện người ta gọi hồn. - Hồn mẹ mày về bảo: "Này Đăng, con khóc đi, khóc đi cho vơi nỗi buồn... "

- Nỗi buồn là gì? - Đăng hỏi. - Không biết, nhưng nó cũng giống như đánh mất cái gì. Hôm qua tao đánh mất cái cặp tóc, thế là tao buồn.

Tao đánh mất thì tao không buồn. - Đăng kiên quyết. - Ông ngoại tao bảo: "Ở đời người ta đánh mất nhiều thứ lắm. Người mất của cải, người mất tâm hồn..."

- Tâm hồn là gì?

- Nó ở đây này - Đăng chỉ vào bụng.

- Trong bụng người ta toàn cứt. - Thu thở dài. - Mẹ tao bảo thế.

- Đấy là mẹ mày nói bậy nói bạ[2] thế thôi. - Đăng an ủi. - Tâm hồn nó giống như dây đàn ấy, ông ngoại tao bảo thế, khi có ngọn gió thổi đến thì nó rung lên khe khẽ: a-a-a-a...

Tâm hồn mà kêu a-a thì hay thật. - Thu cười. Nó nhắm tịt mắt lại và nhại[3](4): a-a-a-a...

- Mày chẳng hiểu gì cả. - Đăng bực dọc. - Mày không có tâm hồn. Mày giống mẹ mày ấy. Mẹ mày chỉ thích tiền thôi.

- Có thế thật. - Thu công nhận. - Có thể mẹ tao không có tâm hồn thật đấy! Chẳng cần! Mà có tâm hồn làm gì. Khi gió thổi đến nó lại kêu a-a thì kinh lắm. - Thu lại cười nắc nẻ. Đăng nhíu lông mày lại. Nó không thích Thu trêu nó. Nó bảo:

- Mày cười như thế là đủ rồi đấy. Con gái hay cười là vô duyên lắm...

- Vô duyên thì làm quái gì?

- Vô duyên thì ế chồng đấy.

Thu phát cáu, từ trong tiềm thức mơ hồ của nó, bản tính tự nhiên giục nó tìm cách trả thù bằng cách cố ý soi mói độc ác.

- Mày là thằng mồ côi. Mày cay nghiệt lắm!

---

1 tự nhiên：无缘无故。

2 nói bậy nói bạ：乱说。

3 nhại：模仿；学样。

Đăng sững lại, mặt nó tái đi. Thu chọc mũi kim vào nơi nó đau nhất. Nước mắt nó trào ra, đôi môi run rẩy, tái dại. Thần sắc của nó biến đổi khiến Thu hoảng sợ.

- Này này, tao đùa đấy... Hơi tí đã khóc. Thôi, thôi, nếu như mày muốn thì tao sẽ có tâm hồn. - Thu bối rối, nó bắt đầu phịa[1] ra câu chuyện tưởng tượng để dỗ bạn. - Đúng thế đấy, tối qua tao nghe thấy ở đâu đây vang lên âm thanh rất khẽ: u-u-u-u. Tao không hiểu tiếng gì... Tựa tựa như gió thổi ngoài đầu hồi[2]... Có thể đấy là tiếng tâm hồn của tao chăng?

Đăng lắng nghe và nhận ra vẻ bối rối của bạn. Nó biết Thu phịa. Nó cảm thấy bị xúc phạm. Nó khóc to lên. Thu cũng òa khóc theo. Nghe thấy tiếng khóc, bà ngoại Đăng chạy xuống. Bà giận dữ nhìn Thu. Bà giang tay tát thẳng vào cái má trắng nhợt của đứa bé. Đăng hé mắt nhìn và không hiểu sao các vết đỏ trên má Thu làm nó nhớ đến năm cánh hoa mà có lần nó vẽ bằng bút dạ.

* *

Vào lớp một, Đăng và Thu ngồi cùng một bàn. Với sự tiếp nhận thế giới xung quanh, Đăng luôn luôn cảm thấy thua kém Thu nhiều mặt. Thu dễ hòa hợp với bè bạn hơn[3]. Nhận thức bài học cũng vậy Thu nhận thức nhanh hơn. Vô hình chung, Đăng cảm thấy có sự lệ thuộc nào đấy vào bạn. Một cách không tự giác, Thu như chỗ dựa cho Đăng về mặt tinh thần. Thu đứng ra bảo vệ cho Đăng trước các địch thủ trong lớp, nó nhắc nhở Đăng trong việc chuẩn bị bài vở. Cho đến lúc nào đó, Thu còn như lạm dụng vai trò của nó với Đăng. Bạn bè trong lớp đã chế giễu chúng:

- Cái Thu là mẹ, Thằng Đăng là con! Cái gì thằng Đăng cũng đều hỏi mẹ! Những lời như thế đầu tiên làm Đăng phẫn nộ.

Sau đó quen đi, một phần cũng do bản tính thụ động. Dần dà trong ý thức, Đăng có sự nể vì đặc biệt đối với Thu, sự nể vì đáng lẽ dùng cho người lớn. Thu rất tự hào về vai trò của nó đối với bạn. Nó nói với Đăng:

- Tao là mẹ mày! Thật đấy! Chúng nó nói không sai đâu!

Đăng cười bối rối, nó không tin Thu có thể trở thành mẹ. - Tuy thế, nó không bác lại. Thật ra, nó cần có mẹ. Ông ngoại nó nói: "Mỗi người đàn bà đều có thiên tính người mẹ." Thu có thể thành mẹ được không?

1 phịa：（口语）bịa，编造。
2 đầu hồi：房山；山墙。
3 Thu dễ hòa hợp với bè bạn hơn：阿秋更合群；阿秋更能和伙伴们玩到一起。

Ít lâu sau xảy ra chuyện này: Lần ấy, cô giáo tổ chức cho lớp học cắm trại ở mãi ngoại thành.. Đăng và Thu bị lạc. Trời tối nhanh. Ở cánh đồng, những bụi cây lúp xúp cứ sẫm dần và ánh lân tinh dưới cánh những con đom đóm nhấp nháy[1]. Thu khóc, nó ân hận vì tự nó nảy ý kiến đi xa.

- Im đi. - Thằng Đăng cáu. - Khóc cũng chẳng ăn thua. - Nó thở dài, - Tao đói quá! Mày có cái gì ăn không?

- Chẳng có, - Thu trả lời. - Tao cũng thấy đói.

- Nếu là mẹ thì phải chuẩn bị đầy đủ cho một chuyến đi. Chí ít cũng là lương thực... - Đăng giễu cợt, nó cố ý nói rất độc ác. - Mày chẳng có trách nhiệm gì với tao cả. Lại khóc nữa. Mày là một bà mẹ tồi.

Thu nín khóc, nó lục lọi túi áo rồi đắc thắng:

- Có cái kẹo! Đúng rồi, tối qua dì Hải tao cho tao cái kẹo và tao quên mất. - Nó giành được chủ động nên bình tĩnh lại. - Thực ra không phải tao quên, tao chuẩn bị rồi tao cố ý quên đi.

Đăng ngờ vực. Nó bóc cái kẹo cắn thử. Đúng kẹo thực, mà kẹo chanh. Có thể Thu là mẹ thật chăng? Mẹ bao giờ cũng tìm ra được một cái gì trong những hoàn cảnh khắc nghiệt. Nó cắn một nửa, một nửa đưa cho Thu và nó vừa dùng đầu lưỡi lăn lăn nửa cái kẹo trong miệng vừa suy nghĩ. Nếu có lửa. - Nó bắt đầu trò đùa theo cách của nó, cũng là một thể nghiệm theo cách của nó. - Nếu mày là mẹ thì mày thử nghĩ xem sao? Thu bối rối. Không thể lật túi để tìm bật lửa. Vận may chỉ đến có một lần thôi, dưới hình thức cái kẹo... Nó nhíu mắt suy nghĩ.

- Cứ đi đi. Sẽ có lửa đấy, tao sẽ tìm ra lửa.

Đăng cười buồn rầu, nó nói một cách nghi hoặc:

- Nếu mày tìm được lửa thì mày là mẹ thật. - Nó bật cười. - Và tìm ra lửa thì tao sẽ nghĩ ra cách để cho người ta tìm thấy chúng mình.

Chúng vừa nói chuyện vừa đi men theo bờ ruộng. Chúng đi vào một khoảng đất trống có những nấm đất tròn u ám, lạnh lẽo. Đấy là bãi tha ma[2]. Cái Thu chợt nhớ, năm ngoái nó đi theo dì Hải về quê tảo mộ bà nó. Cũng bãi tha ma thế này. Người ta đốt hương sau khi đắp mộ[3] và vứt diêm đi.

Đăng thì thào:

- Mày có sợ không...? Tao sợ...

---

1 ở cánh đồng, những bụi cây lúp xúp cứ sẫm dần và ánh lân tinh dưới cánh những con đom đóm nhấp nháy：在田野里，树丛慢慢暗下来，萤火虫一闪一闪，发出亮光。

2 bãi tha ma：坟场。

3 đắp mộ：在坟墓上添土。

- Đừng sợ. - Thu nói khẽ, giọng nó lạc đi. - Tao với mày đi tìm ở cái mả mới kia kìa. Ở đấy sẽ có lửa đấy.

Chúng đến một cái mộ mới đắp. Hoa tươi đầy ắp quanh mộ, những chân hương mới cắm đầy[1].

- Đây rồi! - Thu kêu lên. Nó đã tìm thấy một bao diêm cũ, trong bao có chừng hơn một chục que. Phấn khởi làm cho hai đứa quên cả sợ hãi.

Đăng thán phục:

- Mày tài thật! Sao mày lại nghĩ có diêm ở đấy?

Thu cười. Bây giờ nó là mẹ rồi. Mẹ thì được quyền giấu con những điều bí mật. Nó bảo:

- Mày không biết đâu. - Nó hãnh diện nói. - Vì tao là mẹ.

Đăng vơ củi rác rồi châm lửa đốt.

Khoảng nửa giờ sau cô giáo tìm ra hai đứa.

* *

Chuyện của trẻ con thì người lớn không nên cắt nghĩa vì lôgic của trẻ con là lôgic huyền thoại không tiền khoáng hậu[2]. Người lớn bị thực tế khắc nghiệt làm mất đi lôgic huyền thoại, thay vào là thứ lôgic rạch ròi[3]. Ông bà ngoại Đăng thương chiều nó. Nó là của quý. Những thói hư tật xấu của nó thường bị ông bà nó đổ lỗi cho Thu[4]. Tính ương bướng, thói giễu cợt, sự lười nhác, thậm chí cả việc chậm hiểu của đầu óc nó cũng do bạn nó. Đăng biết ông bà ngoại nó nhầm. Càng lớn lên nó càng bướng bỉnh, càng cô đơn và càng nhạy cảm hơn về thân phận côi cút của mình.

Một bữa, Đăng đánh vỡ tan một bát bằng sứ. Bà ngoại tiếc của mắng nó: - Đồ hậu đậu[5]. Đăng trào nước mắt, nó uất ức, tủi cực. Nó trốn xuống bếp ngồi trong bóng tối và tức tưởi khóc. Trên nhà bà ngoại của Đăng vẫn đang điên cuồng gào thét. Có tiếng tầu điện sầm sập chạy nhanh ngoài phố. Bỗng ý nghĩ về cái chết bật ra rất nhanh trong Đăng. Đúng rồi! Ngã xuống dưới đường ray! Cái khối sắt

1 những chân hương mới cắm đầy：满地未燃尽的香头。

2 lôgic huyền thoại không tiền khoáng hậu：空前绝后的神话逻辑；空前绝后的虚幻逻辑。

3 Người lớn bị thực tế khắc nghiệt làm mất đi lôgic huyền thoại, thay vào là thứ lôgic rạch ròi：在严酷的现实面前，成人已经丧失了虚幻的逻辑（推理），取而代之的是清晰的逻辑（推理）。

4 đổ lỗi cho Thu：怪罪到阿秋的头上。

5 Đồ hậu đậu：笨手笨脚的家伙。

đồ sộ lướt qua và thế là hết. Chẳng phải làm gì, chẳng phải nghĩ ngợi. Mười phút nữa sẽ có chuyến tầu đi qua. Điều cần nhất là báo cho Thu. Nó là bạn tốt. Nó cắt nghĩa được cái chết. Đăng len lén mở cửa rồi chạy ra đường. Cái tầu điện cách ba trăm mét. Thu đứng ở vệ đường.

- Mày sao thế? - Thu ngơ ngác.

Mặt Đăng nó tái đi không còn thần sắc[1]. Cái tầu điện lướt qua. - Tròi ơi - Thu đẩy Đăng ra rồi ngã vật xuống.

Nó ngất đi.

* *

Đăng không chết, vì do Thu đẩy ngã. Còn Thu lại bị tàu điện cán gẫy nát chân. Người ta đưa cả hai đứa đi viện. Đăng sốt cao, suốt đêm cứ vật vã nói mê liên hồi[2]:

- Mẹ... mẹ... mẹ... mẹ...

Tiếng "mẹ" của nó như tiếng gió thổi ở ngoài đầu hồi.

Trong giấc mơ, Đăng thấy Thu với nó đứng ở trên cao. Ở đấy nhìn xuống thấy người bé xíu, những chiếc ô tô cũng bé xíu. Gió lồng lộng[3], Thu cười nắc nẻ, hàm răng trắng bóng. Thu bảo:

- Này Đăng, tao sẽ đi trên khoảng không bằng đôi chân này. - Nó chìa đôi chân trần ra trước mặt Đăng. - Đi như bay ấy, như trong chuyện cổ...

Nói xong, Thu đi thật. Nó bước vào khoảng trống không, hai tay bơi rẽ không khí. Đăng gọi Thu:

- Đợi với! Đợi tao đi với! Hãy bảo tao đi như thế với- Hãy bảo tao đi như thế với!

Thu bay lướt đi, nó bảo: Mày không đi được thế đâu! Hiểu không? Vì tao là mẹ.

Đăng giật mình dậy. Giấc mơ qua đi. Nó mở mắt ra nhìn kỹ căn phòng bệnh viện. Cạnh Đăng, ông bà ngoại nó đang chăm chú nhìn. Nó bỗng rùng mình vì thấy mắt của hai người trong suốt. Đăng nhìn ra ngoài cửa sổ. Trời xanh ngăn ngắt. Trên sợi dây thép phơi áo, có ngọn gió nào rung khẽ. Ở đấy vọng lại những tiếng thì thào, thính tai lắm mới nghe thấy được:

U...u... u... u...

1 Mặt Đăng nó tái đi không còn thần sắc：阿灯面无血色。
2 nói mê liên hồi：不停说梦话。
3 Gió lồng lộng：狂风呼啸。

Chăn trâu cắt cỏ（放牛割草）

Nguyễn Huy Thiệp（阮辉涉）

Tóm tắt tác phẩm（作品简介）

短篇小说《放牛割草》讲述了男主人公阿能无心读书，志在田野，志在佛道的故事，表达了作者鄙视功名利禄、向往大自然的志趣。

Văn bản（作品原文）

Chùa Kiên Lao làng Hiền Lương là chùa nhỏ. Sư[1] Tịnh ở chùa một mình. Năng hay đến chơi. Mẹ Năng bảo: "Năng, mày có duyên với nhà Phật đấy". Năng cười, không nói gì.

Một hôm sư Tịnh bảo:

- Này Năng, con ở gần ta sáu năm. Nghe ta đọc kinh Phật có hiểu không?

Năng bảo:

- Có chỗ hiểu, có chỗ không hiểu.

Sư Tịnh bảo:

- Ừ!

Hôm ấy có sư Diệu Thủy ở chùa Sùng Khánh đến nghe giảng. Sư Diệu Thủy hơn Năng vài tuổi, quê ở Thái Bình, đã học hết phổ thông trung học. Hỏi vì sao đi tu? Sư Diệu Thủy bảo:

- Hồi ấy, trường học tổ chức đi du lịch ở Côn Sơn Kiếp Bạc. Không khí trong lành, cảnh chùa đẹp đẽ. Lòng ta tự dưng rung động. Ta ước ao có ngày cũng được như những người kia. Thế là về nhà, ta lạy chào cha mẹ rồi đi. Năm ấy 17 tuổi.

Sư Tịnh bảo:

- Bằng tuổi Năng bây giờ.

Năng nghĩ:

- 17 tuổi là tuổi ngốc nghếch[2].

---

1 sư：和尚，法师。

2 ngốc nghếch：（本文指）无知。

Sư Tịnh đọc được ý nghĩ của Năng. Sư Tịnh bảo:

- Không ngốc đâu.

Năng đỏ mặt. Năng đã coi thường sư Diệu Thủy chăng?

Sư Tịnh bảo:

- Hôm nay ta kể chuyện này. Lần ấy Lục Tổ[1] đến chùa kia. Mọi người đang nghe giảng kinh, bỗng có ngọn gió thổi đến làm lay động lá phướn[2]. Một thầy tăng[3] nói: "Gió động." Một thầy tăng khác nói: "Phướn động." Thế là mọi người đua nhau tranh cãi. Lục tổ bấy giờ mới bước lên nói rằng. "Không phải gió động, cũng không phải phướn động. Chỉ có cái tâm của chư vị động mà thôi." Mọi người bấy giờ hết sức ngạc nhiên, tất cả sụp lạy Lục tổ[4].

Sư Diệu Thủy về, Năng cũng về.

Năng đi qua cánh đồng. Mùi lúa thơm ngào ngạt. Trời nắng, thứ nắng đầu mùa hạ, không khô mà dịu.

Thoạt nhiên bỗng trời mưa. Mưa rất nhanh, ào ạt, chỉ khoảng độ năm mười phút. Giữa đồng chẳng biết trốn vào đâu, Năng ướt đầu, ướt áo. Năng nhìn ra xung quanh, màu lúa như sẫm xanh hơn..

Năng đi đến bờ mương[5] ngồi nghỉ. Không nghĩ gì, chỉ nhìn những gợn sóng lăn tăn đều đặn[6] ở trong lòng mương. Nước như đứng lại, không biết chảy ngược hay xuôi. Từ phía phố Huyện có ba người đi đến.

Năng nghĩ:

- Không phải người làng.

Ba người ngồi dưới gốc cây. Một người béo chừng năm mươi tuổi trải một tờ báo xuống đất, lấy thức ăn trong túi xách đặt lên. Một người gầy cũng lấy trong túi ra mấy hộp bia và hộp nước ngọt. Còn người thứ ba, thấp lùn thì đứng bên cạnh, càu nhàu:

- Sao không vào quán mà ăn?

Người béo cười:

- Đánh chén ở đây khỏi phiền người ta.

Họ cùng ngồi xuống ăn uống, nói chuyện.

Người gầy nói:

---

1 Lục Tổ：六祖。六祖惠能：Lục Tổ Huệ Năng。

2 lá phướn：幡。

3 thầy tăng：僧人。

4 tất cả sụp lạy Lục tổ：众僧膜拜六祖。

5 mương：水渠。

6 những gợn sóng lăn tăn đều đặn：水波涟漪。

- Ông Trọng tháng mười một này nghỉ hưu.

- Đáng lẽ về từ mấy năm trước nhưng ông ấy khai gian lý lịch[1] để kéo thêm vài năm, ông ấy tuổi Sửu bằng tuổi chú Vượng tôi. Thế mà chú Vượng tôi đã chết được sáu năm rồi.

Người béo nói:.

- Ông Trọng về là phải rồi. Cũng đã xây được nhà, con trai con gái đều đã lấy vợ lấy chồng. Thế là "vinh thân phì gia[2]", có của ăn của để[3].

Người thấp lùn nói:

- Con gái bà chị tôi là con dâu ông Trọng, lấy thằng Điển. Hai vợ chồng nó đều dạy học ở thị xã, lại có cửa hàng ở chợ, thuê người bán hàng. Sống sung túc lắm.

Người gầy nói:

- Ông Trọng về nghỉ hưu thì ai lên thay chức ông ấy?

Người thấp lùn nói:

- Chắc lại ông Trung vây cánh[4] của ông ấy thôi.

Người béo nói;

- Tôi đâm ra nghiện cái nước giải khát Coca Cola.

Câu chuyện kéo dài, mỗi người nói một câu rồi họ đứng lên đi về phía Năng.

Năng về nhà. Cơm nước xong thì mẹ Năng bảo:

- Năm nay con có định thi vào Đại học không?

Năng bảo:

- Thôi mẹ ạ, con ngại học lắm. Con cũng không muốn xa mẹ.

Mẹ Năng cười:

- Anh tưởng anh còn bé à. Đi ra đời mà học khôn chứ!

Bố Năng bảo:

- Cứ làm anh nông dân là tốt! Kệ nó! Nó lớn rồi nó biết nghĩ.

Năng lên giường nằm... Giấc ngủ kéo đến dịu êm và nhẹ nhàng. Trong giấc ngủ, Năng cảm thấy mình đang phiêu du ở đầu ở đâu.

Buổi sáng, Năng dậy đi cắt cỏ trâu. Mang theo cái liềm với đôi quang gánh. Dọc theo bờ sông là bãi ngô với bãi mía. Năng cũng không biết cảnh vật ở đây đẹp hay không đẹp. Bây giờ ở Hà Nội người ta làm gì, ở New York người ta làm

1 khai gian lý lịch：造假履历。

2 vinh thân phì gia：功成名就，光宗耀祖。

3 có của ăn của để：财富雄厚。

4 vây cánh：党羽。

gì, ở Tôkyô người ta làm gì? Năng cảm thấy mình đã ở những nơi ấy, thậm chí thuộc làu từng khu phố một. Cắt cỏ chỉ hơn tiếng đồng hồ.

Năng rẽ vào chùa. Sư Tịnh đang ngồi một mình, tựa như đang ngủ. Năng đặt nhẹ gánh cỏ xuống dưới gốc nhãn rồi nhẹ bước đi vào mà sư vẫn biết.

Sư Tịnh bảo:

- Năng đấy à?

- Vâng.

Sư Tịnh:

- Đi cắt cỏ à?

- Vâng.

Sư Tịnh:

- Có chuyện gì không?

- Không.

Sư Tịnh:

- Đang nghĩ gì?

Năng giật mình[1]. Nghĩ gì? Có cần phải nghĩ một điều gì không?

Sư Tịnh bảo:

- Mỗi giây nghĩ đều không ngưng trệ.[2] Sống. Biến đổi. Như dòng nước. Như mây bay. Như máu chảy.

Có khách đến. Khách là ông giáo Hội. Ông giáo Hội cũng là người làng.

Sư Tịnh hỏi:

- Ông giáo hôm nay không lên lớp à?

Ông giáo Hội bảo:

- Hôm nay tôi không có giờ. Chẳng là có chai rượu của cậu học trò mang biếu. Nghĩ uống rượu một mình buồn nên mang lên chùa uống với thầy. Có được không ạ?

Sư Tịnh bảo:

- Được.

Uống rượu một lúc. Ông giáo Hội bảo:

- Tôi là người phàm phu[3], trông lên Phật "kính nhi viễn chi[4]". Không dám đến gần. Tửu cũng ham, sắc cũng ham, danh lợi cũng ham. Biết là xấu mà không

---

1 giật mình：身体颤动了一下。

2 Mỗi giây nghĩ đều không ngưng trệ：每一秒思考都不会停滞。

3 phàm phu：凡人；凡夫俗子。

4 kính nhi viễn chi：敬而远之。

bỏ được. Tôi không đọc sách báo - Đấy toàn là thuốc ngủ, tôi không làm bạn bè với ai - Đấy toàn là yêu quái.

Sư Tịnh cười:

- Thế ông làm gì?

Ông giáo Hội không trả lời, hỏi vu vơ:

- Thế sống là chạy đuổi theo thói xấu với người xấu à?

Năng chào sư Tịnh và ông giáo Hội về nhà.

Sư Tịnh bảo:

- Tùy duyên, sao lại phân biệt tốt xấu để cho đau lòng?

Năng gánh cỏ. Năng thấy gánh cỏ một bên nặng, một bên nhẹ. Gánh thế không đi xa được nhưng may từ chùa về nhà chỉ dăm trăm thước. Trâu đang đợi cỏ, thấy Năng về vẫy đuôi[1] rối rít. Năng đang cho trâu ăn cỏ thì chị Thư đến. Chị Thư là thủ quỹ[2] của xóm chuyên đi thu tiền. Mẹ Năng ra tiếp.

Chị Thư bảo:

- Cháu đến thu tiền điện. Tiền điện tháng này của nhà hết 28 ngàn đồng.

Mẹ Năng cười ngượng ngịu:

- Cả nhà còn 22 ngàn đồng. Hay tao bảo thằng Năng mang con gà ra chợ bán?

Chị Thư bảo:

- Con gà nhà mấy cân?

Mẹ Năng bảo:

- Làm gì mấy cân? Bán giỏi lắm chắc được 15 ngàn đồng.

Chị Thư bảo:

- Thím bắt ra đây cho cháu xem nào. Thế nào cháu cũng phải đi chợ mua thức ăn đãi khách ủy ban. Nếu thấy được thì cháu "duyệt[3]" luôn. "Nhất cử lưỡng tiện[4]". Khỏi phải ra chợ.

Mẹ Năng đi bắt gà.

Năng bảo:

- Con đánh trâu ra đồng cày. Được không mẹ?

Chị Thư bảo:

---

1 vẫy đuôi：摇尾。

2 thủ quỹ：出纳。

3 duyệt：敲定；买走。

4 Nhất cử lưỡng tiện：一举两得。

- Thằng Năng đảm việc thật[1]. Về sau cô nào lấy được cậu ấy thì sướng cả đời.

Năng đỏ mặt. Nghĩ đến ông giáo Hội bảo đàn bà là đống xương khô lại bật cười. Người đàn bà nào gắn với số phận của Năng liệu có sướng không?

Năng vác cày, đánh trâu ra đồng. Năng nhìn theo dấu con trâu bước đi chậm rãi.

Năng cày ruộng. Năng biết cày hết thửa ruộng cũng phải quá trưa nhưng Năng không vội. Con trâu im lặng như đang nghĩ ngợi. Năng cũng im lặng, chăm chú vào việc lái cày cho thẳng[2]. Năng cố gắng để không nghĩ ngợi, không xét đoán. Chợt nhớ sư Tịnh có lần khuyên rằng không nên xét đoán hay dở, đúng sai, xấu tốt. Ta đã chắc gì mình ở đầu, ở đâu?

Năng cày một mình không nghỉ. Đứng bóng thì xong thửa ruộng, đánh trâu xuống sông tắm mát. Năng lấy cỏ kỳ cọ cho trâu. Con trâu dim mắt lại. Năng bơi một lát, thấy đói cồn cào[3].

Năng về nhà. Ăn cơm xong thấy ông giáo Hội ngật ngưỡng xiêu vẹo đi vào[4]. Ông giáo Hội bảo:

- Cho bác nghỉ nhờ ở đây một lát. Về nhà thấy toàn những khuôn mặt cũ, chán lắm!

Năng bật cười. Nhà ông giáo Hội có tiếng nền nếp[5]: Vợ đảm đang, những đứa con rất ngoan, hiền lành, nhà cửa khang trang. Ông giáo Hội nằm võng[6]. Ông giáo Hội bảo:

- Lúc nãy ở chùa nói chuyện với sư, giật mình nghĩ lại thấy mấy chục năm nay mình đi dạy học, dạy trẻ con toàn thứ láo toét[7]. Thôi ngày mai bỏ về cày ruộng.

Ông giáo Hội nói xong thì ngủ.

Năng không nói gì. Năng biết ông giáo Hội chỉ nói thế thôi, ngày mai sẽ lại lên lớp dạy học như thường. Năng đã nghe ông giáo Hội nói thế không phải một lần.

1 đảm việc thật：真能干。

2 lái cày cho thẳng：把犁扶直。

3 đói cồn cào：饥肠辘辘。

4 ngật ngưỡng xiêu vẹo đi vào：摇摇晃晃地走进来；东倒西歪地走进来。

5 Nhà ông giáo Hội có tiếng nền nếp：阿会老师家门风正是出名的。nền nếp：（本文指）门风正；家风好。

6 võng：吊床。

7 láo toét：胡扯。

Năng ra đồng. Lại phải đi cắt cỏ cho trâu. Mẹ Năng bảo:

- Bố mày ra đình từ sáng. Ngày mai làng tế Thành hoàng[1].

Sớm hôm sau, mới gà gáy nhà Năng đã dậy. Cả những nhà bên cũng thế. Mẹ Năng thổi xôi, luộc thịt. Năng tắm gội sạch sẽ rồi ra đình làng. Hôm nay hội đình, việc này đã được chuẩn bị từ hơn tháng trước. Các cụ ông, cụ bà ở trong đội tế đã thay áo quần, tề tựu[2] cả. Đám thanh niên gồm mười tám trai với mười tám gái cùng chuẩn bị nhập hội tế.

Năng cũng ở trong số này.

Năng vào phòng hóa trang thay quần áo. Hội đình năm nào cũng diễn sự tích của Thành hoàng làng. Chuyện rằng ngày xưa Trời làm hạn hán, ở dưới mặt đất dân tình đói khổ. Dân làng theo một chàng trai bắc thang đánh Trời. Trời sai Thiên Lôi mang sấm sét thiên la địa võng đánh lại. Ba lần chàng trai đều thắng Thiên Lôi. Cuối cùng Trời phải làm mưa, dân tình thoát khỏi tai nạn hạn hán. Chàng trai cùng dân làng vui vẻ cày bừa, trở lại cuộc sống bình thường. Nhưng Thiên Lôi đợi khi chàng trai không đề phòng thì tới đánh lén. Khi chàng trai chết, dân làng đã thờ chàng làm Thành hoàng.

Khoảng 9 giờ sáng bắt đầu hội tế. Người đông nghìn nghịt sân đình. Cờ, hoa, các mâm lễ vật bày la liệt. Không khí náo nhiệt. Năng cùng đám thanh niên vác những cái thang ngắn ra giữa sân đình. Điệu múa thang đã được tập luyện công phu từ mấy tháng trước. Câu chuyện cũ được diễn lại rất tao nhã, đẹp mắt và sôi nổi. Năng cầm thang đứng trong đội múa khi tiến, khi lùi, rẽ ngang, rẽ trái đều theo nhịp trống. Các ông già đóng vai Thiên Lôi và sấm sét cầm đao búa, kiếm kích cũng tiến cũng lùi, rẽ phải trái theo nhịp trống. Trận đánh diễn ra theo những nghi lễ ước lệ[3]. Năng thấy bố mình cũng đóng vai một tướng nhà Trời. Trông ông rất hung dữ, khác hẳn với lúc bình thường.

Năng bị một quả chùy đánh thốc vào ngực. Đòn đánh rất hiểm. Nếu Năng ngã xuống thì thật xấu hổ ê chề. Trông ra thấy sư Tịnh đứng ở góc sân cười tủm tỉm. Diễn tích xong thì đến rước kiệu. Năng vịn vào vai kiệu. Kiệu đi vùn vụt như trong mơ. Đám đông la hét điên cuồng. Ai đó kêu to:

- Kiệu bay!

Cuộc vui kéo dài đến hết buổi chiều. Năng về đến nhà thì tối. Năng tắm giặt, ăn cơm rồi xuống thả trâu.

---

1 Thành hoàng：城隍。

2 tề tựu：到齐；到场。

3 nghi lễ ước lệ：程式化的仪式。

Trăng non bắt đầu mọc. Gió thổi nhẹ. Năng thấy lòng mình trống rỗng. Năng dắt trâu ra bãi cỏ ven đê rồi nằm dài xuống vạt cỏ mềm. Bây giờ mới thấy người đau ê ẩm, cởi áo ra thấy có vết tím ở ngực trái: Rõ ràng vết của quả chùy. Năng nhìn lên trời cao, Năng không biết mình đang ở đâu, ở đâu? Con trâu gặm cỏ bên cạnh, nhẫn nại bình thản. Nó đang nghĩ gì. Nó đang ở đâu, ở đâu?

Bóng tối lan tỏa trên cánh đồng. Có gió thổi, rõ ràng là có gió thổi. Nghe rõ cả tiếng phần phật của cờ, của phướn.

Câu hỏi đọc hiểu（思考题）

1. 读完小说《母亲的灵魂》，你有何感想？
2. 小说《放牛割草》中的阿能是什么样的人物形象？
3. 作者想通过小说《放牛割草》透露给读者什么样的信息？

Bài 14

Khi người ta còn trẻ（人们还年轻的时候）

Nguyễn Thị Ngọc Tú（阮氏玉秀）

Tiểu sử tác giả（作者简介）

阮氏玉秀（Nguyễn Thị Ngọc Tú，1942—2013 年）大学毕业后，在山西一所中学教书。1962—1964 年，她参加越南作家协会举办的第一届作家写作班。她曾先后当过《广宁矿区报》《文艺周报》的记者、编辑和《新作品》杂志的总编辑等。她的主要作品有长篇小说《乡土》《榄仁树胡同》《下季的种子》《告别冬天》等。其中，《下季的种子》获得 1986 年越南作家协会小说奖。

Tóm tắt tác phẩm（作品简介）

短篇小说《人们还年轻的时候》讲述了女主人公“我”与阿达的爱情故事，表现了作者对青春、爱情以及人生的思考。

Văn bản（作品原文）

Tôi đưa mắt nhìn đồng hồ. Các nhà đã lên đèn. Tại sao đến lúc này anh vẫn chưa về? Tôi điên lên nhìn mâm cơm nguội ngắt và các nhà hàng xóm bát đũa đã kêu lách cách[1] báo hiệu một ngày đã qua.

Sao mày lấy chồng sớm thế? Lấy chồng sớm làm gì? Ngu ơi là ngu. Ăn chơi cho sướng đã. Ràng buộc lúc nào khổ lúc ấy. Những lời nói của bạn bè lâu nay tôi

---

1 bát đũa đã kêu lách cách：收拾、洗涮碗筷而发出叮叮咣咣的声响。

để ngoài tai[1], có khi còn vênh mặt lên[2]: "Tại tao yêu anh ấy. Anh ấy cũng yêu tao. Tao thích cưới!" Các bạn tôi im re. Tôi thích thú vì đã thắng lợi. Tôi là người hiếu thắng. Tôi đã làm gì thì điều đó tuyệt đối đúng. Ừ, có lúc cũng phải khổ sở tí chút, như lúc này chẳng hạn. Ở đời phải có lúc sướng lúc khổ chứ.

Anh là một thanh niên đẹp trai, theo đuổi mục tiêu không hề biết mệt từ lúc tôi còn học phổ thông, nhẫn nại ít thấy, chịu đựng hết sảy[3]. Anh đưa đón tôi chu đáo, ngoài ra ngày nghỉ anh đưa tôi đi chơi. Những con đường đẹp, những cây lạ. Tôi biết thế nào là hoa thơm, cỏ lạ. Anh giúp tôi sưu tầm ô mai các loại mà tôi thích ăn…Tôi luôn chờ đợi thấp thỏm[4] khi anh đến. Tôi cảm thấy đời tôi có thể thiếu nhiều thứ - trừ anh.

Rồi một hôm, anh đột ngột xuất hiện. Tôi chạy lao ra đón anh. Anh luống cuống đẩy ra trước mặt tôi một bà già đứng tuổi. Anh cười giơ tay cho tôi:

- Mẹ anh đấy, em làm quen với mẹ đi.

Lúc đó thế nào nhỉ? Người tôi nóng bừng lên nhưng hai tay lại sởn gai ốc[5] như bị lạnh vậy. Tôi lí nhí chào "bác" rồi chạy vụt ra đằng sau bếp chúi mũi vào hai củ khoai lang và một con mực đã mốc xanh mẹ để dành làm thức ăn cho con mèo. Tôi nghĩ và quên bẵng những gì đã xảy ra ở trên nhà. Một lúc sau, con mực đã phồng rộp lên[6], thơm phức, không còn dấu hiệu nào của mốc xanh mốc đỏ nữa. Tôi đang xé con mực tước ra thành những mảnh nhỏ thì anh chạy lao từ trên nhà xuống bếp, ngồi thụp bên tôi, thở phào:

- Xong rồi!

- Xong cái gì? - Tôi ngơ ngác.

- Chuyện chúng mình xong rồi. Hai cụ đã "ô kê" nhau và sẽ đứng ra lo đám cưới cho chúng mình - Vừa nói anh vừa cầm con mực đã nướng xé nhỏ nhai tóp tép[7].

- Anh nói chuyện gì đấy? Cái gì, lúc nào cũng đùa. - Tôi nhăn nhó và lo lắng không hiểu những gì xảy ra ở trên nhà.

---

1 tôi để ngoài tai：我当作耳旁风；我置之不理。
2 vênh mặt lên：趾高气扬。
3 chịu đựng hết sảy：极能忍受。hết sảy：（口语）（方言）顶，最。
4 chờ đợi thấp thỏm：忐忑不安地等待。
5 sởn gai ốc：起鸡皮疙瘩。
6 phồng rộp lên：（体积）膨胀大了。
7 cầm con mực đã nướng xé nhỏ nhai tóp tép：手拿烤熟的墨鱼，撕成一条条，放在嘴里嚼起来。

Anh vẫn tóp tép nhai và còn khen mực ngon nữa mới tức chứ[1]. Rồi anh khề khà:

- Anh không ngờ hai cụ "ô kê" nhau nhanh đến thế! Lạ thật! Nhẽ ra hai cụ phải bàn bạc, trao đổi với nhau về mọi việc của đám cưới. Bao nhiêu là việc không bàn lại ngồi trao đổi với nhau về sở thích của các món ăn. Thích thế cơ chứ. Em phải thưởng công cho anh đi.

Anh vừa nói vừa nhai và thế là hết sạch con mực của tôi. Còn tôi lúc ấy chẳng hiểu ra sao, phát hoảng lên. Tôi lao lên nhà, đứng sững nơi cửa.

Tiếng trong nhà vang lên. Giọng mẹ tôi xởi lởi[2]:

- Vâng. Bác đã nói thế em xin chấp nhận. Bác ở xa mà đến thăm gia đình em như thế này thật là quý hoá. Bác cứ yên tâm để em bàn thêm với gia đình. Có thế nào thì đầu tuần sau em sang bên đó. Trước nhất là để thăm gia đình, sau là để xem còn gì cần bàn bạc ta dứt điểm luôn[3]. Chẳng giấu gì bác, lâu nay cháu Đạt vẫn qua lại đây, tôi quý lắm, coi cháu như con em trong nhà. Bác cứ yên tâm hai nhà như một.

Tôi hốt hoảng chạy xuống bếp. Anh đã xơi hết hai củ khoai lang.

- Có chuyện gì thế anh Đạt? Thế này là thế nào?

- Cứ ngồi xuống đây đã!

Anh bình tĩnh chờ đợi tôi. Khi tôi đã ngồi yên ổn trước mặt anh, anh nhìn tôi đăm đăm rồi hỏi nhỏ:

- Em có đồng ý làm vợ anh không?

Tôi sững sờ. Chưa bao giờ tôi nghĩ sẽ đến lúc có người lại hỏi tôi như vậy. Lại hỏi vào một hoàn cảnh chẳng nên thơ tí nào[4]. Chẳng có ánh trăng làm chứng. Chẳng có dòng sông hay con đò lờ lững trôi, hay rặng liễu rủ, bãi cỏ non xanh như tôi thường tưởng tượng. Chung quanh tôi chỉ có chảo rán, các kiểu nồi xoong, xô đựng nước và cái bếp điện nhỏ cháy đỏ và hai củ khoai nướng mà anh đã ăn hết trong nháy mắt. Chừng hiểu tâm trạng của tôi, anh khẽ đặt tay lên mái tóc ngắn cũn của tôi:

- Anh đèo mẹ đến đây để xin mẹ cưới em về làm vợ. Em thấy thế nào?

Nghe anh nói, trong ngực tôi có một cục gì chẹn ngang làm tôi tức thở[5].

1 còn khen mực ngon nữa mới tức chứ：还说墨鱼香，真是气死人。

2 xởi lởi：兴奋地（说）。

3 dứt điểm luôn：直接解决；直接搞定。

4 một hoàn cảnh chẳng nên thơ tí nào：一个丝毫没有诗意的环境。

5 trong ngực tôi có một cục gì chẹn ngang làm tôi tức thở：在我胸口有一块东西堵着，使我喘不上气来。

Không trả lời, tôi vùng chạy ra sân, người run bắn lên và lặng lẽ khóc. Anh đưa khăn cho tôi lau nước mắt. Tôi tấm tức[1]:

- Lấy anh xong em có được đi học, đi chơi không? Anh có đi với em không? Anh có đánh em như mấy ông hay đánh vợ ở gần nhà em không?

Anh cười rũ ra, không trả lời tôi. Chỉ cười và cười. Lúc ấy tôi khóc nên không nhìn thấy hai bà mẹ đang đứng ngay bên cạnh nhìn chúng tôi. Chợt tôi nghe một tiếng nói là lạ:

- Chao ôi, con bé đáng yêu quá. Nếu nó, thằng con trai của mẹ không chiều chuộng con, con ở với mẹ, lo gì?

Tôi giật mình, chùi vội nước mắt gượng cười nói với "mẹ anh ấy". Chắc mồm tôi méo đi hay sao mà cả ba người đều cười ồ.

Tôi chuẩn bị lấy chồng là như thế đấy!

Ngày đón dâu, lúc mẹ anh (đằng trai) đến xin dâu. Theo đúng luật lệ bà mang một cái tráp trong có những lá trầu cắt têm cánh phượng, cau đã bổ và vỏ đã cắt miếng. Bà mẹ anh mời bà mẹ tôi ăn một miếng trầu rồi để tráp lên bàn ra về. Nhà gái nhận cơi trầu[2] để mời khách và trả lại nhà trai vào hôm đón dâu. Đằng này lúc bà mẹ anh đi ra, nhìn thấy cái tráp để trên bàn, tưởng bà quên, tôi vội ôm tráp hối hả đuổi theo, mồm gọi to:

- Bác ơi, bác quên cái tráp!

Mẹ anh ấy và mẹ tôi lại được trận cười. Bà mẹ anh ấy vuốt tóc tôi nhỏ nhẹ:

- Phải để lại con ạ. Xin dâu không đem tráp về đâu.

Tôi ngớ mặt ra lủi thủi ôm tráp vào nhà.

Lòng chưa hết bàng hoàng, một lúc sau, khi một cô đến trang điểm cho tôi lại làm cho tôi thêm ngơ ngác. Thay mái tóc ngắn như con trai của tôi là những búp tóc dài xoăn tít của cái đầu tóc giả úp lên[3]. Mắt tôi xanh thẫm. Hai hàng lông mi giả luôn kéo sụp xuống làm tôi đâm buồn ngủ. Đôi môi tôi vốn dĩ màu hồng, giờ bôi cái gì làm nó thẫm lại, da mặt trắng phếch ra. Cô bạn phù dâu[4] đã từng học với tôi từ lớp 1 đến lớp 12, sau đó mỗi đứa vào một trường đại học. Hai đứa cùng nhìn nhau qua gương, cười đến chảy nước mắt. Thấy vậy bà hoá trang lên cơn thịnh nộ mắng cho một trận vì đã làm bà mất bao công sức. Đang cười bỗng nghe

---

1 tấm tức：抽泣着（说）。

2 cơi trầu：槟榔盘。

3 Thay mái tóc ngắn như con trai của tôi là những búp tóc dài xoăn tít của cái đầu tóc giả úp lên：取代我男孩般短发的是扣在我头上的长长的、卷曲的假发。

4 cô bạn phù dâu：伴娘。

một tràng pháo nổ vang lên. Hai đứa chạy cuống lên nấp vào sau cánh cửa ban công. Chỉ được một lúc thôi, tôi và Quý, cô bạn phù dâu lại lôi nhau ra cửa nhìn sang phòng bên. Chao ôi là đông! Toàn người là người. Khói pháo mù mịt. Quý thì thầm:

- Chẳng thấy chú rể[1] với phù rể[2] đâu mày ạ.

- Tao làm sao biết được. - Tôi đáp.

Bỗng cớ tiếng nói phía sau:

- Ai đời cô dâu háo hức xem mặt chú rể, nó sang bây giờ tha hồ mà xem! - Bà bác tôi nói.

Hai đứa lại kéo nhau vào. Chú rể xuất hiện. Thật tức mình là tôi không được biết mặt anh ấy để hỏi xem anh ấy nghĩ gì. Chỉ nhìn thoáng anh cười, hai hàm răng trắng loá lên. Tôi cúi gằm mặt vì ngượng. Tôi luôn có cảm giác mình đeo mặt nạ[3], luống cuống giơ tay ra đón bó hoa hồng to tướng anh đưa cho tôi:

- Cầm hoa thế nào?

- Không biết! - Anh cũng thì thào.

Lúc mẹ dẫn chúng tôi đến trước bàn thờ làm lễ gia tiên[4], mẹ dặn dò tôi trước lúc về nhà chồng. Tôi bỗng thấy mình phải xa mẹ, xa ngôi nhà thân yêu suốt gần hai mươi năm tôi đã sống, xa tất cả... Nước mắt trào ra má. Anh thấy tôi khóc, sợ quá ghé tai tôi thì thầm:

- Khóc làm gì, sớm mai anh lại đèo em về ngay mà. Đây chỉ là luật buộc phải làm thôi. Không làm đúng các cụ chửi cho à?

Quay nhìn sang bên, mẹ tôi cũng đang sụt sịt, anh phải quay mặt đi vì buồn cười. Còn tôi, nước mắt vẫn chảy nhưng lại nhe răng ra cười.

* *

- Làm gì mà ngồi nghệt ra thế, em? - Anh dựng chiếc xe đạp bên cửa, vừa phủi ống quần bạc trắng nhìn tôi cười. Tôi đưa mắt nhìn cái đồng hồ treo tường.

- Anh về muộn phải không. Anh cố làm cho gọn việc, mai đỡ. Chao, mỏi lưng quá, pha cho anh cốc nước chanh đi, khát cháy cổ đây này. Giận anh phải không, hả bé? Anh bận làm chứ có chơi bời gì đâu.

---

1 chú rể：新郎。
2 phù rể：伴郎。
3 đeo mặt nạ：戴着面具。
4 đến trước bàn thờ làm lễ gia tiên：来到供桌前行祭拜祖先之礼。

- Anh nói nhiều thế nhỉ. Chưa hỏi mà đã xưng[1].

- Sao hôm nay em lạ thế? Học ở đâu cái kiểu mắng chồng. Không làm lấy gì ăn tiêu. Xin mãi tiền bố mẹ được ư? - Anh nói và nghiêm mặt.

- Tôi nói thế, sai à? Tôi đợi anh về để nghe anh mắng à? Hết chịu được nữa rồi. - Tôi bỗng sụt sịt khóc. - Ngày hôm nay đẹp trời mà tôi phải ru rú ở nhà[2] như thế này à?

- Em sao thế? Anh chẳng hiểu gì cả. - Anh ngơ ngác nhìn quanh như đang tìm kiếm cái gì làm tôi tức giận.

- Rồi anh sẽ hiểu! - Tôi vùng vằng đứng lên[3], ra gương chải lại tóc[4], đi nhanh ra cửa.

- Em đi đâu đấy? Sao thế nhỉ? Chẳng có gì mà cũng làm ầm lên. Nhẽ ra hôm nay anh và em rất vui. Anh làm xong việc. - Anh nói và chạy theo giữ tôi lại. Tôi vùng vẫy thoát ra khỏi vòng tay của anh.

- Tôi đi chơi đây. Ở nhà chờ anh như thế đủ lắm rồi.

Tôi dắt xe lao ra đường. Nhìn thoáng một gương mặt tái đi và tiếng anh gọi thoang thoảng đâu đó.

*

Nắng tắt dần[5], trời mát. Gió lùa lá khô chạy quẩn trên đường xào xạc, xào xạc. Tôi đạp xe hối hả. Nỗi tức giận bừng bửng ra khỏi nhà giờ dịu hẳn đi.

- Ồ, An đấy à? Lại đây, An! - Có tiếng con gái gọi thảng thốt bên đường.

Tôi giật mình dừng lại. Bên đường là một câu lạc bộ mới mở dành cho thanh niên lui tới hoạt động và sinh hoạt văn nghệ. Ánh sáng trắng từ chùm đèn toả ra. Tiếng nhạc ồn ã. Từng tốp, từng nhóm đi vào câu lạc bộ với những bộ quần áo đủ màu sắc.

- An đi đâu thế? Vào đây đi. Tối thứ bảy nào bọn mình cũng ra đây sinh hoạt.

Tuyết, cô bạn ở gần nhà tôi giằng tay người yêu chạy lao tới tôi, nụ cười rạng rỡ. Trông Tuyết thật sang trọng và thật đẹp.

- Thôi, tao ăn mặc thế này không tiện đâu. - Tôi nói.

- Kệ. Em còn xinh hơn khối đứa. Để anh gửi xe cho. Em đi mua ba vé. -

---

1 Chưa hỏi mà đã xưng：还没问就啰唆这么多。

2 ru rú ở nhà：闷在家里；憋在家里。

3 vùng vằng đứng lên：气呼呼地一下子站起来。

4 ra gương chải lại tóc：照着镜子梳了梳头。

5 Nắng tắt dần：日薄西山。

Người yêu của Tuyết nói. - Kiếm mấy cái kẹo cao su[1] mà nhai cho thơm mồm!

Thoáng cái, Tuyết đã có ba vé và gói kẹo cao su đưa ra và khoác vai tôi đi vào.

Phòng rộng. Có mấy chiếc ghế kê dọc theo tường đã chật cứng người ngồi đứng. Những đôi mắt xanh, những đôi môi đỏ, những bộ quần áo lộng lẫy sang trọng đủ các kiểu. Họ nhìn tôi ánh mắt định giá và xem thường. Mốt áo dây[2] hở nửa người đang thịnh hành. Họ nhìn Tuyết đầy vẻ quý mến, trọng vọng. Những thằng con trai vẻ hãnh diện với bạn gái. Tuyết ngẩng cao đầu, mồm nhẽo nhoẹt kẹo cao su.

Bên cạnh tôi bỗng vang lên một tiếng "bốp" nhỏ. Tôi nhìn sang. Một cô bé khoảng 14 - 15 tuổi mặc áo có hai dây đeo lên vai để hở cả vai và nửa ngực, quần thụng hoa văn, thổi một quả bóng bằng kẹo cao su to dính vào mũi. Nó bỗng nổ tung. Nó tít mắt cười. Vừa đó dàn nhạc góc phòng tấu lên một bản nhạc. Tôi nghe tiếng Tuyết gọi:

- Tao ra trước. - Tuyết nói nhanh và đi ra góc phòng, giơ tay lên nắm tay người yêu nhún nhảy tiến lùi rồi chui qua. Âm thanh dìu dặt. Ánh đèn mờ ảo và tiếng cười khúc khích.

Tôi bỗng thấy mình "lù lù" hiện ra ở góc phòng già nua, cổ quái. Xung quanh tôi không ai đứng yên. Ai cũng có đôi, nếu không nhảy thì ngồi thì thầm, rúc rích trong những góc tối. Một vài ánh mắt nhìn tôi vẻ thương hại. Tôi bỗng nhớ đến anh. Không hiểu giờ này anh làm gì. Chắc lại chúi mũi vào những quyển sách. Ôi, nếu như có anh ở đây. Tôi thấy mình thích hợp với anh hơn. Chúng ta sẽ lại sống vui vẻ đằm thắm như ngày đầu. Tôi nghĩ và vùng quay người chạy ra cửa. Tìm xe trong một góc tối, tôi lao nhanh về nhà.

---

1 kẹo cao su：口香糖。
2 áo dây：吊带衣。

Bài học làm người từ cô giáo dạy Sử
（历史课老师教我如何做人）

Khuyết danh（佚名）

Tóm tắt tác phẩm（作品简介）

《历史课老师教我如何做人》讲述了作者“我”的历史课老师不仅教“我”历史知识，还教我如何面对人生的困难，锤炼意志，做一个对社会有益的人。

Văn bản（作品原文）

Sau ba năm tôi mới có dịp trở lại trường cũ. Mọi thứ không thay đổi nhiều, sân trường vẫn rợp bóng cây[1], và những chiếc ghế đá vẫn ở đó. Tiếng cô giảng đều đều trên lớp và ánh mắt ngây thơ[2] của đám trẻ học trò khiến tôi nhớ lại những kỷ niệm thời cắp sách[3].

Tiếng trống trường đã điểm, giờ ra chơi đến. Tôi trông thấy bóng dáng của cô từ trong lớp, vẫn dáng hình ngày xưa khi gieo mầm con chữ[4] cho chúng tôi. Cô vẫn tận tụy[5] đến lớp, vẫn chèo lái những con thuyền mơ ước của những cậu học trò nhỏ chúng tôi đến bến bờ hạnh phúc. Giọng cô nhẹ nhàng phân tích cho học sinh chúng tôi những sự kiện lịch sử đáng nhớ, những chiến thắng vang dội của quân ta khắp các chiến trường. Chốc chốc cô ngừng giảng và nhìn đám học trò đang tròn mắt suy ngẫm. Chính cô cũng không thể nhận ra được những thế hệ học trò đó còn nhớ mãi công ơn của cô tự ngày nào.

Cô về trường tôi từ khi trường chỉ có mái lá đơn sơ[6]. Ngày mưa cũng như ngày nắng cô vẫn đạp chiếc xe Thống Nhất đã bạc màu đến lớp. Có lần những

1 rợp bóng cây：绿树成荫。
2 ánh mắt ngây thơ：天真的目光。
3 thời cắp sách：（本文指）上学的时候。
4 gieo mầm con chữ：（本文指）知识启蒙。
5 tận tụy：不辞辛劳。
6 mái lá đơn sơ：简陋的草房子。

hôm trời mưa bão rất to mà cô vẫn cố đạp hơn chục cây số đến lớp vì sợ học sinh phải chờ. Có khi nước ngập quá bánh xe mà cô vẫn bước tiếp, đến lớp thì cả người đều ướt hết. Phòng học dột nát không thể theo học. Giờ đây khi mọi thứ đã được thay mới, cô vẫn ngày ngày đến lớp. Là một giáo viên dạy sử nên tính cô rất nghiêm khắc. Cô luôn dạy chúng tôi phải biết tự phấn đấu vươn lên. Cô thường bảo, lịch sử là cái gốc rễ của một quốc gia dân tộc, khi các em hiểu sử cũng hiểu truyền thống quý báu của ông cha ta, biết mà học hỏi, biết mà phát huy những truyền thống quý báu đó. Theo lời dạy đó, mỗi thế hệ học sinh chúng tôi đều cố gắng trở thành một học sinh ngoan trong mắt cô.

Đã 27 năm trôi qua với bao thế hệ học trò đến và đi khỏi ngôi trường này, nhưng hình bóng cô mỗi ngày lên lớp thì vẫn vậy. Những học trò đầu tiên của cô nay đã đầu hai thứ tóc[1] cũng không sao quên được những lời dạy, những kiến thức mà cô đã truyền đạt. Cô luôn dạy cách làm sao để hiểu và nhớ về một sự kiện lịch sử lâu nhất. "Chỉ khi các em hiểu rõ nguyên nhân tại sao và giải thích được những sự kiện, những mối ràng buộc đó thì em mới có thể làm tốt một bài lịch sử".

Tôi còn nhớ kỷ niệm về cô khi còn đang học phổ thông. Tôi rất thích những môn xã hội, đặc biệt là tìm hiểu những kiến thức lịch sử. Khi còn học ở trung học cơ sở tôi đã được nghe những thông tin về cô với phương pháp dạy hay, là một giáo viên giỏi ở trường. Và khi theo học cô tôi thực sự bị thuyết phục bởi cách giảng dạy ân cần và chu đáo.

Trong những giờ giảng, cô nhấn mạnh đến những sự kiện then chốt nhất, có tính quyết định đến giai đoạn lịch sử đang nghiên cứu. Cô thường dặn chúng tôi: "Muốn học được lịch sử thì cần phải biết hệ thống kiến thức, tóm gọn vấn đề lại[2]. Như vậy vừa nhớ lâu lại không bị mất ý." Theo lời khuyên của cô, mỗi chúng tôi đều nhớ rất rõ những vấn đề lịch sử và không hề bỏ sót chút nào khi làm bài kiểm tra.

Không chỉ cho chúng tôi những bài học lịch sử mà cô còn dậy cách đối nhân xử thế[3] ở đời. Cô cho mỗi chúng tôi biết thế nào là cuộc sống thực tại, nó không màu hồng cũng không trải thảm đỏ mà mỗi trái tim non nớt chúng tôi vẫn hoài tưởng[4]. Cô vẫn ví, cuộc đời như một cuộc chiến đấu chính bản thân mình vậy. Nếu kiên cường thì họ sẽ không bao giờ gục ngã. Tôi mơ hồ hiểu những gì cô nói,

1 đầu hai thứ tóc：有两种头发（黑发和白发）；已生华发。
2 tóm gọn vấn đề lại：总结问题；抓住问题的根本。
3 đối nhân xử thế：为人处世。
4 mỗi trái tim non nớt chúng tôi vẫn hoài tưởng：我们每一颗稚嫩的心灵所想象的。

nhưng đến giờ thì đó lại là bài học đáng giá theo mãi cuộc đời tôi.

Mỗi một năm trôi qua cô đón một thế hệ học trò tìm đến những điều mới mẻ trong trang sách lịch sử. Nhưng cũng là lúc cô tiễn thế hệ học trò của mình đi. Sau 27 năm mà "tay lái" của cô vẫn vững mái chèo[1]. Cô không còn đạp xe đến lớp như ngày xưa nữa, cô không còn giảng bài khi lớp ngập mưa, nhưng những tiếng giảng của cô vẫn trong trẻo và dịu hiền. Nó vẫn hàng ngày dẫn dắt những thế hệ học trò như chúng tôi tìm đến được những chân trời mới[2].

Cô trang bị cho mỗi chúng tôi đầy đủ hành trang tri thức và vốn sống của cô để chúng tôi không còn lạ lẫm và bỡ ngỡ khi bước chân vào đời[3]. Những đồng nghiệp của cô vẫn nghĩ sao cô tận tâm với học trò đến vậy. Cô cười nhẹ và nói: "Đối với tôi, thiếu học sinh như thiếu chân tay vậy. Không sao chịu được."

Có lẽ nhờ cô mà những bài giảng lịch sử vẫn thấm nhuần trong tôi. Mỗi khi tiếp cận một sự kiện tôi không quên tìm kỹ về nguyên nhân của nó. Hiểu nghề để làm nghề như cô vẫn dặn chúng tôi. Sẽ mãi nhớ những kỷ niệm về cô, kỷ niệm về thời học trò và những bài giảng quý báu mà cô đã trao tặng cho mỗi chúng em. Chúng em sẽ luôn trân trọng nó như món quà quý giá nhất của cuộc đời.

Người mẹ thứ hai（第二母亲）

Khuyết danh（佚名）

Tóm tắt tác phẩm（作品简介）

《第二母亲》讲述的是：作者“我”六岁时，母亲因病去世。作为学校的贫困生，“我”得到了班主任阿莉老师从学习到生活等各方面无微不至的关怀。因此，“我”将阿莉老师视为自己的“第二母亲”。

1 "tay lái" của cô vẫn vững mái chèo：老师一直稳稳地把握着方向。

2 tìm đến được những chân trời mới：（本文指）寻找到新的天地；寻找到新的世界。

3 Cô trang bị cho mỗi chúng tôi đầy đủ hành trang tri thức và vốn sống của cô để chúng tôi không còn lạ lẫm và bỡ ngỡ khi bước chân vào đời：她教给了我们丰富的知识，教会了我们生活的本领，使我们在步入社会的时候不再感到陌生和无所适从。

Văn bản（作品原文）

Tuổi thơ của tôi không được đủ đầy như bao đứa trẻ khác[1]. Vừa sinh ra đã không được thấy mặt ông bà nội, ngoại. Lên sáu tuổi, mẹ tôi qua đời vì bạo bệnh[2]. Nhà đông anh em, cha lại phải đi làm xa, năm anh chị em sống bao bọc lấy nhau[3] trong cuộc sống. Khó khăn, thiếu thốn là vậy nhưng chị em tôi luôn là tấm gương điển hình dẫn đầu trong lớp và trong trường về thành tích học tập. Đó là nhờ công dạy bảo của cha, nhưng cũng là nhờ các thầy, cô giáo luôn tận tâm chỉ bảo. Với tôi, suốt cuộc đời này, dẫu có đi đâu về đâu, tôi cũng không bao giờ quên được cô Lịch - cô giáo chủ nhiệm lớp 3 của tôi hồi ấy - người mẹ hiền thứ hai đã chắp cánh ước mơ cho tôi[4] ngay từ những ngày thơ ấu.

Từ quê nghèo chuyển lên thị trấn sinh sống, lại mồ côi mẹ, tôi thuộc vào hàng học sinh nghèo nhất lớp. Trong khi các bạn trong lớp quần nọ áo kia, cặp sách, giày dép đủ các loại đắt tiền thì tôi quanh năm chỉ có mỗi bộ đồng phục quần xanh áo trắng và thêm chiếc áo ấm đã cũ màu vào mùa đông. Nhưng bù lại, tôi là học sinh dẫn đầu trong lớp về tất cả các môn học. Tôi không tự kiêu vì thành tích học tập của mình, nhưng luôn thấy mặc cảm và tự ti về hoàn cảnh gia đình[5]. Tôi không chơi thân với ai, chỉ sống khép mình ở cuối góc lớp[6]. Cô là giáo viên chủ nhiệm mới của lớp tôi, thay cho cô chủ nhiệm cũ vừa chuyển trường. Cô có gương mặt thật hiền, dáng người thon thả và giọng nói miền Bắc dễ thương đến lạ.

- Chào các em, cô tên Lịch, là chủ nhiệm mới của các em từ bây giờ. Cô sẽ rất vui nếu các em xem cô là bạn, chia sẻ với cô mọi khó khăn trong học tập cũng như cuộc sống.

Rồi cô đi từng bàn, hỏi thăm từng học sinh một. Tôi dõi mắt theo cô từ lúc cô

---

1 Tuổi thơ của tôi không được đủ đầy như bao đứa trẻ khác：我的童年不像其他孩子一样无忧无虑。

2 qua đời vì bạo bệnh：暴病去世。

3 sống bao bọc lấy nhau：相依为命。

4 chắp cánh ước mơ cho tôi：为我插上梦想的翅膀。

5 luôn thấy mặc cảm và tự ti về hoàn cảnh gia đình：总是因为家境而感到自卑。

6 Tôi không chơi thân với ai, chỉ sống khép mình ở cuối góc lớp：我不跟别人玩，只是一个人呆在教室的角落里。

mới bước vào lớp[1], bỗng thấy hồi hộp khi cô bước lại gần và hỏi thăm về gia đình tôi. Tôi trả lời cô, giọng lí nhí trong cổ họng với mặc cảm phận nghèo[2]. Bỗng nhiên, cô xoa đầu tôi, mỉm cười:

- Cô có xem qua học bạ[3] của em. Em giỏi lắm, cố gắng phát huy nữa nhé. Có gì khó khăn cứ bảo với cô, đừng ngại. Cô nói và nhìn thẳng vào mắt tôi, mỉm cười. Nụ cười toát lên nét nhân hậu, thân thương và gần gũi. Ngay từ lúc đó, tôi thấy mình sẽ gắn bó với cô.

Từ lúc cô Lịch về chủ nhiệm, lớp tôi "thay da đổi thịt[4]" hẳn lên. Từ một lớp học lực chỉ đạt loại trung bình khá, dần vươn lên đứng đầu trong bảng xếp loại của trường. Những giờ học của cô khiến cả lớp cảm thấy rất hứng thú, chỉ mong thời gian trôi chậm lại. Cô không dạy cứng nhắc[5] theo giáo trình, không phụ thuộc vào sách giáo khoa, vậy mà sự linh hoạt trong cách truyền đạt của cô khiến cả lớp háo hức như nuốt lấy từng lời giảng. Cô biết tường tận hoàn cảnh gia đình của từng đứa trong lớp. Đứa nào học kém, cô chủ động ghép nhóm học kèm[6] để các bạn học khá kèm cặp[7] cho các bạn học yếu… Phong trào học tập trong lớp sôi động hẳn lên. Ngay cả những học sinh cá biệt trong lớp cũng trở nên yêu thích và chăm chỉ học tập. Chỉ cần một hôm vắng bóng cô, chúng đã nhao nhao lên hỏi thăm và thế nào cuối giờ học cũng dẫn đầu các bạn trong lớp đến nhà thăm cô giáo ốm. Lớp tôi đã trở thành một tập thể rất đoàn kết và cô Lịch chính là "cô tiên" làm nên điều kỳ diệu đó.

Kỳ thi vở sạch chữ đẹp của huyện năm đó, cô chọn tôi làm đại diện cho lớp tham dự cuộc thi. Vốn không có tiền mua những cuốn vở đẹp nhưng nhờ chữ đẹp và trình bày sạch sẽ nên vở viết của tôi nhìn rất đẹp mắt. Chỉ có điều, tôi hơi ái ngại vì giấy báo bọc vở thì đã cũ, nên nhìn bên ngoài những cuốn vở có vẻ xấu xí. Cuối giờ học, cô gặp riêng tôi, nhỏ nhẹ bảo: "Chiều Hằng mang vở đến nhà cô nhé. Hai cô trò mình sẽ cùng "tu bổ" lại nó một tý."

Tới nhà cô, tôi vô cùng ngạc nhiên khi thấy nhà cô ở cũng giản dị và chẳng lớn hơn nhà tôi là mấy. Chỉ khác là… nhà cô rất ít người. Hoá ra, vợ chồng cô

1 Tôi dõi mắt theo cô từ lúc cô mới bước vào lớp：自从老师走进教室的那一刻，我的眼神就没有离开过她。

2 với mặc cảm phận nghèo：带着对贫穷命运的自卑感。

3 học bạ：学籍登记表。

4 thay da đổi thịt：脱胎换骨。

5 dạy cứng nhắc：机械地讲授。

6 nhóm học kèm：学习辅导组。

7 kèm cặp：辅导。

không có con. "Cô chú hiếm muộn đường con cái[1] nên quyết định sẽ ở vậy với nhau suốt đời" - Cô cười buồn, nói như đọc được suy nghĩ của tôi.

Cô ân cần bọc lại sách vở mới cho tôi, chỉ cho tôi các trường hợp ra đề mà ban giám khảo có thể đề cập tới. Cô khuyên tôi nên nỗ lực học tập để sau này thi vào đại học. Cô bảo đó là con đường duy nhất sẽ giúp tôi thoát khỏi phận nghèo. Rồi cô hỏi tôi về hoàn cảnh gia đình… Biết tôi mồ côi mẹ từ bé, cô ngồi lặng đi một lúc, rồi… Bất ngờ cô ôm tôi vào lòng: "Hãy xem cô như người mẹ của em, nếu em muốn." Trong vòng tay của cô, tôi thấy mình trở nên bé bỏng[2], cảm giác gần gũi, thân thiết như chính mẹ ruột của mình. Có cái gì đó trỗi dậy trong lòng tôi… Như tình mẫu tử thiêng liêng mà bấy lâu tôi thiếu vắng…

Kỳ thi ấy, tôi không giành giải nhất. Cầm bằng khen giải nhì trên tay, tự dưng tôi ứa nước mắt. Tôi đã không làm tròn lời hứa với lòng mình, mang giải nhất về tặng cô… Suốt cả buổi học, tôi cúi gằm mặt… Không dám ngước lên nhìn cô. Bỗng giật mình khi một bàn tay đặt nhẹ lên vai và giọng cô nhỏ nhẹ: "Thôi nào cô bé. Cô biết em đã cố gắng hết sức rồi mà." Tôi ngẩng đầu nhìn cô, mắt nhòe lệ[3] nhưng chan chứa yêu thương…

Cô Lịch chủ nhiệm lớp tôi cho tới lúc bọn tôi thi hết cấp. Năm đó, lớp tôi là lớp duy nhất có học sinh thi vượt cấp đạt 100%. Buổi liên hoan chia tay thấm đẫm nước mắt. Cô và trò ôm nhau cùng khóc. Đứa nào cũng ước giá như thời gian dừng lại… Lưu luyến không muốn rời xa.

Bây giờ, tôi đã lớn khôn, đã ra trường và có công việc ổn định nơi thành phố. Mỗi năm về quê ăn tết, tôi lại ghé vào thăm cô, mua tặng cô loài hoa hồng mà cô rất yêu thích. Cô giờ đã có tuổi, mái tóc đã "pha sương"[4], trên mặt đã điểm một vài nếp nhăn[5]. Vợ chồng cô vẫn sống giản dị trong ngôi nhà nhỏ xinh thuở nào. Mười bốn năm đã trôi qua, vậy mà cô tôi vẫn giống như ngày xưa, dịu dàng và nhân hậu với đôi mắt rạng ngời[6]… Dẫu đi hết cuộc đời này, tôi cũng không thể nào quên được đôi mắt ấy…

1 hiếm muộn đường con cá：膝下无子。
2 trở nên bé bỏng：变成了小孩子。
3 mắt nhòe lệ：眼睛含着泪水。
4 mái tóc đã "pha sương"：头发已经花白。
5 trên mặt đã điểm một vài nếp nhăn：脸上增添了一些皱纹。
6 đôi mắt rạng ngời：双眼炯炯有神。

Người thầy năm xưa（往日的老师）

Khuyết danh（佚名）

Tóm tắt tác phẩm（作品简介）

《往日的老师》讲述的是：作者“我”儿童时代身处条件简陋的乡村小学求学，在老师的亲切关心和细心指导下，“我”从知识到品格不断得到丰富和完善。作品热情赞颂了“我”的往日老师无私奉献的高贵品质。

Văn bản（作品原文）

Tôi sinh ra ở làng quê nhỏ. Ngôi trường tiểu học của tôi cũng là trường làng bé lắm. Ngôi trường ấy ngày ngày chào đón các em học sinh nghèo tay lấm chân trần[1]. Vâng, trường tôi nghèo lắm. Nhưng ở nơi đó tôi đã tìm thấy nhiều niềm vui và những kỉ niệm về người thầy thân thương với lòng biết ơn sâu sắc.

Đã hơn 10 năm nhưng hình ảnh và lời nói của thầy vẫn luôn hằn sâu trong ký ức tôi[2]. Đó là năm học lớp 5, tôi được chuyển sang học lớp mới. Ngày đầu đi học tôi đứng rụt rè ở cửa lớp[3] vì e sợ thầy, bạn không quen. Thầy nhìn thấy tôi và hỏi han ân cần. Nhìn ánh mắt trìu mến và cầm bàn tay ấm áp của thầy, tôi bước vào lớp trong sự yên tâm lạ thường.

Từ lần đầu được gặp thầy rồi được thầy dạy dỗ, tôi càng hiểu và thấy yêu quý thầy nhiều hơn. Với thầy, tôi có thể diễn tả bằng hai từ "yêu thương" và "tận tụy". Thầy tận tụy trong từng bài giảng, từng giờ đến lớp[4]. Cả những ngày nóng bức hay những ngày mưa, thầy đều đến lớp để mang cho chúng tôi nhiều điều mới lạ.

Tôi nhớ đến mùa nước nổi, khắp đường xá, trường học đều đầy nước. Thế mà thầy trò chúng tôi vẫn đến lớp đều đặn, học trong nước thế mà vui đến lạ.

1 học sinh nghèo tay lấm chân trần：手上沾满泥巴、赤脚的穷学生。

2 hằn sâu trong ký ức tôi：铭刻在我的记忆中。

3 đứng rụt rè ở cửa lớp：缩手缩脚地站在教室门口。

4 Thầy tận tụy trong từng bài giảng, từng giờ đến lớp：老师对待每篇课文、每堂课都尽心尽力。tận tụy：鞠躬尽瘁；尽心尽力；不遗余力（Tỏ ra hết lòng hết sức với trách nhiệm, không nề gian khổ, không ngại hi sinh）。

Những bài giảng của thầy dường như "đánh thắng" cả mùa nước lũ.

Khi không đến lớp, thầy lặn lội đến nhà các học sinh để tìm hiểu hoàn cảnh gia đình và tạo điều kiện tốt hơn để chúng tôi yên tâm ngày hai buổi đến trường. Thầy tôi là như thế, thầy tận tụy với nghề, yêu thương tất cả học sinh. Tôi đã từng được đến chơi nhà thầy - một ngôi nhà mái lá đơn sơ nhưng gọn gàng, sạch sẽ. Căn nhà bé nhỏ ấy chứa đựng tấm lòng yêu thương bao la của thầy tôi.

Thầy không những dạy chữ, mà còn dạy chúng tôi biết bao điều trong cuộc sống. Thầy luôn nhắc nhở chúng tôi cố gắng học tập, không khuất phục cái nghèo[1]. Thầy vẫn tin rằng các học trò của thầy sẽ xây dựng một tương lai tươi sáng hơn. Niềm tin của thầy truyền sang niềm tin của chúng tôi - những đứa học trò nghèo chan chứa bao nhiêu là ước mơ và hoài bão. Những lời dạy dỗ của thầy đã theo tôi trong suốt những tháng năm dài.

Riêng với tôi, tôi vẫn nhớ mãi những lần được thầy đưa đến trường. Con đường đá đến trường đã thấm biết bao giọt mồ hôi của thầy tôi. Tôi không sao quên được hình ảnh thầy với chiếc xe đạp cũ kĩ cứ kêu "kót két" theo từng vòng quay. Thế mà chỉ cần ngồi sau lưng thầy, con đường dài dường như ngắn lại; cái nóng của buổi trưa nắng gắt dường như cũng mát dịu hẳn đi. Nhìn lưng thầy ướt đẫm mồi hôi mà miệng vẫn vui cười. Ôi! Sao mà nhớ thầy đến thế!

Trên con đường dài với lắm gập ghềnh, thầy và tôi cùng nhau trò chuyện nhiều điều thú vị. Bất chợt tôi cảm thấy thầy thật gần gũi và thân thiết như một người bạn lớn. Có lần thầy hỏi tôi rằng: "Nếu chỉ được đi qua một lần trên con đường đầy hoa dại, con sẽ chọn một bông hoa nào con cho là đẹp nhất?!"

Lúc bé thơ ấy tôi nào hiểu những gì thầy muốn nói, chỉ khẻ cười rồi im lặng. Rồi thầy bảo rằng "trên đường con đi sau này sẽ có nhiều 'bông hoa' như thế. Con đừng đợi phải đi hết quãng đường, hãy nắm lấy cơ hội để con có thể tiến xa hơn." Và khi đó tôi mới hiểu điều thầy muốn nói, lời nói của thầy đã cổ vũ tôi đủ can đảm bước xa làng quê bé nhỏ để lên thành phố học tốt hơn. Đúng là thầy tôi, lời khuyên nhủ thật nhẹ nhàng nhưng sâu sắc và làm người ta yên lòng lắm.

Đến hôm nay, tôi bỗng nhớ lại những câu chuyện của người thầy năm xưa. Thầm cảm ơn thầy về những gì tốt đẹp thầy đã dành cho tôi. Đó là những lời dạy dỗ quý báu cổ vũ tôi trong những tháng năm dài. Gần 10 năm nay ít có dịp về thăm thầy cũ. Ngôi trường làng ngày xưa đã tàn phai ít nhiều. Mỗi lần về thăm lại thấy mái tóc thầy tôi bạc trắng nhiều hơn. Nhưng dù thời gian có trôi qua bao

---

1 không khuất phục cái nghèo = không khuất phục trước cái nghèo：不屈服于贫穷；不在贫穷面前低头。

nhiêu, tấm lòng thầy vẫn như thế, vẫn tận tụy và đầy yêu thương.

Đối với tôi, "người thầy năm xưa" là biểu tượng của một nhà giáo Việt Nam ưu tú. Ở thầy tôi là sự hy sinh cao cả xuất phát từ lòng yêu nghề, yêu trẻ. Đến hôm nay, trong lòng tôi vẫn mãi mãi kính trọng và biết ơn "người thầy giáo năm xưa".

Câu hỏi đọc hiểu（思考题）

1. 阮氏玉秀的短篇小说《人们还年轻的时候》讲述了女主人公"我"与阿达怎样的爱情故事？

2.《历史课老师教我如何做人》是如何讲述历史课老师教"我"做人的？

3.《第二母亲》中的"我"为什么将阿莉老师视为自己的"第二母亲"？

3.《往日的老师》是如何赞颂"我"的往日老师的？

Bài 15

Cải ơi（阿改）

Nguyễn Ngọc Tư（阮玉资）

Tiểu sử tác giả（作者简介）

阮玉资（Nguyễn Ngọc Tư），1976 年出生于越南金瓯省蝙蝠潭县新阅乡，为越南作家协会会员。其代表作长篇小说《无垠的田野》获 2006 年越南作家协会奖，2010 年被拍成电影。2018 年因《无垠的田野》阮玉资获得德国专为亚洲、非洲和拉丁美洲国家优秀女作家设立的奖项——德国亚非拉文学作品推广协会"Liberaturpreis 文学奖"。

Tóm tắt tác phẩm（作品简介）

短篇小说《阿改》讲述了一位名叫阿五的父亲连续十多年寻找女儿的故事。阿改本不是阿五的亲生女儿，是妻子与前任丈夫的孩子。有一天，阿改出去放牛丢了两头牛，怕挨打而离家出走了。但是人们却谣传说阿改是被阿五弄死了。为了证明阿改不是被自己嫌弃而弄死，阿五决心把阿改找回来。故事描写了阿五寻女过程的各种艰辛与滑稽，描述了一群与阿五一样有家而不能回的人的复杂经历，反映了越南百姓丰富多彩和滑稽有趣的日常生活以及千姿百态的社会现象。

Văn bản（作品原文）

Đoàn ca múa nhạc giải tán, thằng Quách Phú Thàn dẫn ông già Năm Nhỏ về ngã ba Sương, Thàn có nhỏ bồ[1] mới quen bán quán ở đó. Con nhỏ tên Diễm

[1] nhỏ bồ：女朋友（南部方言指女性好朋友或情人）。

Thương, nghe hay, mà khuôn mặt hơi ngộ, không đẹp nhưng bình thản, lạnh trơ, không ra vui, buồn, đố ai biết nó nghĩ gì[1]. Nó hất mái tóc nhuộm vàng hoe chơm chởm như rễ tre, nhìn hai người, cười héo hắt[2], "Ăn bám mà kéo theo cả bầy[3]." Thàn cười hề hề, bảo "Ông Năm, bạn anh. Dễ thương lắm."

Đêm đó ông già không ngủ được, thằng Thàn đi chơi nửa đêm mới mò về, thấy ông ngồi khọm rọm ngồi ngoài nhà, điếu thuốc cháy lập lòe soi bộ râu xơ xác. Thàn mở dây giày, hỏi: "Nhớ đoàn quá, ngủ không được hả tía[4]?" Ông già lắc đầu, thở dài, nghe buồn xa xắc như lá rụng hoa rơi[5], bần thần[6], không biết cách nào tìm cho ra con Cải.

Ông đã đi tìm con nhỏ gần mười hai năm. Lúc Cải mười ba tuổi, một bữa mê chơi làm mất đôi trâu, sợ đòn, nó trốn nhà. Cả nhà tong tả đi tìm nhưng mãi con nhỏ không quay lại. Vợ ông ôm cái áo con Cải khóc, bảo chắc là ông để bụng chuyện nó là con của chồng trước nên ngược đãi, đuổi xua[7]. Ông đau mà không nói được một lời, ông đã nâng niu nó khi mới thôi nôi, đã vui khi có người bảo con nhỏ giống ông in hệt (dù biết họ khen khơi khơi, khen bổng trên trời[8]), đã sướng rơn khi nó gọi tiếng ba ơi, con Cải đi rồi, ông đã xuống nước mắt khi đi qua chiếc giường trước kia nó ngủ. Có bữa, ông ngồi một góc, nhìn chiếu gối thênh thang, lòng chết điếng vì nỗi nhớ con, vì lo nó lưu lạc giữa đời. Như thế mà ông không thương nó sao? Như thế mà là không thương à? Nhà buồn u buồn ám[9], vì đã ít người rồi bây giờ lại chẳng nhìn, chẳng cười nói với nhau. Sau, người ta còn đồn đãi ông giết con nhỏ rồi lấp ở một chỗ đất nào (ai mà giàu tưởng tượng vậy

---

1 khuôn mặt hơi ngộ, không đẹp nhưng bình thản, lạnh trơ, không ra vui, buồn, đố ai biết nó nghĩ gì：样子看上去有点傻傻的，不算漂亮但自然大方，她表情冷漠，喜怒不露于色，没有人能猜出她在想什么。ngộ：（口语）傻傻、可爱的样子（hơi khác lạ, hơi buồn cười và gây được sự chú ý, thường là thấy hay hay, có cảm tình）。 bình thản：（本文指）自然大方（tự nhiên như thường, không có gì xao xuyến）。

2 cười héo hắt：苦笑；干笑。héo hắt：干瘪。（mất hết vẻ tươi, như bị khô kiệt sức sống）

3 Ăn bám mà kéo theo cả bầy：自己要饭还呼朋唤友（形容自己处境糟糕还带上一群人）。

4 tía：爸爸（仅用于称呼）。

5 lá rụng hoa rơi：叶落花谢。

6 bần thần：恍惚；精神不振。

7 bảo chắc là ông để bụng chuyện nó là con của chồng trước nên ngược đãi, đuổi xua：（阿五的妻子）说：肯定是阿五心里介意阿改是我前夫的女儿，虐待她，把她赶走了。

8 khen khơi khơi, khen bổng trên trời：瞎/胡乱夸赞。

9 buồn u buồn ám：忧愁不已；愁云密布。

không biết). Ông khăn gói bỏ xứ ra đi, bụng dạ đinh ninh dứt khoát tìm được con Cải về.

Ai dè, biển người mênh mông[1]. Mỏi chân, ông xin làm sai vặt[2] trong đoàn ca múa nhạc, để trước giờ diễn, ông mượn cái micro nói vài câu "Cải ơi, ba là Năm Nhỏ nè con..." Bữa nào thằng Thàn nhớ nhà, nghe câu ấy nó cũng rướm nước mắt, bảo "con thương ông già con quá, tía ơi."

Hôm đi Thàn ngoái lại nói để con làm ca sỹ nổi tiếng cho ba coi, thấy ông dứ cây lên trời[3]. Hai năm, ông già đã chỏng đầu cây xuống đất[4], tựa vào đó để bước đi, tên tuổi Thàn mờ mịt[5]. Thàn bùi ngùi, người ta Quách Phú Thành[6] nổi tiếng Hồng Kông, tui[7] thiếu có chữ h, lẹt đẹt bên hông Chợ Lớn[8]. Nhiều bữa hát ế[9] ngoi ngóp nằm nghe mưa dầm, nhiều bữa đứng soát vé bị bọn du đảng địa phương rượt chạy xịt khói[10], Thàn muốn về nhà nhưng xấu hổ, sợ ông già cười khơ khơ khơ, hỏi "Con ơi, mầy nổi tiếng chưa mà trồi đầu về đây rồi?"

Y hệt, ông già Năm Nhỏ cũng có nhà mà không về được. Đã đau quá trời đất rồi, cái cảnh bà con hàng xóm xầm xì, chỉ trỏ, người ở xa dập dìu thuê đò dọc lại nhà ngó nghiêng, đâu, thằng cha giết con đâu? Đâu, con nhỏ bị chôn chỗ nào? Ở gần thấy đông đúc nên bưng bánh dừa, trà đá đến bán. Đã quá chừng đau, khi ông nhìn sâu trong ánh mắt của vợ mình thấy không còn lấp lánh thương yêu, chỉ tối tăm những ngờ vực, hoài nghi[11], và bữa ông đi, bà đứng giữa nắng trưa, cuốc đất. Chỗ đất còn mới tinh ông vừa lên liếp[12], chỗ người thiên hạ ngó nhau, con Cải bị vùi dưới đó… biết đâu…

Nên ông Năm Nhỏ trụ lại ngã ba Sương, tiếp tục cuộc kiếm tìm. Ông mướn

---

1 biển người mênh mông：人海茫茫。
2 làm sai vặt：打零工。
3 dứ cây lên trời：木棍指天（暗指仰天立下壮言）。
4 chỏng đầu cây xuống đất：木棍的头指向地（暗指壮志未酬）。
5 tên tuổi Thàn mờ mịt：阿坦未能出名。
6 Quách Phú Thành：郭富城（香港著名演员、歌手）。
7 Tui：南部方言，同 tôi。
8 lẹt đẹt bên hông Chợ Lớn：在堤岸周围混日子。lẹt đẹt：（本文指）混日子。
9 ế：滞销的；没人要的。hát ế：演唱没有观众。
10 chạy xịt khói：跑得上气不接下气。
11 khi ông nhìn sâu trong ánh mắt của vợ mình thấy không còn lấp lánh thương yêu, chỉ tối tăm những ngờ vực, hoài nghi：当他目光紧盯他妻子时，发现妻子眼神里不再充满爱，而是流露出猜忌和怀疑。
12 vừa lên liếp：刚刚铺上竹笪。

một cái nhà thấp, nhỏ như ổ mối[1], vừa đủ hai người chui ra chui vào. Ông vét túi trên túi dưới sắm một chiếc xe kẹo kéo có dàn nhạc xập xình[2], kéo thằng Thàn theo. Ngày chạy ra bán ở chợ rau chợ cá, tối ghé vài quán nhậu, khuya về đậu ở ngã ba, xe kẹo kéo của ông nổi tiếng nhờ giọng ca nhừa nhựa[3] của thằng Thàn, nhờ giữa hai bài hát có mục "nhắn tìm con" buồn ác chiến[4].

Ngã ba Sương nhiều đêm thổn thức trong tiếng "Cải ơi!!!...[5]", nghe ngắc ngoải[6] như tiếng chim kêu giữa lưng trời. Một bữa Diễm Thương bước ra, thảng thốt gọi "Ba!" Ông già đứng im sững, ngơ ngác giây lát, môi run lập bập hỏi Cải phải hôn[7] con. Diễm Thương gật đầu. Thiệt con là Cải hả? Diễm Thương níu tay ông rưng rưng gọi thêm một tiếng ba tha thiết. Ông già nắn đầu, nắn vai nó với một nỗi vui chảy tràn, trời đất, ba nhìn không ra, bây lớn dữ dằn vầy[8]. Ông đi vài bước, ông day lại nhìn[9] Diễm Thương (cho chắc là nó đang đứng đây, và có thiệt trên đời), ngước về phía trời sao, rồi ngó thằng Thàn, ông cười, để miệng muốn méo sao thì méo. "Tía kiếm có con Cải rồi, dễ ợt hà mầy ơi[10]". Nghe giọng là cuộc hành trình ròng rãi mười hai năm của ông (và những oan khuất, buồn đau) khép lại ở đây rồi. Ngày mai ông dẫn Diễm Thương về Cỏ Cháy, ngay trên chuyến tàu đầu. Chắc vợ ông ra cửa che tay khum khum trên trán[11], hỏi ai vậy cà, ông sẽ nói con Cải chớ ai, bà sẽ mừng hết lớn, phải còn trẻ thể nào bà cũng nhảy cà tưng[12]. Ông sẽ đưa nó đi dài xóm, khoe "Con Cải tui về đây nè, bà con coi, nó lớn quá chừng hen." Vẻ mặt không giấu được hả hê (vậy mà mấy người nói tui giết nó).

Nghĩ đến đó, nước mắt ông tuôn dài. Diễm Thương cười, đứng dậy khoan khoái phủi tay, nói "Không ngờ mình diễn quá hay", rồi nó khom người, nhìn sâu

1 nhỏ như ổ mối：小若蚁穴。

2 Ông vét túi trên túi dưới sắm một chiếc xe kẹo kéo có dàn nhạc xập xình：他倾其所有买了一辆卖麦芽糖的车，车上有嗒嗒作响的音乐。vét túi trên túi dưới：掏尽身上所有的口袋；倾其所有。

3 giọng ca nhừa nhựa：歌声绵长且模糊不清。

4 "nhắn tìm con" buồn ác chiến：令人忧郁的“寻女启事”。

5 thổn thức trong tiếng "Cải ơi!!!..."：回荡着“阿……改……”的声音。

6 ngắc ngoải：（本文指）幽怨悲切。

7 hôn：（南部方言）同“không”。

8 bây lớn dữ dằn vầy：你长得太快了！bây：同“mày”或“chúng mày”。

9 day lại nhìn：转身看。

10 dễ ợt hà mầy ơi：得来全不费功夫是不是，阿坦？

11 che tay khum khum trên trán：手掩着额头。

12 nhảy cà tưng：纵身跳起。

vô đôi mắt ràn rụa của ông già, mỉa mai: "Tui giởn đó, ông làm ba kiểu gì mà không nhớ mặt con gái mình[1]?"

Trò diễn kết thúc, ông già nằm rũ, đúng hai ngày lời nhắn tìm con Cải lại thắc thỏm[2] ở ngã ba Sương. Con Diễm Thương bực lắm, nó gặp Thàn là đá ghế quăng ly, nó nói "ổng[3] đừng mắc công tìm, con Cải chắc chết ngắc rồi. Sao tui thù con nhỏ đó quá trời, có nhà mà bỏ, có cha có mẹ mà không thèm... Cái thứ người đó, cho nó chết bờ chết bụi[4] cũng đáng". Rồi nó nghẹn ngào, "Còn tui, người ta đã quăng[5] ở đây mười tám năm, tui chờ hoài mà có ai tìm đâu..." Thàn mới hay đời con nhỏ cũng buồn, hai đứa ngồi sát lại gần nhau, thở dài nghe cả vành tai tê tái[6].

Tối đó, Thàn nằm gác tay lên trán, nói "Mai mốt con dẫn nhỏ Diễm Thương về lạy ông già con à, tía Năm. Tính thương chơi thôi nhưng bây giờ thành thiệt rồi". Ông Năm phấn khởi, vậy hả, vậy à[7], phải làm đám cưới tử tế cho con nhỏ đỡ tủi, để tao làm ba nó, đại diện cho đàng gái làm sui chơi[8].

Lựng khựng rồi mùa nắng quay trở lại, người ta dọn sạch cả một bờ sậy, bông đang vào mùa bạc ở ngã ba Sương, cất thêm chừng chục quán nhậu ôm[9] nữa. Cánh phòng chống tệ nạn xã hội[10] bắt đầu để ý cái chòm lu bu này. Phía báo đài cũng dòm ngó. Một bữa, họ ập vào, quay phim, chụp hình búa la xua[11]. Đám tiếp viên che mặt, ôm đầu, chỉ có Diễm Thương là điềm nhiên trơ mắt ngó.

Phóng sự phát lên ti vi, cái nhìn đó như dấu hỏi nao lòng[12], tôi đây nè mà ba má ở đâu? Có nhận ra tôi không? Có nghe đau lòng? Thằng Thàn thấy cảnh người yêu ngồi trên đùi ông khách, buồn quá, bỏ đi uống rượu. Sáng sau, ông Năm dúi vô[13] tay Thàn ít tiền biểu[14] "đưa con nhỏ về nhà". Thằng Thàn nói:

---

1 tui giởn đó, ông làm ba kiểu gì mà không nhớ mặt con gái mình：我气的是，你是怎么做父亲的，竟不记得自己女儿的模样。

2 thắc thỏm：（本文指）回响。

3 ổng：（南部方言）同“ông ấy”。

4 chết bờ chết bụi：不得好死。

5 quăng：扔；遗弃。

6 nghe cả vành tai tê tái：听得耳朵发麻。

7 vậy hả, vậy à：是吗？是这样吗？

8 sui chơi：亲家。

9 quán nhậu ôm：提供陪酒服务的酒馆。

10 Cánh phòng chống tệ nạn xã hội：整治社会乱象的部门。

11 búa la xua：亦作 búa xua，毫无目的地乱干一通。

12 cái nhìn đó như dấu hỏi nao lòng：那眼神就像一个令人不安的问号。

13 vô：（南部方言）同“vào”。

14 biểu：（南部方言）同“bảo”。

- Con không đành để tía ở lại một mình.

- Vậy bây nỡ nhìn con nhỏ sống vầy hoài sao?

Một sớm, hai đứa dắt nhau đi, ông già nhìn theo cho đến khi bóng chúng chìm giữa mịt mù. Lòng ông đã chuẩn bị rồi một cái vẫy tay, tiễn hai đứa ra khỏi những con đường sương gió. Nhưng mờ chiều, đám trẻ trở lại, mặt con Diễm Thương vẫn thản nhiên nhưng thằng Thàn buồn tê tái. Cả nhà Thàn hết hồn vía dồn lại ngó nhau, nhận ra đứa con gái nầy lên ti vi hôm trước, coi bộ thằng Thàn bị nhỏ này dụ dỗ. Diễm Thương chỉ cười, gật đầu chào rồi bước xuống bến đón tàu ra thị xã.

Lại về ngã ba Sương, chỗ của những người không còn đường trở lại nhà. Diễm Thương nói tui mắc cười[1] quá ông Năm à, tui lên ti vi để cha mẹ nhìn mà họ không biết tui là ai, còn người dưng liếc ngang là nhớ liền.[2]

Ông già Năm Nhỏ lặng người đi, tự hỏi, bây giờ ông lên ti vi, con Cải có nhận ra mình không. Người đã dắt Cải đi hái xoài chín trong vườn hoang, đã chặt chuối làm bè dạy cho nó lội, thả trâu, chơi diều… Đã cõng nó đi tắt mấy vạt đồng[3] đến chỗ ông bác sỹ già, mỗi khi nó nhức đầu, sổ mũi. Cây kẹp nhỏ, mấy cục kẹo dừa vung vinh trong túi áo mỗi khi ông đi chợ về... Tất cả những thứ đó, ông nhớ mồn một thì nhỏ Cải chắc chưa quên. Ông già muốn lên ti vi để nhắn đứa trẻ bỏ nhà rằng, về đi con ơi, đôi trâu có xá gì…

Đăng tin trên truyền hình đắt đỏ, mà lần nào lại phòng quảng cáo ông cũng phải đôi co,[4] đòi phải đọc theo ý mình, trong đó có đoạn, "con không về ba nhớ đã đành, má con còn giận ba, không nhìn mặt". Người ta cười, trên đài chứ có phải chợ trời đâu mà muốn nói gì cũng được. Ông giận, quày quả về nhà[5], nghĩ cách tự mình lên ti vi. Có lần, ông đậu xe kẹo đầu chợ, thấy người ta làm phim vụ lấn chiếm lòng lề đường, người hốt thúng mủng cá rau bỏ chạy, ông sướng rơn lăng xăng chạy tọt chỗ này ló mặt đằng kia, mấp máy câu "Cải ơi..." (mà vô phim người ta đã xóa mất tiếng còn đâu). Chỉ mong được thấy mình trên ti vi, một khuôn mặt teo héo xạm đen dưới những sợi tóc ngã màu trắng xóa, một thân hình

1 mắc cười：可笑。

2 người dưng liếc ngang là nhớ liền：非亲非故的人瞥一眼就记住了。

3 đi tắt mấy vạt đồng：抄近路穿过田野。

4 lần nào lại phòng quảng cáo ông cũng phải đôi co：每次到广告室都要与人发生口角。

5 quày quả về nhà：转身就走。

gầy guộc, lưng đã chớm còng[1]… "Mình thèm lên ti vi muốn chết giấc mà không được, còn mấy ông cán bộ ngồi chình ình trong đó hoài, thấy mắc ngán."[2] Ông già Năm Nhỏ than thở với thằng Thàn, nói sao tao muốn làm bí thơ tỉnh quá. Thàn kêu, trời ơi, chi vậy tía. Ông cười, lên ti vi chớ chi, lúc đó tao đường hoàng nói chuyện với con Cải, tao nói từ từ, nhắc chuyện xưa cho nó nghe. Thằng Thàn cũng cười, tưởng tía làm lớn để lo cho dân, ai dè cũng bo bo cho mình[3].

Họ ngồi đụt mưa dưới một hàng ba trường tiểu học[4]. Nước đổ trắng trời. Mùa còn ướt lạnh dài dài. Thằng Thàn lo ở nhà mưa dột ướt đầu giường, về không có gối để nằm, không mền để đắp. Diễm Thương biết có chạy qua không hay là bận khách, bận cười cợt (mà lòng não nề) biểu uống với em chút nữa đi anh. Thàn chép miệng, buồn quá tía ơi. Mê văn nghệ văn gừng nên chừng này tuổi đầu[5] rồi mà nghèo quá chừng, đến nỗi không lo được cho nhỏ Thương. Ông già Năm Nhỏ thấy thằng Thàn xuống nước mắt. Ừ tối nay, ông cũng thấy mình hoang mang buồn bã rã rời, như sắp đến cuối đường rồi, mà không biết chắc có nhà mình phía đó. Ông thở dài ứ hự, chống tay liêu xiêu đứng lên, bảo, mưa chắc còn dài, thôi dầm mình về, nhỏ[6].

Đêm đó, thằng Thàn ôm ông già Năm ngủ, nó kêu lên, tía ốm dữ dằn thiệt, xương tía cấn con đau quá chừng.[7] Ông già cười, ờ, chê mai mốt[8] không có mà ôm nghen[9] con. Thằng Thàn hỏi ông nói vậy là có ý gì, ông hỏi ngược lại, chớ bộ mầy tính cưới vợ rồi mà còn chun qua ngủ với tao? Thàn cười, ờ há ờ hen. Mắc

---

1 một khuôn mặt teo héo xạm đen dưới những sợi tóc ngã màu trắng xóa, một thân hình gầy guộc, lưng đã chớm còng：满头银发，枯槁憔悴的脸，瘦骨嶙峋的身板，腰已佝偻成弓。

2 mấy ông cán bộ ngồi chình ình trong đó hoài, thấy mắc ngán：老是那些正襟危坐的官，都看腻了。ngồi chình ình：正襟危坐。hoài：长时间地；不间断地（mãi mãi, không dứt）。

3 bo bo cho mình：只为自己考虑。

4 Họ ngồi đụt mưa dưới một hàng ba trường tiểu học：他们坐在一所小学的屋檐下避雨。

5 Mê văn nghệ văn gừng nên chừng này tuổi đầu：沉迷于什么文艺武艺的，所以这把年纪了还……

6 Ông thở dài ứ hự, chống tay liêu xiêu đứng lên, bảo, mưa chắc còn dài, thôi dầm mình về, nhỏ：他长长地叹了一口气，用手撑着地面慢慢站起来，说道："雨可能还要下很久。算了，咱淋着雨回去吧，阿坦。"

7 tía ốm dữ dằn thiệt, xương tía cấn con đau quá chừng：您实在太瘦了，骨头都硌痛我了。Tía 南部方言"父亲"的称呼词。ốm 在这里指消瘦。thiệt = thật 南部方言。

8 mai mốt：日后。

9 nghen：同 nhé。

cười, ông còn rù rì tính chuyện nấu mâm cơm cúng trời đất để xáp nhập nhỏ Diễm Thương về nhà bên này[1], sắm cái tủ thuốc lá nhỏ để cho nó buôn bán vặt thì thằng Thàn đã ngáy o o. Nửa đêm, Thàn giật mình tỉnh giấc, không thấy ông già, nó ngật ngừ ngồi dậy, trên bụng rớt xuống một gói tiền. Xe kẹo kéo vẫn còn nguyên, Thàn kéo cửa bước ra ngoài. Ngã ba Sương đã tắt đèn, những con đường hun hút mù mịt dưới mưa[2], như không cần biết đến từ đâu, chỉ biết gặp ở đây, phút này. Thằng Thàn làu bàu, không biết ông già chừng này mà đi đâu.

Ông Năm đi ăn trộm chớ đâu. Ông lội bộ gần năm cây số trong mưa sụt sùi vô trong xóm, dắt đôi trâu đem đi. Ông làm gọn gàng như với đôi trâu ở nhà. Sáng ra ông trở lại ngôi nhà mất trâu, ông thấy một đám người đang tao tác đứng ngồi, ông hỏi, mua trâu hôn. Chủ nhà chạy ra la lên, trời ơi, bắt ổng lại, ổng ăn trộm của tôi. Ông Năm giả đò hết hồn, nhưng trong bụng thấy trúng ý, bảo, từ từ, tui có chạy đâu mà sợ. Người ta đưa ông lên ấp, ấp giải lên xã, ông luôn miệng nhắc, mấy chú nhớ kêu đài truyền hình xuống nghen, phải quay tui[3] để dân người ta cảnh giác. May, đài tỉnh xuống thật, phóng viên một tờ báo cũng chạy theo. Cái cách đời nhảy xổ vào lỗi lầm của người khác thiệt là tưng bừng.[4] Họ phỏng vấn ông chủ nhà mất trâu, phỏng vấn trưởng công an xã, cuối cùng, ông Năm xin được nói đôi lời, còn dặn, mấy chú làm ơn đừng cắt bỏ tiếng tui, rằng "Cải ơi, ba là Năm Nhỏ nè, nhà mình ở Cỏ Cháy đó, nhớ không? Về nhà đi con, tội má con vò võ có một mình. Con là trọng, chứ đôi trâu cộ nhằm nhò gì[5]… Về nghen con, ơi Cải…"

Nghe đâu, hôm đó, nhiều người rơi nước mắt, vì vậy mà vụ trộm trâu không được lên ti vi, sống giữa cái rẻo đất[6] nhân hậu này nhiều khi cũng hơi phiền.

Nghe đâu, hôm đó đài truyền hình có đưa tin nhưng chỉ thấy ông già nhép miệng một cách tuyệt vọng. Như đã nói, nhà đài người ta chớ có phải chợ trời đâu, mà có thể thoải mái gọi: "Cải ơi!"

---

1 Mắc cười, ông còn rù rì tính chuyện nấu mâm cơm cúng trời đất để xáp nhập nhỏ Diễm Thương về nhà bên này：可笑，他还喃喃自语地盘算着置办宴席供奉天地，接艳苍过来。

2 con đường hun hút mù mịt dưới mưa：道路弥漫着茫茫的大雨。

3 quay tui：把我拍进片子。

4 Cái cách đời nhảy xổ vào lỗi lầm của người khác thiệt là tưng bừng：这个世道人们就是喜欢看别人的热闹。

5 tội má con vò võ có một mình. Con là trọng, chứ đôi trâu cộ nhằm nhò gì：可怜你母亲孤单一个人。孩子你才是重要的，那两条牛算得了什么哦。"Má"南部方言中对母亲的称呼。

6 cái rẻo đất：小片土地。

Cho tôi xin một vé đi tuổi thơ (trích)
（给我一张回到童年的车票［节选］）

Nguyễn Nhật Ánh（阮日映）

Tiểu sử tác giả（作者简介）

阮日映（Nguyễn Nhật Ánh）是越南当代有名的作家。1955 年 5 月 7 日，他出生于越南广南省升平县，13 岁时发表了第一首诗歌。他的第一部诗集为《四月的城市》，第一部长篇小说为《决赛之前》（1985）。2003 年，他的长篇小说《万花筒》获得由胡志明共产主义青年团中央授予的“为了青年一代奖章”及越南作家协会颁发的奖项。2008 年，他发表的长篇小说《给我一张回到童年的车票》被越南《劳动者报》评选为该年度最佳作品。2010 年，该小说获得“东盟文学奖”。近 20 年来，阮日映主要集中于散文和以青少年为题材的文学创作。他先后发表了各类文学作品近百部，成为越南青少年读者最喜欢的作家之一。阮日映的小说质朴、幽默、自然、真实，具有浓郁的生活气息。

Tóm tắt tác phẩm（作品简介）

《给我一张回到童年的车票》是阮日映在 2008 年出版的一部长篇小说。故事讲述了四个小朋友之间的友情，描写了孩子们天真无邪、调皮可爱、快乐无忧的童年生活，让读者不禁回忆起自己孩提时代各种充满欢乐的游戏和小伙伴之间纯洁真诚的友谊。小说共有十二部分，选文为小说的第一部分《总之一天就过去了》。

Văn bản（作品原文）

Năm đó tôi tám tuổi.

Sau này, tôi cũng nhiều lần thấy cuộc sống đáng chán khi thi trượt ở tuổi mười lăm, thất tình[1] ở tuổi hăm bốn, thất nghiệp ở tuổi ba mươi ba và gặt hái

[1] thất tình：失恋。

thành công[1] ở tuổi bốn mươi.

Nhưng tám tuổi có cái buồn chán của tuổi lên tám.

Đó là cái ngày không hiểu sao tôi lại có ý nghĩ rằng cuộc sống không có gì để mà chờ đợi nữa...

Rất nhiều năm về sau, tôi được biết các triết gia và các nhà thần học vẫn đang loay hoay đi tìm ý nghĩa của cuộc sống[2].

Nhưng năm tôi tám tuổi, tôi đã thấy cuộc sống chả có gì mới mẻ để khám phá.

Vẫn ánh mặt trời đó chiếu rọi mỗi ngày. Vẫn bức màn đen đó buông xuống mỗi đêm. Trên mái nhà và trên các cành lá sau vườn, gió vẫn than thở giọng của gió. Chim vẫn hót giọng của chim. Dế ri ri giọng dế, gà quang quác giọng gà. Nói tóm lại, cuộc sống thật là cũ kỹ.

Cuộc sống của tôi còn cũ kỹ hơn nữa. Mỗi đêm, trước khi đi ngủ, tôi đã biết tỏng[3] ngày mai những sự kiện gì sẽ diễn ra trong cuộc đời tôi.

Tôi kể ra nhé: Sáng, tôi phải cố hết sức để thức dậy trong khi tôi vẫn còn muốn ngủ tiếp. Tất nhiên là trước đó tôi vẫn giả vờ ngủ mê mặc cho mẹ tôi kêu khản cả giọng rồi lay lay người tôi, nhưng dĩ nhiên tôi vẫn trơ ra như khúc gỗ cho đến khi mẹ tôi cù vào lòng bàn chân tôi.[4]

Khi đặt chân xuống đất rồi, tôi phải đi đánh răng rửa mặt, tóm lại là làm vệ sinh buổi sáng trước khi bị ấn vào bàn ăn để uể oải nhai chóp chép một thứ gì đó thường là không hợp khẩu vị. Mẹ tôi luôn luôn quan tâm đến sức khỏe và cụ thể hóa mối quan tâm của mình bằng cách bắt tôi (và cả nhà) ăn những món ăn có nhiều chất dinh dưỡng trong khi tôi chỉ khoái xực những món mà bà cho rằng chẳng bổ béo gì[5], như mì gói chẳng hạn.

Quan tâm đến sức khỏe là điều tốt, và càng lớn tuổi mối quan tâm đó càng tỏ ra đúng đắn. Chẳng ai dám nói quan tâm như vậy là điều không tốt. Tôi cũng thế thôi. Khi tôi trưởng thành, có nhà báo phỏng vấn tôi, rằng giữa sức khỏe, tình yêu và tiền bạc, ông quan tâm điều gì nhất? Lúc đầu tôi nói nhiều về tình yêu, về sau

---

1 gặt hái thành công：收获成功。

2 loay hoay đi tìm ý nghĩa của cuộc sống：不停探索生活的意义。

3 biết tỏng：知道；了解（一般用于口语）。

4 Tất nhiên là trước đó tôi vẫn giả vờ ngủ mê mặc cho mẹ tôi kêu khản cả giọng rồi lay lay người tôi, nhưng dĩ nhiên tôi vẫn trơ ra như khúc gỗ cho đến khi mẹ tôi cù vào lòng bàn chân tôi：当然在这之前我还在假装熟睡，母亲喊破喉咙也无济于事，（不得不）把我摇醒，而我依然像一截木头般躺着，直到母亲来挠我的脚底板。

5 tôi chỉ khoái xực những món mà bà cho rằng chẳng bổ béo gì：我只喜欢吃那些她认为毫无营养价值的食品。xực：ăn。

tôi nói nhiều hơn về sức khỏe. Tôi phớt lờ tiền bạc[1], mặc dù tôi nhận thấy đó là một bất công: tiền bạc chưa bao giờ được con người ta thừa nhận là mối quan tâm hàng đầu dù tiền bạc ngày nào cũng chạy đi mua quà tặng cho tình yêu và thuốc men cho sức khỏe.

Nhưng thôi, đó là chuyện của người lớn - chuyện sau này. Còn tôi, lúc tám tuổi, tôi chỉ nhớ là tôi không thích ăn những món bổ dưỡng. Nhưng tất nhiên là tôi vẫn buộc phải ăn, dù là ăn trong miễn cưỡng và lười nhác, và đó là lý do mẹ tôi luôn than thở về tôi.

Ăn xong phần ăn buổi sáng (chả sung sướng gì), tôi vội vàng truy lùng sách vở để nhét vào cặp[2], nhặt trên đầu tivi một quyển, trên đầu tủ lạnh một quyển khác và moi từ dưới đống chăn gối một quyển khác nữa, dĩ nhiên bao giờ cũng thiếu một món gì đó, rồi ba chân bốn cẳng chạy vù ra khỏi nhà.

Trường gần nhà nên tôi đi bộ, nhưng thực tế thì tôi chưa bao giờ được thưởng thức thú đi bộ tới trường. Tôi toàn phải chạy. Vì tôi luôn luôn dậy trễ, luôn luôn làm vệ sinh trễ, luôn luôn ăn sáng trễ và mất rất nhiều thì giờ để thu gom tập vở cho một buổi học. Về chuyện này, ba tôi bảo: "Con à, hồi bằng tuổi con, bao giờ ba cũng xếp gọn gàng tập vở vào cặp trước khi đi ngủ, như vậy sáng hôm sau chỉ việc ôm cặp ra khỏi nhà!"

Nhưng hồi ba tôi bằng tuổi tôi thì tôi đâu có mặt trên cõi đời để kiểm tra những gì ông nói, bởi khi tôi bằng tuổi ba tôi bây giờ chắc chắn tôi cũng sẽ lặp lại với con tôi những điều ông nói với tôi - Chuyện xếp tập vở trước khi đi ngủ và hàng đống những chuyện khác nữa, những chuyện mà tôi không hề làm.

Chà, với những chuyện như thế này, bạn đừng bao giờ đòi hỏi phải chứng minh. Đôi khi vì một lý do nào đó mà chúng ta buộc phải bịa chuyện.

Chúng ta cứ lặp lại mãi câu chuyện bịa đó cho đến một ngày chúng ta không nhớ có thật là chúng ta đã bịa nó ra hay không, rồi sau đó một thời gian nữa nếu cứ tiếp tục lặp lại câu chuyện đó nhiều lần thì chúng ta sẽ tin là nó có thật. Thậm chí còn hơn cả niềm tin thông thường, đó là niềm tin vô điều kiện, gần như là sự xác tín. Như các tín đồ Thiên Chúa tin vào sự sống lại của Jesus[3].

Ôi, nhưng đó cũng lại là những vấn đề của người lớn.

Tôi kể tiếp câu chuyện của tôi hồi tám tuổi.

---

1 phớt lờ tiền bạc：看淡钱财。

2 truy lùng sách vở để nhét vào cặp：到处找书本，然后塞进书包。

3 Như các tín đồ Thiên Chúa tin vào sự sống lại của Jesus：就像天主教教徒们相信耶稣会复活。

Như vậy, ra khỏi nhà một lát thì tôi tới trường.

Trong lớp, tôi luôn luôn ngồi ở bàn chót. Ngồi bàn chót thì tha hồ tán gẫu, cãi cọ, cấu véo hay giở đủ trò nghịch ngợm mà không sợ bị cô giáo phát hiện[1], nhưng điều hấp dẫn nhất ở vị trí tối tăm đó là ít khi bị kêu lên bảng trả bài.

Điều đó có quy luật của nó. Bạn nhớ lại đi, có phải bạn có rất nhiều bạn bè, yêu quí rất nhiều người nhưng không phải lúc nào bạn cũng nhớ tới họ.

Bộ nhớ chúng ta quá nhỏ để chứa cùng lúc nhiều khuôn mặt hay nhiều cái tên, chỉ khi nào nhìn thấy người đó ngoài phố hay bắt gặp cái tên đó trong một mẩu tin trên báo chẳng hạn thì chúng ta mới chợt nhớ ra và cảm động thốt lên[2] "Ôi, đã lâu lắm mình không gặp nó. Năm ngoái mình kẹt tiền[3], nó có cho mình vay năm trăm ngàn!".

Cô giáo của tôi cũng vậy thôi. Làm sao cô có thể nhớ tới tôi và kêu tôi lên bảng trả bài khi mà cô không thể nào nhìn thấy tôi giữa một đống đầu cổ lúc nhúc che chắn trước mặt[4].

Ngày nào cũng như ngày nào, tôi ngồi đó, vừa xì xầm trò chuyện vừa cựa quậy lung tung, và mong ngóng tiếng chuông ra chơi đến chết được[5].

Trong những năm tháng mà người ta gọi một cách văn hoa là mài đũng quần trên ghế nhà trường[6] (tôi thì nói thẳng là bị giam cầm trong lớp học), tôi chẳng thích được giờ nào cả, từ giờ toán, giờ tập viết đến giờ tập đọc, giờ chính tả. Tôi chỉ thích mỗi giờ ra chơi.

Ra chơi có lẽ là điều tuyệt vời nhất mà người lớn có thể nghĩ ra cho trẻ con. Ra chơi có nghĩa là những lời vàng ngọc của thầy cô tuột khỏi trí nhớ nhanh như gió, hết sức trơn tru[7]. Ra chơi có nghĩa là được tháo cũi sổ lồng[8], là được tha hồ hít thở không khí tự do.

Suốt những năm đi học, tôi và lũ bạn đã sử dụng những khoảnh khắc tự do

---

1 tha hồ tán gẫu, cãi cọ, cấu véo hay giở đủ trò nghịch ngợm mà không sợ bị cô giáo phát hiện：尽情地交头接耳、斗嘴、掐拧或者做各种小动作，不用害怕被老师发现。

2 cảm động thốt lên：感动地脱口而出。

3 kẹt tiền：手头不便；缺钱。

4 giữa một đống đầu cổ lúc nhúc che chắn trước mặt：在一堆不停在眼前晃动的脑袋中。

5 mong ngóng tiếng chuông ra chơi đến chết được：急切地盼望着下课的钟声。

6 mài đũng quần trên ghế nhà trường：在学校的椅子上磨裤裆，指在学校消磨时间。

7 những lời vàng ngọc của thầy cô tuột khỏi trí nhớ nhanh như gió, hết sức trơn tru：老师的金玉良言很快被抛诸脑后。

8 tháo cũi sổ lồng：逃出牢笼。

hiếm hoi đó vào việc đá bóng, nhưng thường xuyên nhất và hăng hái nhất là những trò rượt đuổi, đánh nhau hay vật nhau xuống đất cho đến khi không đứa nào còn ra hình thù một học sinh ngoan ngoãn nữa mới thôi, tức là lúc khuỷu tay đã trầy xước, mắt đã bầm tím, chân đi cà nhắc và áo quần thì trông còn tệ hơn mớ giẻ lau nhà[1].

Tại sao tôi không kể giờ ra về vào đây. Vì ra về có nghĩa là rời khỏi một nhà giam này để đến một nhà giam khác, y như người ta chuyển trại cho các tù nhân, có gì hay ho đâu.

Tôi không nói quá lên đâu, vì ngày nào chào đón tôi ở đầu ngõ cũng là khuôn mặt lo lắng của mẹ tôi và khuôn mặt hầm hầm[2] của ba tôi.

- Trời ơi, sao ngày nào cũng ra nông nỗi thế này hả con?

Đại khái mẹ tôi nói thế, vừa nói vừa nắn nót cánh tay rướm máu của tôi như để xem nó sắp rụng khỏi người tôi chưa[3].

Ba tôi thì có cách nói khác, rất gần với cách rồng phun lửa[4]:

- Mày lại đánh nhau rồi phải không?

- Con không đánh nhau. Tụi bạn đánh con và con đánh lại.

Tôi nói dối (mặc dù nói dối như thế còn thật hơn là nói thật) và khi ba tôi tiến về phía tôi với dáng điệu của một cơn bão cấp mười tiến vào đất liền[5] thì mẹ tôi đã kịp kéo tôi ra xa:

- Ông ơi, con nó đã nát nhừ ra rồi[6]!

Sau đó, không nói thì ai cũng biết là tôi bị mẹ tôi tống vào nhà tắm. Khi tôi đã tinh tươm và thơm phức như một ổ bánh mì mới ra lò[7] thì mẹ tôi bắt đầu bôi lên người tôi đủ thứ thuốc xanh xanh đỏ đỏ khiến tôi chẳng mấy chốc đã rất giống một con tắc kè bông[8].

Dĩ nhiên là từ đó cho tới bữa cơm, tôi không được phép bước ra khỏi nhà để

---

1 khuỷu tay đã trầy xước, mắt đã bầm tím, chân đi cà nhắc và áo quần thì trông còn tệ hơn mớ giẻ lau nhà：胳膊肘擦破，眼睛紫青，双腿一瘸一拐，衣服比拖把的布条还脏。

2 khuôn mặt hầm hầm：怒冲冲的样子；满脸愠色。

3 vừa nói vừa nắn nót cánh tay rướm máu của tôi như để xem nó sắp rụng khỏi người tôi chưa：边说边仔细察看我渗血的手臂，就好像在查看它是否已经脱臼。

4 rất gần với cách rồng phun lửa：近乎于龙喷火。

5 cơn bão cấp mười tiến vào đất liền：登陆的十级风暴。

6 con nó đã nát nhừ ra rồi：孩子已经够呛了（孩子已经皮开肉绽）。

7 tinh tươm và thơm phức như một ổ bánh mì mới ra lò：就像新鲜出炉的面包，芳香诱人。

8 một con tắc kè bông：一只布偶蛤蚧。

tránh phải sa vào những trò đánh nhau khác hấp dẫn không kém với bọn nhóc trong xóm[1], những đối thủ thay thế hết sức xứng đáng cho tụi bạn ở trường.

Ăn trưa xong thì tôi làm gì vào thời tôi tám tuổi?

Đi ngủ trưa!

Trên thế giới rộng lớn này, có lẽ có rất nhiều đứa nhóc trạc tuổi tôi đều bị các bậc phụ huynh cột chặt vào giấc ngủ trưa theo cái cách người ta cột bò vào cọc để chúng khỏi chạy lung tung[2].

Chứ thực ra với một đứa bé tám tuổi thì giấc ngủ trưa chẳng có giá trị gì về mặt sức khỏe. Khi tôi lớn lên thì tôi phải công nhận giấc ngủ trưa đối với một người lớn tuổi đúng là quý hơn vàng. Lớn tuổi thì sức khỏe suy giảm. Làm việc nhiều thì đầu nhức, mắt mờ, lưng mỏi, tay run, giấc ngủ ban đêm vẫn chưa đủ liều để sửa chữa thành công những chỗ hỏng hóc của cơ thể. Buổi trưa phải chợp mắt thêm một lát thì buổi chiều mới đủ tỉnh táo mà không nện búa vào tay hay hụt chân khi bước xuống cầu thang.

Nhưng nếu bạn sống trên đời mới có tám năm thì bạn không có lý do chính đáng để coi trọng giấc ngủ trưa. Với những dân tộc không có thói quen ngủ trưa, như dân Mỹ chẳng hạn, trẻ con càng không tìm thấy chút xíu ý nghĩa nào trong việc phải leo lên giường sau giờ cơm trưa.

Hồi tôi tám tuổi dĩ nhiên tôi không có được cái nhìn thông thái[3] như thế. Nhưng tôi cũng lờ mờ nhận ra khi ba tôi đi ngủ thì tôi buộc phải đi ngủ, giống như một con cừu còn thức thì người chăn cừu không yên tâm chợp mắt vậy[4].

Tôi nằm cựa quậy bên cạnh ông trên chiếc đi-văng[5], thở dài thườn thượt[6] khi nghĩ đến những quả đấm mà lũ bạn nghịch ngợm đang vung lên ngoài kia.

- Đừng cựa quậy! Cựa quậy hoài thì sẽ không ngủ được!

Ba tôi nói, và tôi vờ nghe lời ông. Tôi không cựa quậy nhưng mắt vẫn mở thao láo[7].

- Đừng mở mắt! Mở mắt hoài thì sẽ không ngủ được!

1 bọn nhóc trong xóm：村里的小孩。bọn nhóc：小孩。

2 cột chặt vào giấc ngủ trưa theo cái cách người ta cột bò vào cọc để chúng khỏi chạy lung tung：就像牛被拴在树桩上以防乱跑一样，他是被强迫午睡的。

3 cái nhìn thông thái：广博的见识。

4 giống như một con cừu còn thức thì người chăn cừu không yên tâm chợp mắt vậy：就譬如有一只羊还醒着，那么牧羊人就不会安心地闭上眼睛睡觉一样。

5 đi-văng：长椅，英语 divan 的音译。

6 thở dài thườn thượt：长叹。

7 mắt vẫn mở thao láo：眼睛仍然睁得圆圆的。

Ba tôi lại nói, ông vẫn nằm ngay ngắn nên tôi nghĩ là ông không nhìn thấy tôi mở mắt, ông chỉ đoán thế thôi. Chẳng may cho tôi là lần nào ông cũng đoán đúng.

Tôi nhắm mắt lại, lim dim thôi, mi mắt vẫn còn hấp háy, nhưng tôi không thể nào bắt mi mắt tôi đừng hấp háy được.

Một lát, ba tôi hỏi:

- Con ngủ rồi phải không?

- Dạ rồi.

Tôi đáp, ngây ngô và ngoan ngoãn, rơi vào bẫy của ba tôi một cách dễ dàng.

Tôi nằm như vậy, thao thức một lát, tủi thân và sầu muộn, rồi thiếp đi lúc nào không hay[1].

Khi tôi thức dậy thì đường đời của tôi đã được vạch sẵn rồi. Tôi đi từ giường ngủ đến phòng tắm để rửa mặt rồi từ phòng tắm đi thẳng tới bàn học để làm một công việc chán ngắt là học bài hoặc làm bài tập.

Thỉnh thoảng tôi cũng được phép chạy ra đằng trước nhà chơi với lũ trẻ hàng xóm nhưng trước ánh mắt giám sát của mẹ tôi (từ một vị trí bí hiểm nào đó đằng sau các ô cửa mà mãi mãi tôi không khám phá được), tôi chỉ dám chơi những trò ẻo lả[2] như nhảy lò cò hay bịt mắt bắt dê[3], đại khái là những trò dành cho bọn con gái hay khóc nhè.

Chơi một lát, tôi lại phải vào ngồi ê a tụng bài tiếp, càng tụng càng quên, nhưng vẫn cứ tụng cho mẹ tôi yên lòng đi nấu cơm.

Từ giây phút này trở đi thì đời sống của tôi tẻ nhạt vô bờ bến[4].

Tôi uể oải học bài trong khi chờ cơm chín. Cơm chín rồi thì tôi uể oải ăn cơm trong khi chờ tiếp tục học bài.

Tivi tiveo hiếm khi tôi mó tay vào được, trông nó cứ như một thứ để trang trí. Bao giờ cũng vậy, tôi chỉ được rời khỏi bàn học khi nào tôi đã thuộc tất cả bài vở của ngày hôm sau.

Ba tôi là người trực tiếp kiểm tra điều đó. Khác với mẹ tôi, ba tôi là người kiên quyết đến mức tôi có cảm tưởng ông sẽ thăng tiến vùn vụt nếu vô ngành cảnh sát, tòa án hay thuế vụ[5]. Ông không bao giờ lùi bước trước những giọt nước mắt

---

1 rồi thiếp đi lúc nào không hay：然后不知道在什么时候迷迷糊糊睡着了。hay，同 biết。

2 những trò ẻo lả：一些小儿科的游戏。

3 nhảy lò cò hay bịt mắt bắt dê：跳格子或捉迷藏（两种游戏）。

4 tẻ nhạt vô bờ bến：极其枯燥无味。

5 ba tôi là người kiên quyết đến mức tôi có cảm tưởng ông sẽ thăng tiến vùn vụt nếu vô ngành cảnh sát, tòa án hay thuế vụ：父亲是一位意志坚定的人，坚定的程度让我觉得他如果是一名警察、法官或者是税务人员，那么他的升迁将蹿得很快。

của tôi, dù lúc đó trông tôi rất giống một kẻ sầu đời[1] đến mức chỉ cách cái chết có một bước chân.

- Con học bài xong rồi ba. - Thường thì tôi mở miệng trước.

Ba tôi tiến lại và nhìn tôi bằng ánh mắt nghi ngờ:

- Chắc không con?

- Dạ, chắc!

Tôi mau mắn đáp và khi ba tôi bắt đầu dò bài thì tôi lập tức phủ nhận sạch trơn sự quả quyết của mình bằng cách ngắc ngứ[2].

- Học lại lần nữa đi con!

Ba tôi nhún vai nói và quay đi với tờ báo vẫn cầm chặt trên tay, rõ ràng ông muốn gửi đến tôi thông điệp[3] rằng ông sẵn sàng chờ đợi tôi cho dù ông buộc phải đọc tới mẩu rao vặt cuối cùng khi không còn gì để mà đọc nữa.

Qua cái cách ông vung vẩy tờ báo trên tay, tôi e rằng ẩn ý của ông còn đi xa hơn: có vẻ như nếu cần, ông sẽ bắt đầu đọc lại tờ báo đến lần thứ hai và hơn thế nữa. Nghĩ vậy, tôi đành vùi đầu vào những con chữ mà lúc này đối với tôi đã như những kẻ tử thù, tâm trạng đó càng khiến tôi khó mà ghi nhớ chúng vô đầu óc.

Cho nên các bạn cũng có thể đoán ra khi tôi đã thuộc tàm tạm, nghĩa là không trôi chảy lắm thì cơ thể tôi đã bị giấc ngủ đánh gục một cách không thương tiếc và thường thì tôi lết vào giường[4] bằng những bước chân xiêu vẹo, nửa tỉnh nửa mê trước ánh mắt xót xa của mẹ tôi.

Như vậy, tóm lại là đã hết một ngày.

Câu hỏi đọc hiểu（思考题）

1. 小说《阿改》中的“ngã ba Sương”是一个什么样的地方？
3. 在小说《阿改》中，为什么阿五一定要出去找阿改？
4. 在小说《阿改》中，阿五偷牛的真正目的是什么？
5. 小说《给我一张回到童年的车票》叙述了作者“我”怎样的童年生活？

---

1 giống một kẻ sầu đời：像一个厌世的人。

2 khi ba tôi bắt đầu dò bài thì tôi lập tức phủ nhận sạch trơn sự quả quyết của mình bằng cách ngắc ngứ：当我的父亲检查我的作业时，我会支支吾吾，以此完全否认自己之前的肯定。

3 gửi đến tôi thông điệp：传递给我信息。

4 lết vào giường：艰难地挪动到床上。

Bài 16

Người đoán mộng giỏi nhất thế gian
（世间第一解梦高手）

Phạm Thị Hoài（范氏怀）

Tiểu sử tác giả（作者简介）

范氏怀（Phạm Thị Hoài），1960 年出生于越南海阳省，是一位颇有影响的当代越南作家和翻译家。1977 年至 1983 年，她在德国前东柏林洪堡大学学习。1983 年，回国后在河内做档案管理员，从此开始文学创作。1993 年，范氏怀定居德国柏林，跟丈夫与儿子一起生活。1988 年，范氏怀发表了她的第一部长篇小说《天使》，这成为她的成名作，以此确立了她在越南当代文坛上的地位。小说《天使》已经被翻译成英语、法语、西班牙语、意大利语、德语、芬兰语等，在世界上产生了一定的影响。1993 年，《天使》德语译本荣获“法兰克福自由出版社奖”（Frankfurt LiBeraturpreis）。2000 年，《天使》荣获“英语文学翻译奖”（Dinny O'Hearn Prize for literature translation）。范氏怀的短篇小说和随笔曾在美国、澳大利亚、瑞士和德国的文学期刊上发表。小说《夜》《再来一次》和《越南：旅人的文学伴侣》等曾被收录在《越南当代小说选集》中。

Tóm tắt tác phẩm（作品简介）

1987 年 2 月 15 日，H 市开庭审理一起有组织、大规模、对社会造成严重影响的从事迷信异端活动的特殊案件。案件的被告是作品的主人公“我”，“我”是一位以解梦著称的美貌女子。案件已经审理了半年之久都没有结果，直到被告从戒备森严的监狱里失踪并留下了一份口供，后来被媒体作为法院的一大审理成绩公之于世才引起了公众的强烈反响。故事就是从这个美貌被告开始讲起……

主人公“我”是一个在战火纷飞的逃难途中出生的女孩，由于无人顾及“我”的出生，所以从生下来的那一刻起，“我”就只能静静地一个人做梦，然后在接下来的三年里也只能躺在母亲挑货物的箩筐里一个人做各种梦。这两段经历是“我”日后的解梦生涯的伏笔。在 16 岁那年，“我”无比灵验地解开了同班一个漂亮女同学的梦，从此声名鹊起，一发不可收拾。作为“世间第一解梦高手”，“我”为数以万计的人解过梦，人们以近乎崇拜的态度把“我”奉为他们未来的预测者，最终“我”却以“异端迷信蛊惑民众”罪被捕。小说诙谐幽默，趣味横生，引人入胜。

Văn bản（作品原文）

Ngày mười lăm tháng hai năm một ngàn chín trăm tám mươi bảy, tòa án nhân dân thành phố H. mở phiên tòa xử một trường hợp đặc biệt.

Bị cáo là một phụ nữ bốn mươi tuổi, độc thân, phạm tội hành nghề mê tín dị đoan có hệ thống, có tổ chức, quy mô lớn và ảnh hưởng nghiêm trọng đến đời sống xã hội, nổi tiếng dưới tên gọi "người đoán mộng giỏi nhất thế gian". Phiên tòa không luật sư bào chữa[1], bị cáo khước từ mọi quyền lợi trước pháp luật. Bảy công tố viên[2] thay phiên nhau như chạy tiếp sức, phóng viên và cảnh sát dày đặc hành lang[3], đám đông tụ tập ngoài sân tòa và tràn ra mặt đường mang theo bánh mì, bi đông nước, nhiều người mang cả chiếu. Phiên tòa kéo dài sáu tháng không kết quả và chắc sẽ chẳng bao giờ kết thúc, nếu bị cáo không đột ngột biến mất khỏi nơi giam giữ nghiêm ngặt[4]. Những người đại diện cho công lý đã thầm cám ơn giải pháp may mắn ấy và không quá nhiệt tình truy tìm kẻ mất tích. Suốt sáu tháng trước vành móng ngựa[5], bị cáo không hề lớn tiếng, trừ những lúc bắt buộc, nhưng trước khi mất tích để lại một bản khai, sau này được báo chí công bố như thành tựu chính của phiên tòa gây nhiều dư luận nói trên. Phải nói thêm rằng bị cáo có sắc đẹp kỳ lạ, chưa gặp trong văn chương cổ kim, nhưng hoàn toàn không mê hoặc, đơn giản vì sắc đẹp ấy quá xa lạ với những gì người cùng thời có thể biết hoặc phán đoán về cái đẹp.

1 bào chữa：辩护。
2 công tố viên：公诉人；起诉员。
3 phóng viên và cảnh sát dày đặc hành lang：走廊上挤满了记者和警察。
4 giam giữ nghiêm ngặt：监禁森严。
5 vành móng ngựa：被告席上的木栅栏。

Mẹ tôi sinh tôi giữa đường chạy nạn, quây vội cót thành cái lều[1], trên trời dưới cỏ, xung quanh ầm ào tiếng súng, người vật gọi nhau táo tác[2]. Tín hiệu chào đời của tôi lạc mất địa chỉ, chẳng ai làm chứng, tất cả phụ thuộc vào bộ nhớ rất hữu hạn và quá nhậy cảm với thời gian tàn phá của mẹ. Có một chú dế nhỏ mục kích từ đầu chí cuối cuộc sinh thành, nhưng nếu có gặp lại, mẹ tôi cũng không dám chắc sẽ nhận diện được. Thế là tôi nằm trong chiếc lều cót, ngửa mặt nhìn trời, với một chú dế trong vành tai, tư thế lý tưởng để phát sinh mọi mộng mơ và tôi đã mơ ngay từ phút chào đời vô vàn giấc mơ mà lắm kẻ bạc đầu chưa từng nếm trải. Đó là hướng nghiệp đầu tiên dành cho tôi[3].

Ba năm đầu tôi lớn lên trong một chiếc thúng, bồng bềnh nhún nhảy theo nhịp quẩy của mẹ[4]. Mẹ vừa chạy nạn vừa bán hàng rong[5], nửa gánh đằng kia là cả một thế giới nhỏ biến hóa vô cùng, nước mắm hóa thành muối, muối thành gạo, gạo thành gà, gà thành cá, cá thành nước mắm, nước mắm lại biến hóa vòng hai, cứ như thế luân hồi. Thoạt tiên, thế giới ấy nặng hơn tôi, mẹ phải an ủi bằng cách tặng tôi bằng hòn đá nhặt dọc đường làm đối trọng; Sau này, thế giới đầu đòn gánh đằng ấy càng ngày càng nhẹ bỗng, tôi phải an ủi bằng cách nhượng lại dần cho nó số đá kia[6]. Ngồi trong chiếc thúng đong đưa, tôi gục mặt nhìn đất, thỉnh thoảng ngắm bầu trời mênh mông để giải trí, và mơ tiếp vô vàn giấc mơ. Đó là hướng nghiệp thứ hai.

Sau đó là ba năm những giấc mơ chững lại[7]. Các nhà tâm lý học trẻ em đã lầm to khi sốt sắng bày ra đủ phương tiện nhằm kích thích trí tưởng tượng và khả năng mơ mộng của trẻ nhỏ lúc tuổi ấy. Sự thật là đứa trẻ đã mang sẵn một thế giới mộng mơ khổng lồ, bắt nguồn từ lòng mẹ, tự do phát triển theo những quy luật không thể nắm bắt, và đột nhiên bị thế giới ngôn từ thâm nhập như một trong những ngoại tố phức tạp nhất, vừa phá hủy, vừa định hướng và thường là một định hướng sai lầm.

Tôi chững lại để tập, để thu nhận và khám phá một thế giới khác, thế giới có

---

1 quây vội cót thành cái lều：急忙用竹编的谷围围成一个草棚。

2 người vật gọi nhau táo tác：人和动物吵闹嘈杂。

3 hướng nghiệp đầu tiên dành cho tôi：我的第一次事业启蒙。

4 bồng bềnh nhún nhảy theo nhịp quẩy của mẹ：母亲挑着我，一路颠沛流离。

5 bán hàng rong：肩挑货物，沿街叫卖。

6 tôi phải an ủi bằng cách nhượng lại dần cho nó số đá kia：（随着我渐渐长大，母亲挑的货担另一头的货物变得越来越轻。为了保持货担的平衡，）我要把之前加在我这头箩筐的石头“让”给另外一头的箩筐。

7 chững lại：突然停下。

thực, thuần túy khám phá, bằng cách gọi tên, bắc cây cầu ngôn ngữ[1], hoàn toàn không tưởng tượng hay mộng mơ gì hết, ví dụ đơn giản nhất là mẹ. Trước khi biết nói, tôi thường mơ về mẹ, như một con cá chép, trắng óng ánh và thích nằm một chỗ. Sau này, biết đó là người đẻ ra mình, biết ngoan cho mẹ vui lòng, không bao giờ giấc mơ ấy trở lại với tôi nữa. Suốt ba năm đó, hầu như chỉ có mẹ, và tôi. Mẹ ít nói, chỉ hay hát ru. Những lời ru lạ lùng, chẳng chuyên chở một ý nghĩa nào cả:

"Đêm vông vang
rơi chiếc vòng vàng..."

Tự chúng cũng là một thế giới riêng, không áp đảo, mà có lẽ còn nâng đỡ những giấc mơ của tôi. Tôi không dứt đoán mộng mơ vì lẽ ấy.

Mười năm đi học, tôi lại được thời mơ tiếp vô vàn giấc mơ, vì đó là cách duy nhất vừa để giết, vừa để xứng đáng với thời gian khi người ta còn ngồi trên một chiếc ghế nào đó trong một ngôi trường nào đó. Tôi thường đứng trước lớp, thay vì biểu diễn các công thức mà đằng nào rồi người ta cũng sẽ quên, lại kể về những giấc mơ, trong đó có một đàn chim mổ vào mắt nhau, những con mắt lăn lóc khắp nơi[2], tôi không biết trốn đâu cho thoát những con mắt, hay chuyện tôi bé bằng ngón tay, sau lớn dần, lớn dần, thành hẳn một quả núi, và lại nhỏ dần, nhỏ dần trở về ngón tay... Tôi trở thành trường hợp tuyệt vọng cho toàn trường[3]. Giáo viên lúc đầu tò mò, sau bực bội, và cuối cùng để mặc tôi ở một xó bàn cạnh cửa sổ; Sau này những người hâm mộ và cuồng tín kéo nhau về ngôi trường ấy, mua đấu giá chiếc bàn chi chít bút tích tôi[4].

Lời đoán mộng ứng nghiệm đầu tiên của tôi phát vào năm mười sáu tuổi, cho cô bạn cùng lớp xinh đẹp nhất. Cô bé không có chữ nào trong đầu, nên trông càng mê hồn. Đến kỳ thi tốt nghiệp, cô cài bông huệ gắn lên tóc, khoe đêm qua nằm mơ thấy toàn hoa huệ. Tôi rùng mình: "Đừng, sông sâu nước cả[5]." Chín tháng sau, cô bé sinh hạ[6], hai mẹ con ôm nhau ra sông tự vẫn, bố đứa trẻ là một sinh viên tốt nghiệp, và cô bé Hoa Huệ đỗ thủ khoa[7] năm ấy. Tiếng đồn bắt đầu dậy lên. Chính

1 bắc cây cầu ngôn ngữ：搭建语言的桥梁。

2 những con mắt lăn lóc khắp nơi：到处都是轱辘转的眼睛。

3 Tôi trở thành trường hợp tuyệt vọng cho toàn trường：我成为整个学校令人绝望的案例。

4 mua đấu giá chiếc bàn chi chít bút tích tôi：竞价购买我乱涂乱画的桌子。

5 sông sâu nước cả：水深莫测。

6 sinh hạ：生孩子，同 sinh con。

7 đỗ thủ khoa：古代科举乡试名列榜首；（口语）当代毕业考试名列榜首。

quyền tìm đến tận nhà. Hai mẹ con tôi được yên ổn chỉ nhờ phép mầu[1] của tấm bằng gia đình liệt sĩ phủ đầy bồ hóng và mạng nhện[2].

Nhiều năm trôi qua. Tôi làm đủ mọi nghề nuôi mẹ, có lúc cũng quẩy hai cái thúng với những món hàng biến hóa vô cùng, dấu kín chiếc chìa khóa mà hình như chỉ riêng tôi có mở vào thế giới của những giấc mơ. Có giấc mơ nào tôi chưa quen? Tất cả như một mớ chỉ, khẽ rút sợi này là kéo theo hàng loạt sợi khác. Giải mộng chẳng qua là rút đúng sợi chỉ cần rút, đối với tôi đấy là chuyện vặt[3]. Và khi lời đoán đầu tiên năm người ta mười sáu tuổi ứng ngay vào cái chết, thì tất cả các sợi chỉ rút sau quả là chuyện vặt.

Một hôm, có ông lão nốt ruồi mọc giữa nhân trung[4] đến mua kim, ngồi bệt ngay bên gánh hàng của tôi, vừa run run vừa than phiền về một giấc mơ quái gở, toàn là mèo, con nọ cắn đuôi con kia thành vòng tròn vây chặt ông, không sao ra thoát, chúng còn đồng ca một bài nghe cũng xuôi tai. Tôi lại buột miệng: "Nhà sắp thêm người, cụ không phải vá áo lấy nữa." Ông lão lầu bầu: "Tôi bảy mươi, mười một năm tám tháng hai chục ngày chỉ một mình với túp lều. Con trai thì núp váy vợ[5], con gái lấy chồng xa, bà lão trời bắt sớm[6], có ai mà thêm. Thêm ma à?" Rồi chống gậy bỏ đi. Chưa đầy tuần lễ, có người đàn bà chỉ ngoài bốn mươi, trông rất duyên dáng, lẳng lặng ôm tay nải[7] đến túp lều lợp giấy dầu của ông lão, hỏi thế nào cũng không nói. Họ sống với nhau hai chục năm, rồi ông lão qua đời, được một con trai học hành rất tử tế. Người mẹ vẫn câm lặng như một bóng ma, hiền và lạc đàn, tới lúc chết không hé răng nói một lời. Anh con trai bán túp lều chôn cất mẹ rồi bỏ làng đi. Sau này anh ta sớm thành tài, nổi tiếng thần đồng trong giới khoa học và là người bảo trợ đáng yêu nhất của tôi[8]. Đáng yêu ở cái nỗ lực phi lý mong tăng cường chiều thần diệu cho mặt phẳng logic nhạt nhẽo của khoa học, bằng cách gán cho thế giới mộng mơ của tôi một vài yếu tố trí tuệ, và gán cho khoa học một vài sắc thái tâm linh[9]. Các vị hãy giở lại hồ sơ tòa án, anh ta là nhân

1 phép mầu：法宝。

2 phủ đầy bồ hóng và mạng nhện：落满塔灰和蜘蛛丝。

3 chuyện vặt：（本文指）小菜一碟。

4 nốt ruồi mọc giữa nhân trung：人中上长了一颗痣。

5 núp váy vợ：躲在妻子的裙子后面。比喻靠老婆吃饭。

6 bà lão trời bắt sớm：老伴早早地被天收了。意指老伴去世得早。

7 tay nải：褡裢儿；挂肩布包。

8 là người bảo trợ đáng yêu nhất của tôi：是帮助过我的最可爱的人。

9 tăng cường chiều thần diệu cho mặt phẳng logic nhạt nhẽo của khoa học, bằng cách gán cho thế giới mộng mơ của tôi một vài yếu tố trí tuệ, và gán cho khoa học một vài sắc thái tâm linh：为我的梦想世界增加一些智慧元素、为科学增加一些心灵色彩，以此，给科学中

chứng số một, một chàng trai dễ thương, có tham vọng thông thiên và ngoại cảm[1], lại còn làm thơ và thạo nhiều ngoại ngữ. Nhưng đáng tiếc, anh ta luôn xuất phát từ một điều gì đó và nhằm một điều gì đó. Còn tôi, tôi không xuất phát, không định hướng, tôi chỉ là một môi trường cho các giấc mơ đi qua, tôi chỉ rút các sợi chỉ.

Tiếng đồn lại dậy lên, người khắp thiên hạ truyền nhau tìm đến. Tôi không còn phải quẩy gánh bán hàng rong nữa. Đây mới thật là một nghề gia truyền. Người đàn bà nào trong dòng họ tôi cũng biết cân đong, nhìn xuống đất và nhặt nhạnh hào lẻ. Cái nghề thấm vào máu. Khi đã trở thành người đoán mộng giỏi nhất thế gian tôi vẫn nhìn tất cả như vòng luân hồi biến hóa vô cùng trong chiếc thúng nhỏ ở một đầu đòn gánh: giấc mộng đế vương, giấc mộng hoàng lương, giấc mộng vô thường, tất cả không ra ngoài miệng thúng.

Người ta lắm mộng mị, mộng ban đêm, mộng ban ngày, thậm chí ngủ gật dăm phút trong hội nghị, giữa buổi cầu kinh, lúc chờ người yêu, khi nghe bố mẹ giảng bài học hiếu đễ[2], giữa hai nước cờ của đối thủ lề mề[3]... cũng mộng. Mấy chục năm hành nghề cho phép tôi phân loại và thuộc lòng mộng thiên hạ như nhà đông y làm việc với các ô thuốc[4].

Đứng đầu là mộng tiền bạc, từ mấy đồng xu rơi vãi ngoài đường, dăm chục đồng bạc lên lương, vài ba nghìn manh múng cò con[5], đến hàng vạn quan tiền lộc ngoại quốc. Vì lẽ sống đó, còn ai trong cái thành phố bất lực mà hồn nhiên này không tìm đến tôi? Nào là đám ăn mày chuyên nghiệp, tràn từ thành phố này sang thành phố khác như nạn giặc châu chấu[6]. Nào là anh chị em viên chức mòn mỏi ngóng về một quá khứ trong đó con người còn dám cho mình cái quyền lãng mạn và nhàn tản. Rồi em bé hát rong, ông chủ hợp tác xã khéo tay vui tính, nhà viết kịch thời thượng, những chàng thanh niên hăm hở chiếm lĩnh đời sống bằng hai bàn tay trắng, các cô gái không của hồi môn[7], vị thủ trưởng trước bước về hưu

---

单调的逻辑平面增加奇妙的维度。

1 ngoại cảm：超感官知觉，也叫第六感。（Ngoại cảm là một hiện tượng tâm linh mà chúng ta thường gọi tắt là giác quan thứ 6. Khả năng ngoại cảm thường được hình thành có thể là do bẩm sinh, do một chấn động tâm lý hay tai nạn nào đó gây ra và cũng có thể rèn luyện để có khả năng ngoại cảm.）

2 giảng bài học hiếu đễ：讲解孝悌之道。

3 giữa hai nước cờ của đối thủ lề mề：在对手慢腾腾的两步棋之间。

4 nhà đông y làm việc với các ô thuốc：中医（东医）大夫使用中药柜，抓药治病。

5 manh múng cò con：零散；微小；不值一提。

6 nạn giặc châu chấu：蝗灾。

7 của hồi môn：或 hồi môn，嫁妆；嫁奁（lián）。

ngơ ngác trước nhân tình thế thái... Tất cả đều nghĩ sâu sắc rằng thiếu tiền họ sẽ chẳng là gì, sẽ không còn là một người con, một người cha hay một người dân nào đó, cùng lắm bằng vài loài vật đi hoang ngoài đường[1], và vì thế ham tiền chỉ là ham muốn là người thuần túy nhất. Mộng tiền bạc thường hiện lên cụ thể, máu, phân, răng rụng, lửa cháy, nước tràn, súc vật hỗn chiến.

Tôi rất ngạc nhiên thấy những giấc mộng sinh, lão, bệnh, tử chỉ đứng vào hàng thứ ba. Hay đấy là dấu hiệu của sự tiến bộ của con người trong cuộc cạnh tranh muôn thuở với tự nhiên, luật của đấng tối cao đã lùi lại phía sau luật của con người áp đặt lên chính con người? Trong khi đó, đối với người giải mộng, những giấc mộng vô thường mang lại nhiều cảm xúc và ý thức nghề nghiệp nhất. Dường như ở đó, tôi rút những sợi chỉ như rút các dây thần kinh tỏa về não tủy[2].

Cuối cùng là đủ loại mộng mị vặt vãnh, bi, hài và vô thưởng vô phạt: chửi nhau với hàng xóm, mất trộm, chức trưởng phòng, ăn cỗ đũa lệch, ra chợ mua hớ[3], của người phúc ta[4], không nên đi xa, ra đường tránh chó...

Năm một ngàn chín trăm bảy mươi lăm, tôi đã đoán cho hàng vạn người giấc mộng đoàn tụ. Năm một ngàn chín trăm bảy mươi chín, lại đoán cho hàng vạn người giấc mộng biệt ly. Đám số đề[5], cờ bạc[6] bàn nhau mua phắt một biệt thự kín cổng cao tường[7] có vệ sĩ canh gác cho tôi ở, độc quyền khai thác lời giải những mộng mị oái oăm[8]. Học trò đến kỳ thi đại học bao vây chặt cửa nhà tôi đoán đề bài. Các thiếu nữ đến mùa cưới cũng vây chặt cửa nhà tôi đoán tương lai cuộc hôn nhân sắp tới. Người đẻ đến đoán con gái con trai. Người ra đi đến đoán lòng người ở lại. Người già đến đoán kiếp sau. Người trẻ đến xem phải trả oán gì cho kiếp trước. Có cả những nhà tiểu thuyết nhờ đoán số phận các nhân vật của mình và những linh mục dẫn con chiên tới xem ngày phán xử cuối cùng bao giờ sẽ

---

1 cùng lắm bằng vài loài vật đi hoang ngoài đường：顶多就像野外动物一样。

2 tôi rút những sợi chỉ như rút các dây thần kinh tỏa về não tủy：我抽动的几根细丝，就像是抽动了脑神经一样。

3 ăn cỗ đũa lệch, ra chợ mua hớ：吃饭拿到不齐的筷子，赶集买到价格高的东西。比喻诸事不顺。

4 của người phúc ta：借他人的钱财谋自己之利；假人济私。（Nghĩa bóng: Ban phát hay sử dụng tiền bạc, đồ vật của người khác để lấy ơn cho mình. Câu gần nghĩa: Lấy xôi làng đãi ăn mày.）

5 số đề：猜数押宝（一种赌博形式）。

6 cờ bạc：赌博。

7 kín cổng cao tường：深宅大院。

8 độc quyền khai thác lời giải những mộng mị oái oăm：独家研发一套关于古怪梦境的解梦语。

đến[1].

Cứ như thế, tôi phục vụ. Không vì danh tiếng, còn danh vị nào hơn "người đoán mộng giỏi nhất thế gian"?

Cũng không vì tiền bạc. Món tiền lớn nhất tôi cần đã dùng vào đám tang cho mẹ tôi, đơn giản chỉ để khoản đãi nửa triệu người đưa mẹ đến nơi an nghỉ cuối cùng. Ngày tang lễ thứ ba, tôi bị bắt. Hồ sơ về những hoạt động mê tín dị đoan của tôi chất đầy một căn phòng rộng hơn chính nơi tôi ở, đỉnh cao là đám tang phạm thượng náo loạn[2] này. Tôi bị kết tội mê hoặc đám đông bằng phép bùa[3] phù thủy[4]. Người ta ngờ đằng sau là những mưu đồ tôn giáo và chính trị sâu xa. Một mạng lưới cảnh sát dầy đặc chăng ra truy tìm con át chủ bài[5] dấu mặt. Báo chí bắt đầu cảnh giác. Giới khoa học được triệu tập cấp tốc. Chuyên gia nước ngoài cũng có mặt. Và ngày ngày, hàng trăm hàng ngàn rồi hàng vạn người chờ đợi trước cổng nhà giam, người nào cũng ôm ít nhất một giấc mộng chưa lời giải, ngóng[6] qua đầu ruồi[7] mũi súng[8] anh lính gác về phía tôi.

Một tuần sau, tôi được tự do. Ân nhân của tôi là một quý bà sang trọng, đeo kim cương ở khắp những chỗ quần áo không che hết da thịt. Quý bà sang trọng thuật lại cơn ác mộng của bà đêm qua. Tôi khuyên bà nên đi tu, nếu không muốn để gia đình rơi vào thảm họa. Bà ta lẳng lặng về. Mấy hôm sau, cửa nhà giam mở ra. Tôi lặng người trước đám đông. Một biển hoa. Dàn đồng ca và giao hưởng[9] thành phố cử khúc "*An die Freude*" nổi tiếng trong bản giao hưởng số chín của Beethoven[10]. Nhưng trong tôi, nỗi hoài nghi đã thay thế niềm vui, và lần đầu tiên, ý nghĩ đoạn tuyệt với nghề xuất hiện.

---

1 những linh mục dẫn con chiên tới xem ngày phán xử cuối cùng bao giờ sẽ đến：牧师们带领教徒来问询最后的审判日何时到来。

2 phạm thượng náo loạn：犯上作乱。

3 bùa：符篆，指道士所画的一种图形或线条，声称能驱使鬼神，给人带来祸福。

4 phù thủy：巫师。

5 con át chủ bài：底牌；王牌（桥牌等游戏中最大的牌，比喻最强有力的人物或手段）。

6 ngóng：企望；盼望。

7 đầu ruồi：准星，指枪上瞄准装置的一部分，在枪口上端。

8 mũi súng：枪口。

9 Dàn đồng ca và giao hưởng：合唱交响乐团。

10 "*An die Freude*" nổi tiếng trong bản giao hưởng số chín của Beethoven：贝多芬的第九交响曲《欢乐颂》。《欢乐颂》，又称《快乐颂》（德语为Ode an die Freude），是在1785年由德国诗人席勒所写的诗歌。贝多芬为之谱曲，成为他的第九交响曲第四乐章的主要部分，包含四独立声部、合唱、乐团。

Tôi tiếp tục hành nghề, bảy năm, như người tù[1] khổ sai biệt xứ[2], bởi loài người đã phái tôi đến xứ mộng mơ để cày cấy gieo trồng và cung nộp toàn bộ thành quả lao động.

Các vị hãy giở lại hồ sơ tòa án, nhân chứng số hai của tôi là một giáo sư bác sĩ nổi tiếng. Ngành y học quan tâm tới tôi thuần túy vì mục đích nhân đạo. Tôi nghiên cứu các giấc mộng, còn ông ta nghiên cứu tôi, con bệnh đầu đàn trong mọi con bệnh, giải pháp lâm sàng hứa hẹn ít nhất một Nobel. Theo sau ông ta là các nhân chứng khác. Một nhà thần học, thấy trong tôi sự giao lưu giữa con người và thần thánh. Một nhà phân tâm học, tự xưng là tín đồ duy nhất của Freud[3], Adler[4] và Jung[5] ở Đông Dương, khẳng định tôi là hiện thân của toàn bộ lý thuyết tâm lý học tầng sâu về mộng mị. Một triết gia lấy tôi là ví dụ cho tính năng động của ý thức trong tương quan với tồn tại. Một nhà nghiên cứu nghệ thuật hy vọng dùng tôi giải mã tranh của Bosch[6], truyện của Kafka[7] và nhạc của Stravinsky[8]. Một nhà xã hội học quyết định suy từ phương pháp thống kê mộng mị ra thực tế vốn khó tiếp cận hơn nhiều. Và một nhà sử học tìm kiếm chứng tích của các nền văn minh chìm trong những hoạt động vô thức. Họ đến với tôi, và giờ

---

1 người tù：阶下囚。

2 biệt xứ：流放；背井离乡。

3 Freud：西格蒙德·弗洛伊德（Sigmund Freud，1856 年 5 月 6 日—1939 年 9 月 23 日），奥地利精神病医师，心理学家，精神分析学派创始人。

4 Adler：艾尔弗雷德·阿德勒（Alfred Adler，生于 1870 年 2 月 7 日，逝于 1937 年 5 月 28 日），奥地利精神病学家。人本主义心理学先驱，个体心理学的创始人，曾追随弗洛伊德探讨神经症问题，但也是精神分析学派内部第一个反对弗洛伊德的心理学体系的心理学家。

5 Jung：卡尔·古斯塔夫·荣格。（Carl Gustav Jung，1875—1961 年），瑞士心理学家。1907 年开始与西格蒙德·弗洛伊德合作，发展及推广精神分析学说长达 6 年之久，之后与弗洛伊德理念不和，分道扬镳，创立了荣格人格分析心理学理论，提出"情结"的概念，把人格分为内倾和外倾两种，主张把人格分为意识、个人无意识和集体无意识三层。

6 Bosch：耶罗尼米斯·博斯（Hieronymus Bosch，1450—1516 年）是一位 15—16 世纪的多产荷兰画家。他多数的画作多在描绘罪恶与人类道德的沉沦。他的图画复杂，有高度的原创性、想象力，并大量使用各式的象征与符号，其中有些甚至在他的时代中也非常晦涩难解。博斯被认为是 20 世纪的超现实主义的启发者之一。

7 Kafka：弗兰兹·卡夫卡，奥匈帝国（奥地利帝国和匈牙利组成的政合国）统治下的捷克德语小说家，本职为保险业职员。主要作品有小说《审判》《城堡》《变形记》等。

8 Stravinsky：伊戈尔·菲德洛维奇·斯特拉文斯基（Igor Fedorovitch Stravinsky，1882—1971 年），1882 年 6 月 17 日生于俄罗斯圣彼得堡附近的奥拉宁堡（今罗蒙诺索夫），美籍俄国作曲家、指挥家和钢琴家，西方现代派音乐的重要人物。

đây, ra trước tòa, đặt tay lên ngực thề khai sự thật và không gì khác hơn ngoài sự thật[1]. Nhưng toàn bộ sự thành khẩn của họ và của đám đông khổng lồ mà tôi đã không tiếc công phục vụ chỉ càng chứng minh rằng tôi, người đoán mộng giỏi nhất thế gian, đã có mặt vô lý với tư cách kẻ được chọn lựa. Loài người bao giờ cũng chọn một kẻ nào đó để đặt tất cả lòng tin, và để đem ra trước vành móng ngựa.

Một hôm, những người trước đây đã kết tội tôi dùng phép bùa phù thủy đích thân đến mời tôi cộng tác. Khoa học hình sự đã phát triển tới mức đủ sức liên kết với mọi lãnh vực tri thức khác. Tôi từ chối. Tôi chỉ là một môi trường cho những giấc mơ đi qua, tôi chỉ rút các sợi chỉ. Và ngay cả việc ấy tôi cũng không thiết tha[2] nữa. Người ta mời tôi tới các hội nghị. Người ta đưa tôi ra nước ngoài. Người ta vời tôi vào nơi cung cấm. Người ta trao vào tay tôi vận mệnh quốc gia. Người ta đặt tôi dưới một chế độ ăn uống và bảo quản nghiêm ngặt. Và trong tôi, ý nghĩ đoạn tuyệt với nghề chín dần. Phải, giấc mơ nào cũng ứng vào một điều gì, từ chuyện cho mèo mẹ sẽ đẻ mấy con nhị thể, mấy con tam thể, đến chuyện chiến tranh và nạn hồng thủy. Còn giấc mơ ứng vào chính nó, mộng mơ như một dạng tồn tại, không biểu tượng, không ám chỉ, như hai vạn năm trước từng là lối sống duy nhất của một chủng tộc nào đó, thì đồng loại tôi chưa bao giờ gặp. Trong trường hợp này, không thể dùng những khái niệm đã biết để hình dung điều chưa biết, nên người làm một động tác xóa sổ đơn giản, bảo đó là trò chơi dễ dãi của ngôn từ.

Tôi quyết định chọn ngày sinh lần thứ bốn mươi của mình làm ngày hành nghề cuối cùng. Hôm đó, thành phố bãi bỏ toàn bộ hoạt động, người nào cũng tranh thủ có một giấc mộng trọng đại cuối cùng. Rõ ràng tôi không đủ sức thỏa mãn từng cá nhân trong vòng hai mươi tư tiếng đồng hồ ấy, chỉ còn cách phân loại và giải đáp từng nhóm mộng to, mộng nhỏ. Có nhóm được nghe lời phán định về sự suy sụp của cả một chế độ. Có nhóm biết mình sẽ đứng ra thâu tóm[3] đời sống xã hội trong mười năm sắp tới. Có nhóm được quyền nhàn tản thung dung bất chấp mọi đổi thay của thời cuộc. Và biết bao nhóm khác sẽ quẩn quanh trong những biến cố nho nhỏ của trái tim.

Rồi việc phải đến đã đến. Đám đông gào lên, kẻ tung hô tôi, kẻ đòi tôi không

1 đặt tay lên ngực thề khai sự thật và không gì khác hơn ngoài sự thật：把手放在胸前，发誓一定要实话实说。

2 thiết tha：（本文指）热衷。

3 thâu tóm：概况；归纳；囊括。

được từ chức, kẻ đe dọa tự thiêu ngay tại chỗ để phản kháng lời giải mộng về một số kiếp chẳng ra gì, kẻ phát cuồng về một tương lai vượt quá mọi mong đợi. Cuộc náo loạn lần này đẩy tôi ra đây, trước vành móng ngựa. Các vị đã tự giằng co sáu tháng trời, không quyết định nổi nên tiếp tục đặt tất cả lòng tin vào tôi, hay đành sống không điểm tựa. Đây là phiên tòa dành cho các vị. Hãy kết tội niềm tin đi, nếu nó không còn cần thiết nữa, và thay vào chỗ nó những quy chế nghiêm ngặt của cộng đồng. Để tiện cho các vị, tôi, người đoán mộng giỏi nhất thế gian, xin vĩnh biệt. Tôi không có môn đệ. Các vị hãy yên tâm.

Chuyện nhỏ xóm nghèo（贫穷山村的小事）

Y Ban（医班）

Tiểu sử tác giả（作者简介）

医班（Y Ban），原名范氏春班（Nguyễn Thị Xuân Ban），生于 1961 年 7 月 1 日，越南宁平省人。1978 年，医班就读于河内医科大学。毕业后，她先后任教于南定（省）医学高等专科学校、太平（省）医科大学。任教期间，她开始用“医班”作为笔名（取在医科院校工作之意）进行文学创作。1989 年，她辞职潜心创作。同年 10 月，医班被派往阮攸创作学校学习。1992 年，她从该校毕业后到《教育与时代报》报社做记者，后任该报总编。1996 年，她加入越南作家协会。

医班是当代越南一位成果颇丰的女作家。她的主要作品有短篇小说集《有魔力的女人》《暮色中降生的女人》《记忆中的光明地带》《废弃的庙宇》《球兰花》《集市上的婚宴》《I am 女人》《一张假钱的旅行》及长篇小说《丑女人没有礼物》。短篇小说集《I am 女人》是医班文学创作的转型作品。作品以女性生命意识和性别自觉的萌发和觉醒为书写重点，开始关注作为社会构成体的另一半——女性的生存意义和生存状态。《I am 女人》以其抢眼的书名及异于传统的写作风格曾在越南文坛引起了不小的反响。

Tóm tắt tác phẩm（作品简介）

《贫穷山村的小事》讲述的是：在一个贫苦的村子里，女教师的残疾女儿有一条叫鼠鼠的狗，这条狗整日与小主人形影不离。但是随着鼠鼠的长大，它不再时刻待在小主人身边而时常跑到村子里，慢慢地，甚至整夜不归家。那段时间经常有人到村里偷狗去卖，为了不让鼠鼠被贩狗的人偷走，女孩不得不把狗以 5 万盾的价格卖给了村头开茶水馆的老卒，因为老卒答应女孩会亲自看管狗而绝不会把狗卖掉。但是有一天女孩看到自己的狗居然在一个贩狗人的车上，女孩决定把狗赎回来，但是贩狗的人说他是花了 15 万盾从老卒手里买的，如果要赎回必须给他 20 万盾。女孩深感无人可信，伤心不已。但是女孩的妈妈劝她理解老卒的行为，毕竟老卒孤苦一人无亲无故，为了生活不得已才这样做。最后老卒年迈体衰撒手人寰，临终前把自己养的唯一一条狗送给了女孩，并请求女教师在他死后为他请一伙人来给他哭丧。女教师和村民们卖了老卒的茶水馆，为老卒举办了一场隆重的葬礼。女孩也原谅了老卒。

Văn bản（作品原文）

Nơi tôi ở là một xóm lao động nghèo, vốn nhiều phức tạp vì cái nghèo mà ra, nhưng cũng đầy tình thân từ cái nghèo mà đến. Án ngữ đầu xóm là một quán nước nhỏ của ông lão Tốt[1], sống một mình với một con chó, nên cả xóm gọi ông là lão Hạc (nhân vật trong truyện ngắn cùng tên của Nam Cao). Quán ông rất tồi tàn[2] nhưng có đủ thứ cho người nghèo cần dùng. Bên cạnh nhà tôi có gia đình bà giáo với một cô gái nhỏ tật nguyền[3]. Cô gái nhỏ đó rất xinh xắn nhưng luôn phải gắn mình với xe đẩy. Cô không đến trường nhưng mẹ đã dạy cô đọc và làm tính. Cô rất thích đọc sách. Khi cô 14 tuổi thì tất cả sách của mẹ cô đã đọc hết. Cô trở nên buồn rầu lắm. Một người học trò cũ của mẹ, biếu cô một con chó. Thế là cuối cùng cả xóm tôi nhà nào cũng có chó cả. Kể cũng lạ, nhà giàu để trông của, thích nuôi chó đã đành. Chứ nhà nghèo có gì để trông đâu kia chứ. Bảo nuôi chó để bán ư? Lại càng không, đố thấy nhà nào trong xóm tôi bán chó. Thỉnh thoảng có bọn lái chó đi qua xóm rao mua, thì mấy bà te tái đuổi: "Xéo đi, lại làm cho lũ chó khiếp mất mật đây - Rồi quay sang an ủi chú chó nhà mình - Chẳng bán mày đâu".

Cô gái nhỏ kia rất yêu quý con chó, cô đặt tên cho nó là Chuột bởi nó có bộ lông y như lông chuột. Chuột đã lớn lên trong sự yêu thương của cô gái và nó

---

1 Án ngữ đầu xóm là một quán nước nhỏ của ông lão Tốt：在村头有一家小小的茶馆，是老卒开的。

2 tồi tàn：残破；破破烂烂。

3 tật nguyền：残疾。

cũng tỏ ra rất yêu quý cô chủ của mình. Suốt ngày nó quanh quẩn[1] bên chân cô làm bầu bạn. Cho đến khi Chuột thành thanh niên. Nó không hay ở nhà nữa. Nó chạy lùng sục[2] khắp xóm. Đến tối nó tụ tập cùng đám chó trong xóm trước quán ông Tốt. Thật là cây giống bóng, của giống người. Buổi tối, đám đàn ông, thanh niên đều ra quán ông Tốt uống chén trà, bàn đề đóm[3]. Người ăn đề[4] thì vui như tết, kẻ không ăn thì cay cú[5]. Họ ngồi đến khoảng 8 giờ thì giải tán cả. Hầu như quá 8 giờ tối quán ông Tốt đã vắng teo, nhưng ông cứ mở cửa cả đêm. Ông ngồi dựa vào phên gà gật mà không đi ngủ. Quanh năm suốt tháng chả thấy quán ông Tốt đóng cửa bao giờ.

Cô gái nhỏ buồn lắm nhưng cô không thể chạy theo Chuột để lôi nó về nhà, còn suốt ngày xích nó thì cô lại thương. Cho đến cái ngày Chuột đi cả đêm không về nhà. Đó là thời kỳ bọn câu trộm chó[6] đang hoành hành. Bà giáo đi tìm nó quanh xóm không thấy. Quá trưa hôm sau ông Tốt dẫn con Chuột về nhà cho cô gái nhỏ. Ông dặn: "Ô! Cô nhớ xích nó nhé, kẻo bị câu trộm mất đấy."

Cô gái nhỏ cảm ơn ông Tốt, ôm lấy Chuột vỗ về[7] kể lể. Chuột đứng im, lim dim mắt lắng nghe rồi thoắt cái nó lại biến mất. Bà giáo đuổi theo lùa nó về xích mấy ngày. Ban ngày nó nằm lim dim mắt như ngủ. Đến tối nó lồng lên dữ lắm, nó giật xích xủng xoảng. Dạo ấy, chó ở xóm tôi đã bị câu trộm gần hết. Nhà nào còn thì cố giữ cho chắc hoặc bán vội để kiếm chút tiền rẻ. Đến tối thứ năm thì con Chuột đứt xích chạy mất. Lần này thì cô gái nhỏ đã khóc hết nước mắt vì tin chắc rằng bọn câu trộm đã bắt được Chuột rồi. Nhưng đến trưa hôm sau lại ông Tốt dẫn Chuột về giả, kèm với lời đề nghị:

- Thôi cô bán cho tôi đi. Cô cứ thả nó thế này thì đằng nào cũng mất thôi.

- Nó dứt xích chạy mất đấy ông ạ.

- Thế à, thôi cô với bà giáo bán cho tôi. Nhà tôi có con chó cái, con đực này nó cứ theo nên chẳng chịu ở nhà cô đâu. Tôi trả cô năm chục nghìn đồng đấy. Cô không bán cho tôi thì mất mất, phí đi. Tôi quý con chó nhà cô lắm. Cho nó làm bạn với con cái nhà tôi.

Cô gái nhỏ dứt khoát không đồng ý bán. Ông Tốt ra về. Đến chiều con Chuột

---

1 quanh quẩn：盘桓；盘旋；萦绕。
2 lùng sục：搜索；到处搜查。
3 đề đóm：一种赌博游戏。
4 ăn đề：猜中（赌）题。
5 cay cú：输红了眼。
6 bọn câu trộm chó：偷狗团伙。
7 vỗ về：抚摸；抚慰。

lại tru tru[1]. Bà Giáo buồn rầu bảo cô gái nhỏ:

- Thôi, hay là bán cho ông Tốt đi con ạ. Thì đằng nào bọn câu trộm nó cũng bắt mất thôi. Con có biết cả xóm gọi ông Tốt là lão Hạc không? Rồi lão cũng sẽ yêu thương con Chuột như con đã yêu thương nó mà.

Bà giáo kể cho con gái nghe cảnh cái lưỡi câu mắc vào họng con chó như thế nào. Con chó sẽ bị kéo lê trên đường, rồi bị đút vào thòng lọng[2]. Rồi bị treo lên một cái xà, rồi chọc tiết[3]...

Cô gái nhỏ đã đồng ý bán Chuột.

Bán Chuột rồi cô buồn lắm. Thế là suốt ngày cô chẳng còn ai làm bầu bạn cùng. Những ngày Chuột dứt xích chạy đi chơi, cô vẫn ngóng Chuột quay trở lại. Nay Chuột đã đi ở hẳn nhà người rồi. Chẳng biết Chuột còn nhớ đến cô mà về thăm không? Ông Tốt chắc không gọi là Chuột đâu mà gọi là cậu Vàng hay là cậu Xám...

Cô gái nhỏ đẩy chiếc xe lăn ra cổng. Một người lái chó đạp xe qua. Trong lồng chó, cô đã nhìn thấy Chuột đang rên[4] ư ử, đôi mắt dại lạc[5]. Chuột nhìn thấy cô bỗng kêu lên mừng rỡ quẫy đuôi rối rít[6]. Cô gái nhỏ gọi người lái chó lại hỏi. Người lái chó kể: "Tôi mua con chó này của ông lão bán nước ngoài đầu ngõ. Ông ấy nuôi được nhiều chó lắm thỉnh thoảng lại bán cho tôi một con. Chỉ có con chó cái hỏi bán bao lần mà lão không bán."

- Bác mua bao nhiêu con này?

- 150 nghìn đồng.

- Bác để lại cho cháu nhé!

- Cũng được. 200 nghìn đồng!

- Nhưng cháu chỉ có 50 nghìn đồng thôi ạ.

- Thế thì thôi nhé, tôi đi đây.

- Bác chờ mẹ cháu về đã.

- Tôi không có thời gian.

Người lái chó đạp xe vù đi để lại cô gái nhỏ khóc cay đắng khốn khổ[7] một mình.

---

1 tru：大声吼叫。

2 thòng lọng：圈套。

3 chọc tiết：宰杀（杀牲畜、家禽等）。

4 rên：呻吟。

5 đôi mắt dại lạc：双眼呆滞。

6 quẫy đuôi rối rít：不停地摇尾巴。

7 khốn khổ：悲伤；痛苦。

Buổi chiều bà giáo đi làm về, cô gái nhỏ kể lại câu chuyện cho bà nghe. Cô đòi bà đưa cô sang nhà ông Tốt để chất vấn việc ông ta lừa đảo cô. Cô bảo với bà giáo:

- Con không tin ai nữa, không tin cả mẹ lẫn lão Hạc. Giờ con mới nghĩ ra rằng, cuối cùng thì lão Hạc vẫn bán cậu Vàng cho người ta giết thịt đó thôi.

- Mẹ xin lỗi con, sự thật là như vậy đó, bởi vì lão Hạc nghèo lắm. Lão chẳng có gì mà ăn cả thì lấy đâu thức ăn cho Vàng. Dẫu sao con chó cũng chỉ là con chó mà thôi con ạ. Ông Tốt cũng không lừa con đâu, ông ta có lý do riêng của mình. Ông ấy sống cô quạnh một mình đến thế, lẽ nào lại đi lừa một cô gái như con.

- Nhưng con biết tin ai bây giờ hả mẹ?

- Con tin ở năm chục nghìn kia kìa. Nếu bọn câu trộm bắt mất con Chuột thì con sẽ chẳng được đồng nào để mà mua sách.

- Nhưng ông ấy được những một trăm nghìn mà ông ấy không phải nuôi nó cũng như ông ấy không yêu quý nó chút nào.

- Thì một trăm nghìn đồng ấy là sự yêu thương của con. Nếu như con bán cho lái chó, con sẽ được thêm ngần ấy, nhưng vì con yêu thương nó, con không nỡ bán. Ông Tốt ấy đã bán sự yêu thương lấy một trăm nghìn đồng đó, con hiểu không. Lòng yêu thương của con mà con không bán ấy, con có thể dành để nuôi hàng trăm hàng nghìn con chó và các con súc vật khác. Để con có niềm tin và yêu thương mọi người. Và, để con sẽ không bao giờ bị cô quạnh[1] cả.

Từ đấy xóm tôi không nhà nào nuôi chó nữa, chỉ còn duy nhất một con chó cái nhà ông Tốt.

Một ngày, ông Tốt già yếu lắm rồi, ông chống gậy dẫn con chó cái đến nhà bà giáo. Cô gái nhỏ đã quên chuyện cũ, đón tiếp ông nồng hậu. Ông run run[2] vuốt ve[3] con chó cái và bảo nó:

- Tao già lắm rồi, sắp chết rồi. Mày còn sống thêm được vài năm nữa. Mày sang ở với cô. Mày hãy yêu thương cô như đã yêu thương tao nhé! Rồi ông quay sang bà giáo - Bà giáo ơi, tôi nhờ bà một việc cuối đời. Tôi ở nơi xa phiêu dạt đến đây[4]. Tôi nhớ ngày xưa tôi cũng có vợ có con nhưng xa vời lắm rồi. Ngày xưa ấy tôi cũng đi câu trộm chó. Tôi đánh vật[5] với cuộc đời bằng đủ ngón nghề. Cho đến

1 cô quạnh：孤身；寂寞；枯寂。
2 run run：颤抖；微微发抖。
3 vuốt ve：爱抚；抚摸。
4 Tôi ở nơi xa phiêu dạt đến đây：我从远方漂泊至此。
5 đánh vật：摔跤；角斗。（本文指）花力气对付。

cái ngày dạt về xóm nhỏ này. Quán tôi mở suốt ngày suốt đêm để chờ có người cùng trò chuyện với mình đó thôi. Đến cái ngày thấy mình sắp chết, tôi lần lại hầu bao[1]. Tôi sợ hãi cái cảnh chết không khói hương[2], kèn trống[3]. Nhà tôi nuôi chó cái, chó đực cứ tụ tập trước cửa. Tôi bèn kể cho mọi người nghe về bọn câu trộm chó. Thế là tôi mua rẻ được năm con. Nay tôi dành dụm được triệu bạc. Tôi nhờ bà giáo thuê hộ tôi mấy người khóc mướn[4], bà giáo nhé!- Cô ơi, tôi xin lỗi cô về con Chuột. Nhưng tôi làm thế cũng lương thiện phải không cô? Cô tha thứ cho tôi nhé!

Vài tuần sau ông Tốt chết. Cả xóm tôi bàn nhau bán cái quán của ông được một số tiền, làm đám[5] cho ông linh đình[6]. Bà giáo thuê một dàn năm bà khóc mướn. Khóc hết một ngày một đêm. Cô gái nhỏ, con bà giáo, đã ngồi bên quan tài ông Tốt một ngày. Lúc nào những người khóc mướn ngừng khóc thì nước mắt cô lại lặng lẽ rơi xuống. Chắc nơi chín suối[7] ông Tốt cũng hả lòng.

Câu hỏi đọc hiểu（思考题）

1. 在《世间第一解梦高手》的故事中，主人公是如何成为世间第一解梦高手的？
2. 为何“世间第一解梦高手”被抓入监狱治罪？又为何突然失踪？
3. 短篇小说《贫穷山村的小事》读后，你有什么感想？

1 tôi lần lại hầu bao：我又摸了摸荷包。意指看看自己有多少钱。
2 khói hương：香火（香烛的烟火）。
3 kèn trống：（殡葬仪式中的）鼓乐。
4 khóc mướn：代哭丧；花钱雇人在葬礼上哭丧。
5 đám：（本文指）葬礼。
6 linh đình：隆重；盛大。
7 nơi chín suối：九泉之下。

Bài 17

Mười ngày（十天）

Phan Thị Vàng Anh（潘氏黄英）

Tiểu sử tác giả（作者简介）

潘氏黄英（Phan Thị Vàng Anh）是越南当代女作家、诗人。1968 年 8 月 18 日生于河内，为著名诗人制兰园（Chế Lan Viên）和作家武氏常（Vũ Thị Thường）之女。1993 年，潘氏黄英毕业于胡志明市医药大学。1996 年，她成为越南作家协会会员。2005 年，她被选为越南作家协会第七届常务委员会委员。潘氏黄英的代表作为小说《人们年轻的时候》。

Tóm tắt tác phẩm（作品简介）

短篇小说《十天》以时间和主人公对恋人的思念之情为线索，描写了从腊月二十六到大年初五的十天，也就是传统节日春节期间，主人公的日常生活以及她对恋人的思念之情。阅读这篇小说，我们可以从文学作品的视角了解越南的春节风俗。

Văn bản（作品原文）

26 Tết

Anh bảo: "Chiều nay về quê, mùng Năm anh lên." Tôi làm tính nhẩm: Mười ngày. Mười ngày vừa tết, vừa đợi bằng một ngàn ngày thường, có nghĩa là tôi sẽ phải quét mạng nhện[1] một mình, một mình dỡ những cánh cửa xuống, rồi một

---

1 quét mạng nhện：打扫蜘蛛网。意指春节前的大扫除。

mình lắp vào chỗ cũ[1]...

Tôi hỏi: "Sao lâu vậy?" Anh cười "X. Có gần đâu để anh đi đi về về như chuột!" Tôi lẩm bẩm: "Biết làm gì ở thành phố bây giờ?" Anh trả lời bằng cách lập cho tôi một thời gian biểu với những công việc nhàm chán, thà tôi uống một thứ thuốc gì đó để ngủ liên tục mười ngày còn hơn.

Rồi anh dặn: "Nhớ viết thư!" Tôi gật đầu, đây là sở thích của tôi.

27 Tết

Tôi bước vào bưu điện thành phố để bỏ lá thư đầu tiên cho anh. Khi phong bì chui tọt vào thùng thư "các tỉnh", tôi bỗng cảm thấy hụt hẫng[2]. Những giờ trước, khi cắm cúi trên tờ giấy cắt góc cẩn thận, những phút trước, khi bước tự tin trên những bậc tam cấp của bưu điện[3], tôi hoàn toàn nghĩ rằng anh đọc thư tôi.

Lúc này, nhìn quanh, tôi thấy sao mà lo lắng cho cái thư nhỏ bé của tôi. Mọi người tất bật gọi điện, bôi hồ dán tem[4]. Hàng trăm ngàn người như tôi nhưng xem ra họ đều bình tĩnh hơn tôi, xong việc là lạnh lùng bước ra ngoài trời nắng như ran[5], ngước mắt nhìn nhà thờ Đức Bà[6] bên kia đường như thói quen của tất cả mọi người, rồi đi. Còn tôi, sau vài phút thẫn thờ, tôi ngượng nghịu[7] nhìn quanh rồi cũng chuồn thẳng.

28 Tết

Khách khứa nhà tôi đến chủ yếu vào những ngày trước Tết. Họ hỏi: "Cháu đâu?" Mẹ tôi tự hào chỉ tay không định hướng: "Nó đi chơi ở nhà bạn!"

Tôi thích mọi thứ không phải nhà mình, ăn cơm nhà khác, ngủ nhà khác, trèo lên một cây ổi[8] nhà khác vặt quả... Đều thích hơn làm tại nhà mình, thích hơn, bởi vì nó lạ, và tôi chỉ cần lạ.

---

1 một mình dỡ những cánh cửa xuống, rồi một mình lắp vào chỗ cũ：一个人把那些门窗卸下来清理，然后又一个人把它们安装好。

2 cảm thấy hụt hẫng：感觉心里空落落的。(có cảm giác bị thiếu mất đi một cái gì (thường là trong lĩnh vực tình cảm) một cách đột ngột.)

3 bước tự tin trên những bậc tam cấp của bưu điện：自信地走上邮局的三级台阶。

4 bôi hồ dán tem：涂上胶水粘贴邮票。

5 nắng như ran：骄阳似火。

6 nhà thờ Đức Bà：圣母大教堂。建成于 1883 年，为法属殖民地时期留下的建筑物，是胡志明市地标性建筑之一。

7 ngượng nghịu：别扭。

8 cây ổi：番石榴树。

Tôi ngồi cắt rễ kiệu[1], hai chân tê dại. Tôi nghĩ, nếu đây cũng là một cách xem tướng, tôi sẽ phát cho các bạn trai của tôi, mỗi đứa một cái dao sắc, một nắm kiệu, không ai được nhìn và cắt. Hẳn kết quả sẽ là:

A: Không cắt lá kiệu, chỉ cắt rễ.

B: Cắt rễ sạch sẽ, kiệu giống như đang nảy mầm.

C: Thất thường hỗn độn.

Và anh, tôi nghĩ, nắm kiệu sau khi đã lọt vào tay anh đành phải vứt đi vì đã cắt phạm đến cả thân kiệu[2].

Châu hỏi: "Mày cười cái gì?" Rồi không đợi tôi trả lời, nó ngoe nguẩy đi xuống bếp. Ngày Tết, không ai có thì giờ để làm điều gì đến nơi đến chốn.

29 Tết

Tôi gửi cái thư thứ hai, hy vọng bưu điện sẽ làm việc đến 30 Tết, đủ kịp cho cái thư đầu đến anh. Anh đang quét mạng nhện chẳng hạn, né tránh một cách bản năng và vô vọng những đám bụi chắc chắn sẽ rơi lên đầu… Ông đưa thư dừng lại trước cửa, hét to: "Thư nha!"… Rồi tôi hy vọng, cứ cái đà làm ăn nhanh chóng này, mùng Năm anh sẽ đọc cái thư thứ hai, anh sẽ tưởng tượng được cái cảnh tôi chen lấn trong chợ Tết, tôi hoa mắt chóng mặt ra sao trước một núi công việc.[3]

Ở chợ, dưa hấu nằm chồng chất lên rơm, đủ cỡ. Anh bán hàng xoen xoét xoen xoét về những quả dưa và tôi đâm nghi ngờ. Một người ăn mày bò lết dưới chân Uyển và tôi, lở lói[4], đầy bùn "nhân tạo". Uyển thì thầm: "Xin tiền để lấy sức mà sống, sống để đi xin tiền, vậy sống làm gì?" Tôi nghĩ, nhiều khi, người ta kéo dài cuộc sống một cách vô ích, hình như ai cũng có, dù cụ thể hay mơ hồ, một cách hy vọng ngày mai khá hơn, người bệnh hy vọng khoa học phát hiện ra một thứ thuốc mới, người ăn mày hy vọng một ngày mai nhặt được vàng…

Trong chợ, tôi gần như tựa vào Uyển mà bước. "Đông quá, ngộp[5] quá!" Tôi bảo. Uyển an ủi: "Mỗi năm chỉ có một lần, chịu khó!" Rồi giở mục lục[6] ra, lẩm

---

1 cắt rễ kiệu：剪荞头（藠头）的根须。

2 cắt phạm đến cả thân kiệu：把小荞头剪掉一些。

3 anh sẽ tưởng tượng được cái cảnh tôi chen lấn trong chợ Tết, tôi hoa mắt chóng mặt ra sao trước một núi công việc：你会想象出我在春节集市上挤来挤去的情景，你也会想象出我面对一堆事情晕头转向的场景。

4 lở lói：褴褛。

5 ngộp：憋闷。

6 mục lục：（本文指）购物清单。

bẩm: "Còn bóng heo[1], mộc nhĩ, măng khô..." Tôi thấy, hình như suốt mấy ngày qua, tôi chuẩn bị Tết không để cho gia đình tôi, tôi chuẩn bị cho những người khác chưa rõ mặt, cho một phong tục rắc rối không theo không được... Ở cửa, mẹ tôi bảo: "Mẹ đã đặt bánh chưng cho con đỡ mệt." Tôi cười, đỡ mệt thật nhưng cái Tết đã mất đi một nửa. Những cái bánh của Lang Liêu[2] đã có người mang đến tận nhà, tôi sẽ không rửa lá, đãi đậu[3] và cùng anh chị thức đêm ngoài vườn canh nồi bánh như xưa nữa[4], lúc còn cha.

30 Tết

Tôi dồn lá vào một góc vườn và đốt, xong đứng hít thở mùi khói vườn. Trước sân, mai đã nở vàng. Con mèo đủng đỉnh ra chọn một khoảng đất sạch sẽ đầy ánh nắng, lăn lộn vài vòng rồi nằm ngửa ra bất động[5], đầu ngoẹo qua một bên. Tôi nghĩ, nó hạnh phúc hơn tôi, nó không phải chờ đợi điều gì. Còn tôi, tôi đợi thư anh, sao đến giờ này vẫn chưa có.

Châu dặn: "Tối xong hết việc, tao và mày đi một vòng rồi về đón giao thừa!" Đi một vòng Sài Gòn, vừa đi vừa nghĩ, một năm qua mình được gì mất gì... Tôi cũng thích cái trò này.

... Bẩy giờ tối, tôi thấy mẹ Châu còn ngồi may đồ. Nhà vắng hoe, vì sạch sẽ, gọn gàng nên trông càng vắng. "Đi chơi hết rồi, Châu cũng đi gội đầu rồi, chắc sắp về!" Cô bảo, rồi đưa tôi hộp mứt: "Ngồi đợi nó một chút!" Tôi mở nắp hộp, tự nhiên thấy ngán ngẩm, như thể mấy ngày nay mình đã phải ăn những thứ này thay cơm... Tôi quay mặt đi, che miệng ngáp, tự nhiên giật mình, giờ này, mẹ tôi cũng đang ở nhà một mình giống như mẹ Châu. Vội vã, tôi chào cô, dặn lại vài thứ rồi ra về, trong những giờ phút cuối cùng này của năm cũ.

Tôi về, thắp một cây hương lên bàn thờ cha, rồi vào phòng nằm, nước mắt chảy dài trên má.

... Giao thừa, tôi có cảm giác một bàn tay vô hình cuốn lại tấm thảm cũ, trải

1 bóng heo：炸猪皮。

2 cái bánh của Lang Liêu：郎僚的饼，指深受越南人喜爱的大粽子"bánh chưng, bánh giầy"。郎僚系越南神话传说《蒸饼传》中的主人公。因其向其父雄王献象征天圆地方及父母养育之恩的蒸饼、薄持饼（bánh chưng, bánh giầy）得到父王赏识，得父王传位。

3 đãi đậu：淘洗绿豆。

4 canh nồi bánh như xưa nữa：再像从前一样看守煮粽子的锅。

5 nằm ngửa ra bất động：一动不动地仰卧着。

ra trước mặt tôi một tấm thảm mới tinh[1], việc đầu tiên tôi làm trên đó là cùng mẹ tôi uống trà, ăn bánh và nghe pháo nổ. Pháo nổ khắp nơi, cả trong TV lẫn ngoài đường. Chó mèo hoảng hốt thật tội nghiệp, tôi ôm tất cả bọn lập cập đó vào lòng[2], thấy tràn ngập một cảm giác yêu thương cao cả.

Mùng Một

Tôi mở mắt vì tiếng pháo xa gần khắp nơi, mùi thuốc pháo bay vào tận trong phòng. Mùng Một, trong nắng mới, trẻ con đóng bộ đi lại nhăng nhít trên con đường trước nhà[3]. Anh chị tôi và thằng bé đến xông nhà, anh tôi nhìn sân, hỏi: "Sao không đốt pháo?" Tôi bảo "Không dám!" Anh treo pháo vào cành xoài, pháo nổ, các nhà bên cạnh cũng đi đẹt nổ theo, giống cái kiểu gà gáy đua bình minh[4]. Chị tôi bịt tai, mắt rạng rỡ, tôi thấy, người Á đông nhiều thú vui buồn cười, ngay cả ăn uống cũng vậy, lúc nào cũng thích có cảm giác pha trộn mâu thuẫn.

Xác pháo hồng một khoảng sân lẫn những cành mai rụng. Mai vàng rực rỡ cùng lá mới, chị tôi đếm và hoan hỉ kêu lên: "Toàn sáu cánh!"

Mùng Một, tôi phải cẩn trọng trong lời ăn tiếng nói. Hàng xóm sang chúc Tết, như người xa lạ vì những lời chúc văn hoa[5]. Tôi nghĩ, may mà mùng Một anh không đến, nếu đến chắc anh cũng thành người lạ.

Mùng Hai

Mặc dù năm giờ chiều qua, chị tôi tuyên bố: "Hết Tết!" Tôi vẫn cảm thấy hôm nay mới thật là Tết. Buổi sáng, khách và họ hàng ngập nhà.[6] Trẻ con rủ nhau ra ngoài hè, mở những phong bao ra đếm tiền, so đo, tị nạnh.[7] Trẻ con dưới sự chỉ đạo của bố mẹ, nói thật máy móc: "Chúc dì (cô) có bồ[8]!" Tôi cười, thật là một lời chúc tốt đẹp cho tất cả những đứa con gái.

Chiều, tối, Châu, Uyển và tôi đã khoác tay nhau xem hoa phong lan và hòn

---

1 cuốn lại tấm thảm cũ, trải ra trước mặt tôi một tấm thảm mới tinh：卷起旧的地毯，然后在我眼前铺上一块崭新的地毯。

2 ôm tất cả bọn lập cập đó vào long：把那一群瑟瑟发抖的猫、狗抱在怀里。

3 trẻ con đóng bộ đi lại nhăng nhít trên con đường trước nhà：小孩穿上漂亮的衣服，在房前的路上嬉戏打闹。

4 giống cái kiểu gà gáy đua bình minh：就像公鸡争相打鸣报晓。

5 lời chúc văn hoa：文绉绉的祝福语。

6 khách và họ hàng ngập nhà：亲朋满屋；亲朋盈门。

7 mở những phong bao ra đếm tiền, so đo, tị nạnh：打开压岁红包数钱并相互攀比。

8 Chúc dì (cô) có bồ：祝阿姨（姑姑）找到男朋友。bồ：指恋人或情人。

non bộ.[1] Châu bảo: "Sao dáng hoa lan đều giống nhau?" Uyển hoang mang: "Tao chịu, không biết đánh giá mấy cây cổ thụ này, thấy cũng giông giống mấy chỗ bán ngoài đường."

Đường phố đầy xác pháo, chợ búa vắng tanh. Đêm về, ngang qua quán cũ, tôi nhớ anh thắt ruột, Uyển hỏi: "Mày nhận được cái thư nào chưa?" "Chưa! Chắc bưu điện nghỉ!" "Hôm nay làm việc rồi mà!" Uyển bảo, "Có bồ mệt nhỉ, tao không thích có bồ là vì vậy!" Châu liếc: "Thật không?" Ai cũng hiểu, trả lời là thừa.

Về nhà, tôi trệu trạo nhai bánh chưng[2], nghe pháo lẹt đẹt đâu đó, biết rằng Tết đã qua rồi. Tôi ngồi vào bàn, viết một cái thư cho anh, đúng hơn là cho mình vì biết chắc rằng nó không tới kịp.

Mùng Ba

Cũng như mọi năm, tôi ở nhà để đợi Lương tới. Lương bảo: "Tụi mình làm gì ăn cho đỡ ngán bây giờ? Lương thèm ăn canh cải và củ đậu chiên chấm mắm ớt[3]". Tôi cười: "Kiếm ở đâu ra để hầu[4] ông đây?" Tụi tôi ngồi ngoài vườn, mẹ tôi đi qua hỏi: "Mấy đứa có muốn uống rượu mít không?"

Lương hỏi: "An còn giữ thư từ chứ?" - "Còn, khoảng 80 cái." Có lẽ tôi cũng viết cho Lương khoảng chừng ấy thư[5], có thể hơn nữa. Không hiểu vì lẽ gì và bằng cách nào, tụi tôi đã hạ bậc tình cảm xuống chỉ còn là bè bạn và sự chuyển cấp thoải mái này chứng tỏ cái mà chúng tôi ngỡ là "tình yêu" xưa kia chỉ là ngộ nhận[6].

Rồi hai đứa đi thăm bạn bè cũ. Nhà nào cũng giống nhau ở bữa ăn thịt kho, dưa hành, khổ quá… Chủ, khách nói chuyện không tập trung nổi vì cắn hạt dưa lách tách, mọi người trêu chọc "Chúc Lương và An năm nay…" Chúng tôi nhìn nhau cười, cố ý trêu chọc lại bằng cách làm cho mọi người hiểu lầm… Để đến tối, lúc chia tay, Lương mở đầu: "Chúc An và…" Cũng vậy, tôi lặp lại: "Chúc Lương và…" Tôi tự hỏi, những lời chúc của mình có chân thành không?

1 khoác tay nhau xem hoa phong lan và hòn non bộ：相互挽着胳膊去观赏兰花和假山。

2 trệu trạo nhai bánh chưng：吧嗒吧嗒地咀嚼着粽子。

3 củ đậu chiên chấm mắm ớt：油炸土瓜蘸辣椒鱼露。

4 hầu：侍候；侍奉。

5 chừng ấy thư：那么多封信。

6 ngộ nhận：误会。

Mùng Bốn

Mãi mùng bốn, đám bạn chung của Uyển và tôi mới đến. Ồn ào như cái chợ dù chỉ có vài đứa, tụi nó trong giây lát tạo được không khí Tết vốn rất mờ nhạt trong nhà tôi. Phong ôm con chó tên Xịt đang ngoe nguẩy[1] ngoài hiên vào lòng, leo lên xe rồi bảo: "Về nhà tôi!"

Phong dựng cái chòi[2] xinh xắn để học bài trong khu vườn của ba mẹ nó. Trước cửa chòi, đầy xác pháo và vỏ hạt dưa. Tụi nhỏ kéo một cái ghế cho Xịt nằm xong. Uyển và tôi, hai "người già" ngồi bổ dưa, dọn bánh thuẫn[3] và pha trà, thỉnh thoảng hé mắt nhìn, không hiểu gì lắm.

Từ xa, thấy anh đưa thư đạp xe tới, tôi chạy ra chặn đường hỏi thư, anh cười: "Không!" Uyển bảo: "Tao nghĩ, nó không viết gì cho mày đâu, chắc mải đi với em nào dưới đó!" Tôi thấy người ta thường mong người khác bất hạnh để được tỏ lòng thương hại[4], ai cũng vậy, có điều người khôn thì giấu đi, kẻ dại thì để lộ.[5]

Buổi chiều, cả bọn lên chùa, tụi con trai ngồi ngoài ghế đá đợi Uyển và tôi vào thắp nhang[6]. Trên vòm điện chính, chim sẻ ríu rít bay chuyền qua các chùm đèn lồng, tôi đứng trước Phật và khấn: "Xin cho mẹ con mạnh khỏe và con được bình an." Rồi tự hỏi, sao lần nào thắp nhang, tôi cũng chỉ xin "bình an".

Rồi chụp hình, ông phó nhòm[7] nói như ra lệnh cho đám loay hoay này: "Nhìn tôi đi, nhìn tôi". Phong lẩm bẩm: "Ông có đẹp gì mà nhìn." Rồi nó đưa hai ngón tay lên đầu tôi như hai cái sừng con, tôi cười, hơi thương hại, cái trò đùa này hàng trăm, ngàn kẻ đã làm, nó lặp lại làm gì cho nhàm chán?

Mùng Năm

Anh lên thành phố với một dáng vẻ lạ lùng. Tôi hỏi: "Anh có nhận được thư?" Anh gật đầu, "Sao anh không viết?" "Anh cũng không biết." Tôi bảo: "Về đi, mệt lắm rồi." Rồi tôi ngồi đằng sau, nhắm chặt mắt cho đến khi xe dừng trước cửa nhà. Anh chúc: "Năm mới…" Tôi ngăn lại: "Thôi đủ rồi!" Vào nhà, tôi xé tờ

---

1 ngoe nguẩy：摇；摆。

2 Chòi：小茅草棚。

3 bánh thuẫn：用面粉、鸡蛋、白糖做成的小蛋糕或面包等。

4 tỏ lòng thương hại：表达怜悯之情。

5 có điều người khôn thì giấu đi, kẻ dại thì để lộ：有事聪明的人含藏不露，愚蠢的人暴露无遗。

6 thắp nhang：拈香（烧香）。nhang：（方言）同 hương。

7 ông phó nhòm：摄影师（越南语中用 ông phó+A 的形式表示从事 A 行业的从业者）。

lịch mùng năm, bỏ vào trong tủ.

Đêm đó, trời đầy sao[1], Châu Uyển và tôi trong một cái quán cùng những vỏ bia. Tôi bảo: "Mượn cho tao ghế bố." Bên bờ sông, tôi nằm, nhìn lục bình[2] trôi cùng gió lạnh, bờ bên kia là dừa nước, là những rặng cây hoang dại. Trong trạng thái lơ mơ, tôi nhớ lại mười ngày chờ đợi đã qua. Châu, Uyển nắm lấy vai và lau mắt cho tôi: "Thôi, An!" Cảm động, tôi mỉm cười, nghe trên sông, róc rách một chiếc thuyền chèo đêm.

Tách cà phê số tám（八号咖啡）

Dạ Ngân（夜银）

Tiểu sử tác giả（作者简介）

夜银（Dạ Ngân），原名黎红娥（Lê Hồng Nga），1952 年出生于后江省隆美县，1966 年到 1975 年 4 月间参加抗美战争，1978 年开始进行文学创作，并于四年后（1982 年）发表了第一篇短篇小说。夜银 1987 年加入越南作家协会，1995 年开始在《文艺报》报社工作。

Tóm tắt tác phẩm（作品简介）

短篇小说《八号咖啡》讲述了安和她的三个朋友在一家中原咖啡馆里的所见所闻。与安一起喝咖啡的三个朋友：第一个是每次吃饭都要用随身带着的餐巾纸把每个人的杯盘筷子都里外擦个干净的“儒雅”的家伙；第二个是被体制踢出局、没有退养金，因此每次吃饭都把点菜权让给做东的“粗犷”男人；第三个是“欲言又止或突然想引吭高歌总之就想引起别人注意”的“深沉”男子。而作者本人是一个大龄又性情乖戾的女人。咖啡馆有一到八号不同价位的咖啡，一号最便宜，八号是最贵的貂屎咖啡。按他们几个的品位只适合喝不是最贵，也不是最便宜的四号咖啡。这三个“头发花白的男人”和一个“半老徐娘”在喝咖啡的时候，无意间在咖啡馆里发现了一个“既有着女王般非凡的气质又如契诃夫时代的少女”一样的女人，这竟给他

1 trời đầy sao：繁星满天。
2 lục bình：浮萍。

们原来平静的谈话气氛激起了一丝涟漪，并引出了一些令人意外的事情。

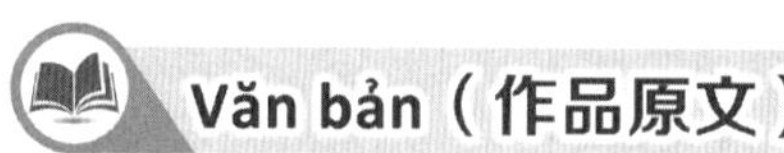

Văn bản（作品原文）

Bốn người chúng tôi gần như vứt xe máy cho chú nhóc bảo vệ rồi chạy lúp xúp vào quán[1]. Địa điểm cà phê Trung Nguyên ở quãng đường nầy cũng rộng bề ngang, thêm tầng gác lửng và bày biện nhiều đồ gỗ để gây cho khách cảm giác cao nguyên. Mưa mịt mùng rầu rĩ, thứ mưa cuối đông dầm dề dai nhách[2] làm cho phố phường xao xác và bẩn thỉu như cả Hà Nội là một đại công trường dang dở.

Chúng tôi nhanh chóng OK một chiếc bàn phía trong[3] khi cả bốn người đều không còn thích một chỗ quá yên tĩnh hay quá phơi bày. Chỗ nầy xa cầu thang, ông bạn nho nhã nhất trong ba gã bạn của tôi chăm chú lấy khăn tay lau qua đầu tóc trước khi ghé cánh tay lên mép bàn - gã kỹ ăn kỹ nói[4] và một trong những việc ưa thích mỗi khi vào quán là rút giấy ăn lúc nào cũng sẵn trong người ra miết trong miết ngoài[5] ly cốc chén đũa cho tất cả bốn người. Gã bạn thứ hai trợn trợn đôi mắt trố sục sạo thẩm định cả gian quán[6] rồi kéo ghế ngồi lùi ra một chút - gã là người bị văng ra khỏi guồng máy biên chế khá sớm và không có lương hưu, vì vậy gã thường im lặng lảng ra mỗi khi ba người còn lại gọi món, nghĩa là theo gã, ai là chủ chi[7] thì người đó mới thực quyền. Luân, gã thứ ba đứng xoa xoa tay vào nhau một hồi, như mọi lần, gã muốn phát ngôn mà lại muốn im lặng, có khi còn muốn hát rống lên nữa, nói chung, gã là người muốn gây ấn tượng, thậm chí muốn để lại dấu vết ở mọi chỗ. Tôi ngồi xuống chiếc ghế cạnh Luân, tôi nhướng nhướng với mọi lời trêu đùa an ủi hay kê kích của họ[8], tôi không phải là con cá rô đực[9] nhưng nói theo cách nói của Luân, tôi là một gã chiều gàn[10], một người đàn bà

---

1 gần như vứt xe máy cho chú nhóc bảo vệ rồi chạy lúp xúp vào quán：近乎是把摩托车扔给保安小哥就小跑着进了咖啡馆。chú nhóc：（口语）同 nhóc，小孩子，含戏谑之意。

2 dầm dề dai nhách：绵延不绝。

3 OK một chiếc bàn phía trong：选定了咖啡馆里边的一张桌子。

4 kỹ ăn kỹ nói：谨言慎行。

5 miết trong miết ngoài：里里外外地擦拭。

6 trợn trợn đôi mắt trố sục sạo thẩm định cả gian quán：瞪大双眼，审视整个咖啡馆。

7 chủ chi：（请客）付钱的人。

8 mọi lời trêu đùa an ủi hay kê kích của họ：她们对我讲的打趣、安慰或者取笑的话语。

9 con cá rô đực：雄性的罗非鱼（此处指男性、男人）。

10 chiều gàn：大龄怪异。

vừa xế chiều vừa gàn dở thì miễn phê phán, chính vì vậy mà tôi thân thiết một cách yên ổn với cả bọn họ.

Số bốn là cà phê đen nóng. Số một thì xoàng, cà phê số tám thì đắt, chúng tôi hùa theo chủ nghĩa hoài nghi cố hữu của Luân là nên chọn khoảng giữa để nếu bị lừa thì chỉ bị lừa in ít thôi. "Theo chú, số bốn hay số tám cứt chồn[1] đều như nhau cả, từ rày[2] về sau hễ thấy ba ông muối tiêu[3] đi với một bà sồn sồn[4] thì cứ cà phê đen số bốn mà bê ra, cháu nhá!" Cô gái cười tủm với câu nói của Luân, không quên ném lại cho tôi cái nhìn an ủi rằng sồn sồn mới hợp với phong độ cà phê số bốn chứ. Đang là buổi đứng[5], khách vào quán mỗi lúc mỗi đông chứng tỏ gu[6] Trung Nguyên đang được chuộng và dân công sở[7] của Hà Nội giờ cũng rủng rỉnh[8] lên nhiều.

Trong khi chờ cà phê, tôi kể cho ba gã bạn nghe một đêm Buôn-mê-thuột, tôi cùng hai cô bạn và hai người đàn ông mới quen rắp tâm đội mưa tìm một cái quán cà phê vào lúc không ai ra đường nữa. Mưa cao nguyên mùa thu nghiêng ngả, ban đêm nó xô dúi người ta vào nhau, nương tựa và bộc bạch[9]. Bọn đàn bà chúng tôi đã thay nhau kể về mình, thì ra ai cũng có một cảnh, cái mà nhân gian gọi là phận người, kiếp người ấy mà. Cười, gã bạn nho nhã của tôi nghe chưa hết đã bật cười: "Ba mụ mà chỉ có hai lão thì thu xếp làm sao nhỉ?" Luân ngồi lắc lư và đưa hai bàn tay hộ pháp lên miệng nói: "Hai cái lão ấy là khán giả của các bà, nếu không, các bà cắn nhau chứ ở đó mà tâm với sự!" Phải công nhận rằng Luân sâu sắc, luôn luôn sâu sắc vì thật ra đêm ấy, hai người đàn ông mới là cà phê của bọn tôi, họ khiến chúng tôi muốn giải bày, và bọn tôi đã giải bày một cách ngây ngất.

Đó là một người đàn bà ngồi ở chiếc bàn ngoài, nhìn từ thềm vào, chỗ ấy bị khuất vì nó nép bên cái cột ngăn hai gian cửa, nhìn từ trong ra thì chiếc lưng áo

1 cứt chồn：貂屎（此处指越南的貂鼠咖啡。越南中部高原地区，有一种特殊的貂——麝香貂，每当咖啡园硕果累累的时候，它们就会选择成熟的红色咖啡豆饱餐一顿。但咖啡豆在貂的胃里没有被消化，而消化道的霉素与咖啡豆结合，把蛋白质破坏掉，降低了咖啡的苦涩味。隔天，咖啡工人依经验收集麝香貂排出的咖啡豆，待洗净晒干后再加以精心烘焙，制成麝香貂咖啡）。

2 rày：（方言）同 nay，bây giờ。

3 ba ông muối tiêu：三个头发花白的男人。

4 một bà sồn sồn：一位半老徐娘。

5 buổi đứng：中午（buổi đứng = buổi trưa）。

6 gu：口味。

7 dân công sở：办公室人员；白领。

8 rủng rỉnh：（钱财）富足。

9 bộc bạch：袒露心扉。

măng-tô[1] của nàng chưa nói lên điều gì cả. Có lẽ hồi đầu là vậy nhưng để nhìn thấy rõ màn mưa, nàng đã xoay người và chúng tôi đã "bắt gặp" nàng trong tư thế nghiêng dẫn đến sự phát hiện như một dòng điện vừa xuyên qua từng người rồi xâu chúng tôi lại.

Nàng ngồi một mình, đương nhiên, gương mặt thơ thẩn với làn da đẹp đặc trưng của gái Hà Nội, mái tóc xoăn bồng đổ dài[2] như một giấc mơ trên bờ vai mảnh dẻ và chắc chắn là cô đơn. Dù áo măng-tô chất liệu dạ thịnh hành nhưng đi với nó là chiếc mũ bê-rê[3] cùng màu ca cao sữa, trông nàng vừa vương giả cách biệt vừa xa xôi như một thiếu phụ thời Sê-khốp[4]. Nàng ngồi tréo ngoảy, tư thế của quý bà, bên dưới, làn váy nhung đen loà xoà gợi cảm trên đôi bốt da không khoá, nếu có khoá, nó sẽ làm cho nàng có vẻ cưa sừng làm nghé[5] và sẽ bớt bí ẩn đi. Tôi thuộc loại dốt về cái khoản trang sức[6] nên những thứ lóng lánh trên tai và trên cổ tay nàng khiến tôi không phân biệt đó là những viên đá có mồ hôi nước mắt và xương máu con người hay là đá công nghiệp Mỹ nhưng trông nàng nhung lụa đến mức tôi cứ đưa mắt ra lề đường xem ô-tô của nàng đậu ở đâu, da thịt, sống áo và mưa gió thế nầy, người như vậy sao cỡi trên xe máy được? Nàng không có vẻ đợi ai, cũng không chăm chú với sách dù nàng có chăm chú với nó thì cũng không có gì lạ. Và nàng cũng như tôi, một điếu Cravelna giữa hai ngón tay và một cà phê phin trước mặt, với mưa.

Phải nói rằng người đàn bà ấy kỳ bí[7] như một viên ngọc trong tủ kính với sức mạnh cám dỗ, hoàn hảo. Nhưng không thể cưỡng nổi nó dù chỉ được săm soi bằng mắt, bằng lời rồi sau đó thì muốn huy động cả khướu giác[8] nữa. Gã nho nhã của tôi đang cân nhắc với sĩ diện của mình nên thỉnh thoảng chỉ đưa mắt nhìn về phía đó rồi cúi xuống xem cái phin cà phê inox đã xong nhiệm vụ chưa[9]. Gã mắt lồi bên tay phải tôi thì sòng sọc bình luận và không che giấu vẻ thèm muốn bắt

1 áo măng-tô：风衣。

2 mái tóc xoăn bồng đổ dài：蓬松的卷发潇洒飘逸。

3 mũ bê-rê：贝雷帽。bê-rê 是英语 beret 的音译词。

4 vừa vương giả cách biệt vừa xa xôi như một thiếu phụ thời Sê-khốp：既像女王般华贵，又像契诃夫时代的一位少女。vương giả cách biệt：帝王般风格（phong cách của vua chúa, cách biệt với dân thường）。

5 cưa sừng làm nghé：装嫩。

6 thuộc loại dốt về cái khoản trang sức：对首饰一窍不通的那一类人。

7 kỳ bí：神秘。

8 khướu giác：嗅觉（khướu giác = khứu giác）。

9 cái phin cà phê inox đã xong nhiệm vụ chưa：不锈钢的咖啡滴漏壶是否完成了它的任务（滴漏壶完成了它的任务即咖啡可以喝了）。

chuyện. Không hiểu sao tôi chú ý đến Luân và cảm thấy cái gì đó đang áp vào anh ta, đúng hơn, cánh tay vô hình của anh ta đã vươn ra tận chỗ người đàn bà kia để dò dẫm với sự ham muốn nung nấu và nghẹn thở. Luân là người có giá trị nhưng không gặp thời, theo tôi, gã ta hay gây gổ, hay tranh luận, hay lục lạo mọi vấn đề bằng sự hiếu động sôi sục[1] nhưng cũng hay bất chợt ngồi thần đi[2], lúc ấy trông gã nguy hiểm không khác gì một con gấu.

Sự im lặng của ba gã muối tiêu là đáng ngờ và đầy vẻ rón rén tự nhiên trước một công trình có tên là quyến rũ. Cầm bằng như tôi đã là Thị Nở[3] trước mặt họ rồi. Sự thán phục bồn chồn của họ khiến tôi phấn khích[4], thương hại nên rất muốn làm một hành động đầu têu[5]. "Đố các vị người đẹp kia đang dùng cà phê số mấy?" "Bà ra đề rồi sang đó xin đáp án à?" - Gã nho nhã hỏi lại với nụ cười thâm thuý quen thuộc. "Tôi đoán cỡ số bốn vì xem chừng cô nàng cũng ranh như bọn mình" - Gã cục mịch tiếp luôn và cười khục khục đỏ cả mặt vì không dám cười to hơn. Luân bật tới bật lui nhè nhẹ[6] trên ghế như anh ta đang ngồi trên xích đông[7], bàn tay gõ gõ theo một giai điệu của Nguyễn Cường trên loa và vẫn im lặng như thể tận hưởng chất cà phê đang ngấm trong người. Quý nàng vẫn lặng lẽ rít thuốc. Tôi vẫy cô gái chạy bàn[8] lại: "Người đẹp ngồi gần cửa kia kêu cà phê mấy vậy cháu?" Cô nhỏ tít mắt cười ranh mãnh: "Cháu nói thì có được thưởng không ạ?" Luân xoay người ngước nhìn cô nhỏ với vẻ chăm chú van cầu. "Cháu có biết ít nhiều gì về người đó không?" - Tôi tiếp. Cô gái cười nghiêm, tự hào: "Cô là khách ruột[9] của bọn cháu mà. Nhà cô là cái bốn tầng ở đầu đường ấy." "Làm sao có được cái cạc[10] của người đẹp nhỉ?" - Tôi chép miệng. Cô gái ngạc nhiên nhưng vẫn sốt sắng: "Cô ấy không đi làm nhưng cháu có số phôn[11] vì tháng nào bọn cháu cũng giao cà phê tại nhà cho Công ty của chồng cô ấy!" Cô gái bỏ vào quầy, hồi sau trở ra với tấm giấy nhỏ: Cô Cẩm Nhung, số máy... Tôi gật gù đắc thắng và mở xắc xé

1 hiếu động sôi sục：热情好动。

2 ngồi thần đi：木然地坐着。

3 Thị Nở：氏娜。越南著名现代作家南高的小说《志飘》中的女主人公，用来比喻外貌丑陋的人。

4 phấn khích：亢奋。

5 đầu têu：主谋（干坏事）。

6 bật tới bật lui nhè nhẹ：轻轻地晃来晃去。

7 xích đông：钉在墙上放置小物件的木架子。

8 cô gái chạy bàn：女服务员。

9 khách ruột：常客。

10 cạc：名片（卡片）。

11 số phôn：电话号码（phôn = phone）。

sổ tay chia trang giấy ra làm ba mảnh để ghi lên đó những thứ mà cô nhỏ vừa đưa cho rồi phân phát tận tay từng gã một như người lớn chia kẹo. Gã nho nhã cười tủm từ từ nhét mảnh giấy vào túi áo, gã cục mịch đưa xa rồi dí gần săm soi như thể gã đang cần một cái kính còn Luân thì tì hai cùi tay xuống bàn ngượng ngùng vo vo nó thành điếu thuốc và không để lộ sẽ đối xử tiếp như thế nào với nó. Tôi thấy như gã đang tiếp tục tận hưởng một cái gì chưa gọi tên được dù biết rằng, trước sau gã cũng sẽ nói toạc điều đó ra với tôi vào một lúc nào đó, mười năm nay, chúng tôi đã xác lập cùng nhau một tình bạn tận tường và sẵn sàng trong mọi tình huống. Tự dưng tôi thấy hối hận bởi cái trò gài đầu[1] vừa rồi. Trong ba gã bạn, nếu gã nho nhã xem gia đình như một sợi dây được nới lỏng dần theo thâm niên vợ chồng nhưng nó sẽ không đứt được, dứt khoát nó không thể nào đứt được vì khoảng cách sách vở ấy thì gã cục mịch lại biến nó thành nghĩa địa, ở đó, ở dưới mái nhà thê lương đó vợ chồng gã sống yên trong nấm mồ của mình vì sự thoả thuận vừa thành văn vừa bất thành văn mà người đời thường gọi là ổn định, ràng buộc, nghĩa vụ và nhiều cách mỹ miều khác nữa. Với Luân, tôi từng thấy chị San vợ gã sửa cái bâu cổ và phủi gàu trên vai áo[2] mỗi khi gã ta ra đường, thấy chị ngồi nép bên chồng trong khi gã khuỳnh chân cắm cổ[3] tận hưởng những món ăn với khẩu vị độc tôn của mình, thấy chị mỉm cười bao dung một cách thông minh mỗi khi gã ta hung hăng lỡ lời hay bừa phứa[4] về vấn đề gì đó. Nói chung, gã nho nhã chỉ thích vui miệng chứ không đi xa hơn vì gã còn một cái chức nho nhỏ trên quận và đang "kiếm" được, gã cục mịch thì cũng chỉ hướng ngoại bằng mắt bởi túi tiền của gã vốn trống rỗng như đôi mắt ếch kia mà ái tình phí thời nầy thì không thể qua loa như thời bao cấp[5] được.

Lần nầy, rất nhiều tháng sau buổi trưa mưa gió ấy, tôi, một mình tôi lại ngồi vào cái quán Trung Nguyên có ngôi nhà bốn tầng ở đầu phố. Như đã hẹn trên mobi[6], tôi đến đúng giờ và Cẩm Nhung đang chờ tôi ở cái bàn chắc chắn là chỗ ngồi ưa thích lâu nay của cô. Không cần hỏi, hai suất cà phê phin một số tám cho cô nàng và một số bốn cho tôi được cô gái chạy bàn quen thuộc đặt đúng chỗ kèm thêm lời chú thích cẩn thận. Tôi từ chối điếu thuốc của cô nàng và nghiêm trang đặt gói thuốc của mình lên bàn. Giữa tôi và cô ta chẳng những chưa có gì có thể

---

1 trò gài đầu：玩笑（相当于 trò đùa）。
2 sửa cái bâu cổ và phủi gàu trên vai áo：整理衣领，拍去肩膀上的头屑。
3 khuỳnh chân cắm cổ：盘腿埋着头。
4 bừa phứa：乱来（胡乱的）。
5 thời bao cấp：吃大锅饭时期。
6 mobi：手机（mobi = mobile phone）。

gọi là bạn mà còn có quá nhiều hình ảnh thân thiết của chị San, vợ Luân. Thú thật, đến bây giờ tôi mới có dịp ngồi đối diện với nàng và tôi càng hiểu rằng Luân không hoàn toàn có lỗi.

"Chị chưa từng là người tình của anh Luân sao?" Cô nàng lên tiếng trước, như để tự vệ bằng cách tấn công đó. Giọng nàng ráo lạnh và đôi mắt đẹp lại hay nhìn chếch sang tôi bằng khoé. "Tôi có một nguyên tắc là không yêu cái người đàn ông mà mình biết rõ vợ của anh ta!" Cái khoé ấy lại nói với tôi: Thế à, lạ nhỉ? Nàng nhếch cười, nụ cười theo tôi là ghê gớm: "Ông bạn Luân của chị ngây thơ hơn tôi tưởng, quá ngây thơ." Tôi ném mạnh điếu thuốc hút dở, dựa hẳn vào lưng ghế để chuẩn bị lắng nghe những lời phán xét. "Tôi chưa bao giờ yêu cầu anh ta điều gì cả, chưa bao giờ!" - Cô nàng nhún vai kịch sĩ[1], mười chiếc móng tay mê hồn vầy vò cái vành tách cà phê. Tôi chột dạ: "Bộ Luân yêu cầu Nhung bỏ chồng à?" Cô nàng lại cười khẩy: "Chưa đến mức như thế nhưng... anh ấy không quan niệm đây là trò chơi. Mà trò chơi nào mà chẳng có lúc kết thúc hử?" Tôi cảm thấy mặt mũi nóng bừng như chính tôi bị xúc phạm. Tôi cố ý im lặng và tra tấn lại cô ta bằng ánh mắt sắc nhọn, nói về sự sắc nhọn chắc cô ta còn phải cắp cặp đến học tôi đã: tất cả sự sang trọng nhàn rỗi và u buồn cố hữu nầy hẳn phải được bọc trong sự giàu có tất bật nào đó, nếu lột hết mọi thứ làm nên sự lóng lánh khác thường kia thì cô ta trơ ra cái gì? Tôi nhớ chị San, lúc nào chị cũng gây cho tôi cảm giác chị là một đoá trà, khi tôi biết chị thì chị giống cái nụ khuất trong lá và dần dà, trong mắt tôi, cái nụ ấy nở bùng với tất cả những phẩm chất lặng lẽ biển trời của một người vợ lý tưởng. Lúc đầu tôi thấy mình chính là Luân trong cuộc đối thoại nầy nhưng giờ thì tôi đã biến thành chị San lúc nào không biết. Tôi gài lại nút áo khoác, thời tiết đang heo may, nó làm cho người ta dễ chạnh lòng mà cũng dễ bị tổn thương vì cái cớ gì đó. Nhóng tới để chuẩn bị một cách bỏ về có chút cay độc thay cho chị San, tôi nói: "Cô em có biết vì sao cà phê số tám nó mắc không? Người miền trong của tôi nói mắc là đắt đó, biết không? Nó mắc vì nó là cứt chồn, không có con chồn ăn cà phê rồi ỉa ra sẽ không có nó, hiểu không? Cô em đừng tưởng mình là cà phê số tám mà chính là cứt chồn của chồng mình đó, hiểu không?"

Tôi hả hê ra về và định sẽ bỏ mặc Luân với những cơn ngồi bất lực của gã ta mỗi khi than thở với tôi về cuộc phiêu lưu của mình. Nhưng tôi không thể không

1 kịch sĩ：戏剧演员（Kịch sĩ (Hán-Việt: 剧士) là nghệ sĩ hoạt động trên sân khấu kịch, bao gồm việc sáng tác, dàn dựng và biểu diễn. Tại Việt Nam, khái niệm kịch sĩ đôi khi được sử dụng với mục đích châm biếm）。

đến với chị San được. Chị không trách tôi đã a tòng[1] với Luân hồi đầu, cũng không gạn hỏi tôi một cách tầm thường về cô nàng đó và cũng không nhè tôi để trút bầu tâm sự, chị vẫn là một đoá trà kín đáo và tinh khiết lạ lùng.

Chị ra cửa đón tôi vào căn gác nhỏ đầy mùi sách trên giá và sự thơm thảo rất khó định nghĩa của chị, cái mùi tôi thường nghe thấy ở má tôi hay chị tôi vào lúc nhà túng bấn[2], lạ thế, chỉ khi nào nhà túng bấn thì cái mùi ấy như rõ hơn. Tôi ôm nhẹ đôi vai chim sẻ của chị trấn an: "Nhân lúc không có lão dê đực[3] ở nhà mình nói cái chuyện ấy đi, nói một lần cho nhẹ bụng đi, chị!" Chị San cười, tiếng cười mộc mạc đau đớn: "Thôi em, họ không phiêu lưu lúc nầy thì sẽ phiêu lưu lúc khác, đàn ông mà!" Rồi chị tong tả vào trong và lại lục tủ kiếm cho tôi cái gì đó để uống với nước trà. Và có lẽ chị sẽ khóc và chờ đợi chồng, chờ đợi để mà tha thứ. Với người đàn ông, một người đàn bà đáng trọng cũng là bi kịch, không hiểu sao điều ấy lại rất gần với chân lý. Có lẽ tôi sẽ nói, nhất định tôi sẽ nói với Luân điều nầy vào cái lúc mà anh ta không còn thấy ngượng ngùng với cả nhóm[4] bởi sự kiện cứt chồn kia nữa.

Câu hỏi đọc hiểu（思考题）

1. 小说《十天》是如何展示主人公安家乡的春节习俗的？

2. 在小说《十天》中，为什么安在把第一封信投进信箱后会觉得心里空落落的？

3. 对于小说《十天》中的安来说，这个 10 天的春节有什么特别？

4. 小说《十天》中珠和婉最后对安说的那句话“算了吧，安。”蕴含哪些更多的意义？

5. 小说《八号咖啡》中展现了当代越南人怎样的生活和心态？

6. 你怎么理解小说《八号咖啡》里“Bọn đàn bà chúng tôi đã thay nhau kể về mình, thì ra ai cũng có một cảnh, cái mà nhân gian gọi là phận người, kiếp người ấy mà.”这句话？

---

1 a tòng：协从。
2 túng bấn：紧巴，拮据。
3 lão dê đực：老色狼。
4 ngượng ngùng với cả nhóm：在大家面前难为情。